ഷുൻമിയോ മസുനോ ജപ്പാനിലെ നാനൂറ്റമ്പത് വർഷം പഴക്കമുള്ള സെൻ ബുദ്ധ ക്ഷേത്രത്തിലെ പ്രധാന പുരോഹിതനും അന്താരാഷ്ട്ര ബെസ്റ്റ് സെല്ലറായ *ദ ആർട്ട് ഓഫ് സിമ്പിൾ ലിവിംഗ്* എന്ന ഗ്രന്ഥത്തിന്റെ രചയിതാവുമാണ്. ലോകമെമ്പാടും ഉപഭോക്താക്കൾ ഉള്ള അദ്ദേഹം ജപ്പാനിലെ പ്രമുഖ ആർട്ട് സ്കൂളുകളിലൊന്നിലെ പരിസ്ഥിതി രൂപകൽപ്പന പ്രൊഫസ്സറും ധാരാളം അവാർഡുകൾ നേടിയ സെൻ ഗാർഡൻ ഡിസൈനറുമാണ്. ഹാർവേർഡ് ഗ്രാജുവേറ്റ് സ്കൂൾ ഓഫ് ഡിസൈൻ, കോർണൽ യൂണിവേഴ്സിറ്റി, ബ്രൗൺ യൂണിവേഴ്സിറ്റി എന്നിവിടങ്ങളിൽ അദ്ദേഹം വ്യാപകമായി പ്രഭാഷണങ്ങൾ നടത്തിയിട്ടുണ്ട്.

വിഷമിക്കുന്നത് നിർത്തുക

ശാന്തത കൈവരിക്കുന്നതിനുള്ള 48 പാഠങ്ങൾ

ഷുൻമിയോ മസുനോ

വിവർത്തനം : റോഷ്നി ലൂയി

MANJUL

മഞ്ജുൾ പബ്ലിഷിങ് ഹൗസ്

First published in India by

MANJUL

Manjul Publishing House

Corporate and Editorial Office

• 2nd Floor, Usha Preet Complex, 42 Malviya Nagar, Bhopal 462 003 – India

Sales and Marketing Office

• C-16, Sector 3, Noida, Uttar Pradesh 201301 – India

Website: www.manjulindia.com

Distribution Centres

Ahmedabad, Bengaluru, Bhopal, Kolkata, Chennai, Hyderabad, Mumbai, New Delhi, Pune

Don't Worry: 48 Lessons on Achieving Calm by Shunmyo Masuno – Malayalam edition

Originally published in Japanese as *Shinpaigoto no Kyuwari wa Okoranai* by Mikasa-Shobo Publishers Co. Ltd., Tokyo.

This edition published by arrangement with Penguin Books, an imprint of Penguin Publishing Group, a division of Penguin Random House LLC and in conjunction with Mikasa-Shobo Publishers Co., Ltd. c/o Tuttle-Mori Agency, Inc., Tokyo

This malayalam edition first published in India in 2024

ISBN 978-93-5543-776-1

Translation: Roshni Louie
Cover design: Sonali Zohra

Printed and bound in India by Thomson Press (India) Ltd.

ഉള്ളടക്കം

ഭാഗം ഒന്ന്

കുറക്കുക, വിടുക, ഉപേക്ഷിക്കുക

ഉത്കണ്ഠയും വ്യാകുലതകളും അകറ്റി നിർത്താനുള്ള സെൻ മാർഗ്ഗം

ഭാഗം രണ്ട്

നിലവിൽ നിങ്ങൾക്ക് നേടാനാകുന്ന കാര്യങ്ങളിൽ മാത്രം ശ്രദ്ധ കേന്ദ്രീകരിക്കുക

അങ്ങനെ ചെയ്യുന്നതിലൂടെ, നിങ്ങൾ അനാവശ്യ കാര്യങ്ങളെക്കുറിച്ച് ചിന്തിക്കുന്നത് നിർത്തും

ഭാഗം മൂന്ന്

മത്സരങ്ങളിൽ നിന്നും മാറിനിൽക്കുക, ബാക്കിയെല്ലാം യഥാസ്ഥാനത്ത് എത്തുകതന്നെ ചെയ്യും

എല്ലാവർക്കും അവരവരുടെ വ്യക്തിത്വങ്ങളുണ്ട്, ഞാൻ എങ്ങനെയോ, അങ്ങനെയാണ്

ഭാഗം നാല്

ബന്ധങ്ങൾ മെച്ചപ്പെടുത്തുന്നതിനുള്ള ആശ്ചര്യകരമായ നുറുങ്ങുകൾ

എങ്ങനെ നല്ല ബന്ധങ്ങൾ ഉണ്ടാക്കാം, മോശമായവ എങ്ങനെ ഉപേക്ഷിക്കാം

ഭാഗം അഞ്ച്

കാര്യങ്ങളെക്കുറിച്ചുള്ള നിങ്ങളുടെ ചിന്താഗതി മാറ്റുക നിങ്ങളുടെ ജീവിതം മികച്ച രീതിയിൽ മാറും

ധനം, വാർദ്ധക്യം, മരണം എന്നീ കാര്യങ്ങളിൽ

അവതാരിക

ആവശ്യമില്ലാത്ത കാര്യങ്ങൾ
നിങ്ങളിൽനിന്ന് ഒഴിവാക്കുക.
അനന്തമായ ലളിത ജീവിതം നയിക്കുക,
അനാവശ്യമായ ഉത്കണ്ഠയിൽനിന്നും
ആകുലതയിൽനിന്നുമുള്ള മോചനം,
മറ്റുള്ളവരാൽ തകർന്ന് ഉലയാത്ത മൂല്യങ്ങൾ.

അത് എങ്ങനെ സാധ്യമാക്കാമെന്ന് ഈ പുസ്തകത്തിൽ നിങ്ങളോട് പറയാനാകുമെന്ന് ഞാൻ പ്രതീക്ഷിക്കുന്നു.

ഒരു സെൻ ബുദ്ധ പുരോഹിതൻ എന്ന നിലയിൽ, ആളുകൾ അവരുടെ പ്രശ്നങ്ങളെക്കുറിച്ച് എന്നോട് പലപ്പോഴും ഉപദേശം ചോദിച്ചിരുന്നു. അവർ സംസാരിക്കാൻ ആഗ്രഹിക്കുന്നതിന്റെ വൈവിധ്യം അനന്തമാണ്, പക്ഷേ മൊത്തത്തിൽ ഞാൻ അവയെ ഉത്കണ്ഠകൾ, ആകുലതകൾ, സംശയങ്ങൾ എന്ന പ്രകാരം തരംതിരിക്കും.

ഈ ആശങ്കകൾ ഞാൻ ശ്രദ്ധയോടെ കേട്ടതിൽ നിന്ന്, എന്റെ നിരീക്ഷണം ഇവയാണ് :

അവയിൽ മിക്കവാറും എല്ലാംതന്നെ യഥാർത്ഥത്തിൽ വ്യാമോഹങ്ങളും അനുമാനങ്ങളും തെറ്റിദ്ധാരണകളും സാങ്കൽപ്പിക ഭയങ്ങളുമാണ്. ഇവയ്ക്ക് അതിന്റേതായ അസ്ഥിരത്വത്തിന്റെ കുറവും ഉണ്ടെന്ന് നിങ്ങൾ പറഞ്ഞേക്കാം.

"നിങ്ങൾ ആ അവസ്ഥയിലൂടെ കടന്നുപോകുന്നുവെന്നിരിക്കെ നിങ്ങൾക്ക് എങ്ങനെ ഇത്ര നിസ്സാരനാകാൻ കഴിയുന്നു, അല്ലെങ്കിൽ, ഒന്നും കഴിക്കാനാകാത്തവിധം എന്റെ അവസ്ഥ ഇത്രമാത്രം പരിതാപകരമാണ്!" എന്നൊക്കെ ആരെങ്കിലും എന്നോട് പറഞ്ഞേക്കാം.

വിളഭൂമിയിലെ ശരിക്കും ഉണങ്ങിയ സുസുക്കി പുല്ലുകളെ കാണുമ്പോൾ അവയെ പ്രേതത്തോട് ഉപമിക്കുന്ന ഒരു ജാപ്പനീസ് പഴഞ്ചൊല്ല് പറയുന്നതതുപോലെയാണ് ഇത്. ഞാൻ ഉദ്ദേശിക്കുന്നത്, ഒരു പ്രേതമായി തോന്നുന്നതിനെ ഭയപ്പെടേണ്ടതായ ഒരു കാരണവുമില്ല. കാരണം, അത് വാടിപ്പോയ തണ്ടുകളല്ലാതെ മറ്റൊന്നുമല്ല. നമ്മിൽ കുടുക്കുകളുണ്ടാക്കി നമ്മുടെ ആത്മാവിനെ വലിച്ചിഴക്കുന്ന ഇക്കാര്യങ്ങൾ വ്യത്യസ്തമല്ല. യഥാർത്ഥത്തിൽ അവയെ വസ്തുനിഷ്ഠമായി വീക്ഷിക്കുകയാണെങ്കിൽ, നാം പലപ്പോഴും ഇല്ലാത്ത നിഴലുകളെ കണ്ട് ഭയപ്പെടാൻ അനുവദിക്കുന്നതായി കാണാം.

ഒരുപക്ഷേ, ഇത് കേൾക്കുമ്പോൾ നിങ്ങൾക്ക് വളരെ പരിചിതമാണെന്ന് തോന്നിയേക്കാം : നിങ്ങൾ ആശങ്കാകുലരായിരുന്ന എന്തോ ഒന്ന് നിങ്ങളെ ഭാരപ്പെടുത്തുകയായിരുന്നു, എന്നാൽ യാദൃശ്ചികമായി ആരോ തന്ന ഒരു അഭിപ്രായം അല്ലെങ്കിൽ ഏതെങ്കിലും ഒരു സംഭവം നിങ്ങളുടെ ആശങ്കയുടെ നിസ്സാരത നിങ്ങളെ മനസ്സിലാക്കിക്കുകയും, നിങ്ങളുടെ ഭാരത്തെ എത്രമാത്രം ലഘൂകരിച്ചുവെന്നതും കണ്ട് നിങ്ങൾ അത്ഭുതപ്പെട്ടു...

സെൻ പഠിപ്പിക്കലുകൾ ഇത്തരത്തിലുള്ള തിരിച്ചറിവിനുള്ള ഒരു നിധിയാണ്.

"സെൻ" എന്ന വാക്ക് കേൾക്കുമ്പോൾ നിങ്ങൾ എന്താണ് ചിന്തിക്കുന്നതെന്ന് ഞാൻ അത്ഭുതപ്പെടുന്നു. ഒരുപക്ഷേ, അത് ഉന്നതവും ഗഹനവുമായ ആശയങ്ങളുടെ ഒരു നിഗൂഢലോകത്തെ പ്രതിനിധീകരിക്കുന്നു എന്നാകും. അത് സത്യവുമാണ് : നമ്മൾ

ചിലപ്പോൾ സെൻ കോൻസിനെക്കുറിച്ചുള്ള അമൂർത്ത സംഭാഷണങ്ങളിൽ ഏർപ്പെടാറുണ്ട്. എന്നാൽ, ഇത് തെറ്റിദ്ധരിപ്പിക്കുന്നതാണ്.

സെൻ പഠിപ്പിക്കലുകൾ വളരെ പ്രാപ്യമായ ഒന്നാണ്.

അവ നമ്മുടെ ദൈനംദിന ജീവിതവുമായി വളരെയധികം ബന്ധപ്പെട്ടിരിക്കുന്നു.

ഉദാഹരണത്തിന്, നിങ്ങൾ ഒരു വീട്ടിൽ പ്രവേശിക്കുകയും നിങ്ങളുടെ ഷൂസ് അഴിക്കുകയും ചെയ്യുമ്പോൾ, അവയെ ഭംഗിയായി നിരത്തി വെക്കുക. ഇതുപോലുള്ള ലളിതമായ ഒന്നുപോലും സെനിൽ വേരൂന്നിയതാണ്. "നിങ്ങളുടെ സ്വന്തം കാൽക്കീഴിനടിയിൽ എന്താണെന്ന് ശ്രദ്ധിച്ചുനോക്കൂ" എന്നർത്ഥം വരുന്ന ഒരു സെൻ പഴഞ്ചൊല്ലിന്റെ അക്ഷരീയ പ്രതിഫലനമാണിത്.

സെനിൽ നമ്മൾ നമ്മുടെ പരിശീലനത്തിന്റെ ഭാഗമായി സെൻഗോ എന്ന് വിളിക്കപ്പെടുന്ന പദങ്ങളും വാക്യങ്ങളും ഉപയോഗിക്കുന്നു. സെൻ-ന്റെ ജ്ഞാനവും പ്രയോഗവും മനസ്സിലാക്കാൻ നമ്മെ സഹായിക്കുന്നതിനുള്ള ഉപകഥകളിൽനിന്നും തിരുവെഴുത്തുകളിൽനിന്നും ഉരുത്തിരിഞ്ഞതാണ് സെങ്കോ. നിങ്ങൾക്ക് അവയെ ഈ പുസ്തകത്തിലുടനീളം കാണാൻ സാധിക്കും.

മറ്റൊരു സെൻഗോ, "പൂർണ്ണഹൃദയത്തോടെ തിന്നുകയും കുടിക്കുകയും ചെയ്യുക," അനാവശ്യ കാര്യങ്ങളിൽ ശ്രദ്ധ വ്യതിചലിക്കരുത് എന്ന് നമ്മെ പഠിപ്പിക്കുകയും ചെയ്യുന്നു. നിങ്ങൾ ഒരു കപ്പ് ചായ കുടിക്കുമ്പോൾ, ചായ കുടിക്കുന്നതിൽമാത്രം ശ്രദ്ധ കേന്ദ്രീകരിക്കുക, അല്ലെങ്കിൽ നിങ്ങൾ ഭക്ഷണം കഴിക്കുമ്പോൾ ആ ഭക്ഷണം കഴിക്കുന്നതിൽമാത്രം ശ്രദ്ധ കേന്ദ്രീകരിക്കുക.

ഇതെല്ലാം തികച്ചും സാധാരണമാണെന്ന് തോന്നിയേക്കാം. പക്ഷേ, നമ്മൾ വളരെയധികം ശ്രദ്ധിച്ച് ഈ ശീലങ്ങൾ പ്രാവർത്തികമാക്കുക, അതിലൂടെ നമുക്ക് വർത്തമാനകാര്യങ്ങളിൽ ശ്രദ്ധകേന്ദ്രീകരിക്കാൻ കഴിയും. അങ്ങനെ ചെയ്യുന്നതിലൂടെ, നമ്മൾ അനാവശ്യമായ ഉത്കണ്ഠയിൽനിന്ന് സ്വയം

മോചിതരാകുകയും, ഒപ്പം നമ്മുടെ മനസ്സിന് സ്ഥിരത കൈവരിക്കാനും കഴിയുന്നു.

അതിനാൽ, ഭാവിയിൽ സംഭവിക്കാവുന്ന കാര്യങ്ങളെക്കുറിച്ച് വേദനിക്കുന്നതിനുപകരം, ഇവിടെ ഇപ്പോൾത്തന്നെ ശ്രദ്ധ കേന്ദ്രീകരിക്കാം. എല്ലാ ചിന്തകളും കുറച്ചുകൊണ്ട്, വിട്ടുപോകാൻ അനുവദിക്കുക എന്നതാണ് കാര്യം... അങ്ങനെ ചെയ്യുന്നതിലൂടെ, നമുക്ക് ശാന്തമായി, കൂടുതൽ ഉല്ലാസത്തോടെ, നമ്മുടെ മറ്റൊരു സകാരാത്മക പതിപ്പോടെ ജീവിതം ആസ്വദിക്കാൻ കഴിയും.

ഗാഷോ

ഷുൻമിയോ മസുനോ

ഭാഗം ഒന്ന്

കുറക്കുക, വിടുക, ഉപേക്ഷിക്കുക

ഉത്കണ്ഠയും വ്യാകുലതകളും അകറ്റി
നിർത്താനുള്ള സെൻ മാർഗ്ഗം

1

സ്വയം വഞ്ചിക്കരുത്

നമ്മെത്തന്നെ താരതമ്യം ചെയ്യരുതെന്നാണ്
സെൻ നമ്മെ പഠിപ്പിക്കുന്നത്

"നിങ്ങളെത്തന്നെ വഞ്ചിക്കരുത്." എന്ന ഒരു സെൻഗോ ഉണ്ട്.

കൂടുതൽ വ്യക്തമായി പറഞ്ഞാൽ, അതിന്റെ അർത്ഥം "വ്യാമോഹങ്ങൾ ഉണ്ടാകരുത്" എന്നാണ്.

വ്യാമോഹം എന്നത് ഒരുപാട് ഭാവനകളുടെ മിഥ്യാ വൃത്താന്തത്തെയാണ് സൂചിപ്പിക്കുന്നതെന്ന് നിങ്ങൾ ചിന്തിച്ചേക്കാം.

എന്നാൽ സെനിൽ, വ്യാമോഹം എന്ന ആശയത്തിന് കൂടുതൽ ആഴമേറിയതും വിശാലവുമായ അർത്ഥമുണ്ട്.

നിങ്ങളുടെ മനസ്സിൽ കുടികൊള്ളുന്നതെന്തും, നിങ്ങളുടെ ഹൃദയത്തെ മുറുകെ പിടിക്കുന്നതും നിയന്ത്രിക്കുന്നതും – ഇതെല്ലാം വ്യാമോഹങ്ങളാണ്. "ഇതിനും അതിനും" വേണ്ടിയുള്ള സ്വാർത്ഥപരമായ ആഗ്രഹങ്ങൾ, നമ്മൾ ഉപേക്ഷിക്കാൻ ആഗ്രഹിക്കാത്ത അഭിനിവേശങ്ങൾ – ഇവയും വ്യാമോഹങ്ങളാണ്.

മറ്റുള്ളവരോടുള്ള അസൂയ, ആത്മവിശ്വാസമില്ലായ്മയുടെ തോന്നലുകൾ – ഇവയും വ്യാമോഹങ്ങളാണ്.

തീർച്ചയായും, നമ്മുടെ മനസ്സിൽ പിടിമുറുക്കുന്ന എല്ലാ മിഥ്യാധാരണകളിൽനിന്നും സ്വയം മോചിതരാകുക അസാധ്യ മാണ്. അതാണ് ബുദ്ധൻ നേടിയെടുത്ത അവസ്ഥ. മനുഷ്യനെന്ന നിലയിൽ, നമ്മുടെ ഹൃദയത്തിലും മനസ്സിലും വ്യാമോഹങ്ങൾ എപ്പോഴും ഉണ്ടായിരിക്കുമെന്ന് നാം അംഗീകരിക്കണം.

നമ്മളാൽ കഴിയുന്ന രീതിയിൽ ഈ വ്യാമോഹങ്ങൾ കുറക്കുക എന്നതാണ് പ്രധാന കാര്യം. നാമെല്ലാവരും അതിന് കഴിവുള്ളവരാണ്. എന്നാൽ അങ്ങനെ ചെയ്യുന്നതിന്, നമ്മൾ ആദ്യം നമ്മുടെ വ്യാമോഹങ്ങളുടെ യഥാർത്ഥ സ്വഭാവം തിരിച്ചറിയുകതന്നെ വേണം.

സുൻ ത്സു-വിന്റെ പ്രസിദ്ധമായ ഒരു ഉദ്ധരണിയുണ്ട്, "നിങ്ങളുടെ ശത്രുവിനെ അറിയുക, നിങ്ങളെ തന്നെയും അറിയുക, അങ്ങനെ നൂറുകണക്കിനുള്ള യുദ്ധങ്ങളെപ്പോലും നിങ്ങൾ ഭയപ്പെടേണ്ട ആവശ്യമില്ല." എന്താണ് പറയുന്നതെന്നാൽ, നിങ്ങളുടെ ശത്രുവിനെ അറിയാതെ, അവനെ നേരിടാൻ വേണ്ടി നിങ്ങൾ എന്താണ് ചെയ്യേണ്ടതെന്ന് നിങ്ങൾക്ക് മനസ്സിലാകില്ല.

ഈ വ്യാമോഹങ്ങളുടെ ഉറവിടം എന്താണ്?

കാര്യങ്ങളെ എതിർവശത്ത് കാണുന്ന ചിന്താരീതിയാണിത്. ഉദാഹരണത്തിന്, ചില ദ്വിഗുണങ്ങളെ നമ്മൾ സജ്ജീകരിക്കുന്നു, ജീവിതവും മരണവും, വിജയവും നഷ്ടവും, സൗന്ദര്യവും വൈരൂപ്യവും, ധനികനും ദരിദ്രനും, ലാഭവും നഷ്ടവും, സ്നേഹവും വെറുപ്പും.

മരണം ജീവിതവുമായി വൈരുദ്ധ്യമുള്ളതായി കാണുന്നു, രണ്ടും താരതമ്യപ്പെടുത്തുമ്പോൾ, ജീവിതത്തെ പവിത്രവും വിലപ്പെട്ടതുമായി നാം കാണുന്നു, അതേസമയം മരണം ശൂന്യവും നിസ്സഹായമായതും.

"ആ മനുഷ്യൻ ഭാഗ്യവാനാണ്. എനിക്ക് ഒരിക്കലും ഒരു അവസരം ലഭിക്കുമെന്ന് തോന്നുന്നില്ല."

"ഞാൻ സദാ പരാജയപ്പെടുമ്പോൾ അവൾ എപ്പോഴും വിജയിക്കുന്നതെങ്ങനെയാണ്?"

ഒരൊറ്റ അനുഭവം എല്ലാത്തിലും കാണപ്പെടുന്നു. നമ്മൾ ഇത് നമ്മുടെ മുഴുവൻ ജീവിതത്തിലും പ്രയോഗിക്കുന്നു. അതിനിടയിൽ, മറ്റുള്ളവരോട് അസൂയയും സ്വയം അപലപിക്കാനുള്ള വികാരങ്ങളും നാം നമ്മുടെ ഉള്ളിൽ കെട്ടിപ്പടുക്കുന്നു – അവയാൽ നശിപ്പിക്ക പ്പെടുന്നതുവരെ.

തീർച്ചയായും, നമ്മൾ നമ്മുടെ ചുറ്റും ഉള്ളവരുടെ അധീനത യിലാണെന്നും നാം നമ്മുടെ വ്യാമോഹങ്ങളാൽ ബന്ധിക്ക പ്പെട്ടിരിക്കുന്നുവെന്നും ഒരാൾക്ക് പറയാൻ സാധിക്കും.

എന്നാൽ ഇത് സ്വയം ചോദിക്കുക : നിങ്ങൾ മറ്റുള്ളവരുമായി താരതമ്യം ചെയ്യുമ്പോൾ എന്താണ് അർത്ഥമാക്കുന്നത്?

ഒരു സെൻഗോ പറയുന്നതനുസരിച്ച്, "ഒരിക്കൽ പ്രബുദ്ധനായ ഒരാൾ പിന്നീട് മറ്റുള്ളവരാൽ സ്നേഹിക്കപ്പെടുന്നില്ല."

മാനുഷിക ബന്ധങ്ങളിൽ ഇത് പ്രയോഗിച്ചാൽ ഒരുപക്ഷേ നമ്മൾ അവരെ ഇഷ്ടപ്പെടുന്നുണ്ടോ വെറുക്കുന്നുവോ എന്നത് പരിഗണിക്കാതെ അവരെ അവരായി തന്നെ (അവർ നമ്മളേക്കാൾ നല്ലവരോ മോശമായവരോ ആയാലും) നമുക്ക് അംഗീകരിക്കാൻ കഴിയും, നമ്മുടെ വികാരങ്ങളാൽ നിയന്ത്രണം വിടാതെതന്നെ.

സെൻ ബുദ്ധമതത്തിന്റെ സോട്ടോ സ്കൂളിന്റെ സ്ഥാപകൻ ഡോഗൻ സെൻജി ഒരിക്കൽ പറയുകയുണ്ടായി, "മറ്റുള്ളവരുടെ പ്രവൃത്തികൾ എന്റെ സ്വന്തമല്ല." മറ്റുള്ളവർ ചെയ്യുന്നതും നമ്മൾ സ്വയം ചെയ്യുന്ന കാര്യങ്ങളുമായി ബന്ധമില്ലാത്തതാണെന്നും അദ്ദേഹം പഠിപ്പിച്ചു. മറ്റൊരാളുടെ പരിശ്രമങ്ങൾ നമ്മെ പുരോഗതിയിലേക്ക് നയിക്കില്ല. നമ്മുടെ പുരോഗതിക്കുള്ള ഏക വഴി നമ്മുടെ സ്വന്തം പരിശ്രമത്തിലൂടെയാണ്.

എല്ലാ വസ്തുക്കൾക്കും ഓരോ വ്യക്തിക്കും സ്വന്തമായ അസ്തിത്വം ഉണ്ടെന്ന് സെൻ പഠിപ്പിക്കുന്നു, തമ്മിൽ യാതൊരു താരതമ്യവുമില്ല.

ഇത് നിങ്ങൾക്കും മറ്റുള്ളവർക്കും വേണ്ടിയുള്ള സത്യമാണ്.

ഒന്നിനും മറ്റൊന്നുമായി ഒരു താരതമ്യവുമില്ല. ഒരു

താരതമ്യവുമില്ലാത്തതുമായി നമ്മൾ കാര്യങ്ങൾ താരതമ്യം ചെയ്യാൻ ശ്രമിക്കുമ്പോൾ, നാം അപ്രസക്തമായതിൽ വ്യാപൃതരാകുന്നു, അത് ആകാംക്ഷ, ആകുലത, ഭയം എന്നിവ സൃഷ്ടിക്കുന്നു.

നിങ്ങൾ താരതമ്യം ചെയ്യുന്നത് നിർത്തുമ്പോൾ, നിങ്ങളുടെ തൊണ്ണൂറ് ശതമാനവും വ്യാമോഹങ്ങൾ അപ്രത്യക്ഷമാകുന്നതായി നിങ്ങൾ കാണും. നിങ്ങളുടെ ഹൃദയഭാരം കുറഞ്ഞതായി തോന്നുന്നു. ജീവിതം കൂടുതൽ ശാന്തമാകും.

"സ്വയം വഞ്ചിക്കരുത്" – ഈ വാക്കുകൾ ഇടയ്ക്കിടെ ചിന്തിക്കുക. അവ നിങ്ങളെ ഉദ്വേഗരായി നിർത്തുവാൻ സ്വയം പറയാനുള്ള ഒരു മാർഗ്ഗമായി മാറാൻ അനുവദിക്കു – "ഞാൻ എന്റെ പരമമായ അസ്തിത്വത്തിൽ സമ്പൂർണ്ണമായി വിശ്വസിക്കുന്നു, യാതൊന്നുമായും താരതമ്യപ്പെടുത്താതെ!"

2

"ഇപ്പോൾ" എന്നതിൽ ശ്രദ്ധ കേന്ദ്രീകരിക്കുക

ഇത് നമ്മെത്തന്നെ വിലമതിക്കുന്നതിനെക്കുറിച്ചാണ്

ചിലർ ഓർമ്മകളിൽ തപ്പിത്തടയുന്നു. അവർ ഭൂതകാലത്തിൽ കുടുങ്ങിയതായി നിങ്ങൾ പറഞ്ഞേക്കാം.

"നമ്മുടെ ശ്വാസത്തിൽ വസിക്കുക" എന്ന ഒരു സെൻഗോ ഉണ്ട്.

അക്ഷരാർത്ഥത്തിൽ, ഇതർത്ഥമാക്കുന്നത് നിങ്ങൾ ശ്വാസമെടുത്തുകൊണ്ടിരിക്കുന്ന ഈ നിമിഷത്തിൽ തന്നെ ജീവിക്കുള. കഴിയാവുന്നത്രയും മനസ്സാന്നിധ്യത്തോടെ എന്നാണ്.

"മൂന്ന് ലോകങ്ങളിൽ വസിക്കുള" എന്ന ബുദ്ധമത സങ്കൽപ്പത്തിലും ഇത് പ്രതിധ്വനിക്കുന്നു.

ഭൂതവും വർത്തമാനവും ഭാവിയുമാണ് മൂന്ന് ലോകങ്ങൾ. നമ്മൾ ഈ മൂന്ന് ലോകങ്ങൾക്കിടയിലുള്ള ബന്ധങ്ങളിൽ ജീവിക്കുന്നു. എന്നാൽ, വർത്തമാനകാലത്തിൽ നമ്മെത്തന്നെ കണ്ടെത്തുമ്പോൾ ഭൂതകാലം ഇതിനകം മരിച്ചുകഴിയുകയും ഭാവി ജനിക്കാൻ പോകുകയും ചെയ്യുന്നു.

ബുദ്ധമത സങ്കല്പത്തിൽ ലോകത്തെയും, മരണത്തെയും, പുനർജന്മത്തെയും വിശദീകരിക്കുന്നത് ഇങ്ങനെയാണ് – എല്ലാം എങ്ങനെ ജനിക്കുകയും മരിക്കുകയും ചെയ്യുന്നു, അങ്ങനെ മരിക്കുന്നതെല്ലാം പുനർജനിക്കുകയും ചെയ്യുന്നു.

മറ്റൊരു തരത്തിൽ പറഞ്ഞാൽ, കഴിഞ്ഞുപോയതും ഉയിരറ്റതുമായ ഭൂതകാലത്തെക്കുറിച്ച് പുനർവിചിന്തനം ചെയ്യുന്നതിൽ പ്രയോജനമില്ല, ഇനിയും ഉണ്ടാകാനുള്ള ഭാവിയെക്കുറിച്ച് അത് വരുന്നതുവരെ നാം ചിന്തിക്കേണ്ടതില്ല.

അതായത്, ഇവിടെ ഇപ്പോൾ നമ്മൾ എങ്ങനെ ജീവിക്കുന്നുവെന്നതാണ് പ്രധാനം.

സെൻറിയു എന്നറിയപ്പെടുന്ന ഈ മൂന്ന് വരി കവിതയുണ്ട് :

പൊട്ടിയ പാത്രം പോലും,
ഒരിക്കൽ ഒരു ചെറി മരമായിരുന്നു,
യോഷിനോ പർവ്വതത്തിൽ.

ഇപ്പോൾ ജീർണ്ണിച്ച പാത്രകഷണമായി കാണപ്പെടുന്ന ഇത്, ഒരു കാലത്ത് യോഷിനോ പർവ്വതത്തിൽ മനോഹരമായി പൂത്തുനിൽക്കുകയായിരുന്ന ചെറിമരമായിരുന്നു, കാഴ്ചക്കാരുടെ കൂട്ടം അതിന്റെ ഭംഗിയിൽ അത്ഭുതപ്പെടുകയും ചെയ്തിരുന്നു.

നമ്മുടെ ഭൂതകാല മഹത്വവും ബഹുമാനവും നമ്മുടെ വർത്തമാനകാലത്തിന്റെ അടിത്തറയായി മാറുന്നു.

എന്നാൽ ഇത് യോഷിനോ ചെറി പുഷ്പങ്ങളെക്കുറിച്ച് മാത്രമല്ല. ചിലയാളുകൾ അവരുടെ ഉജ്ജ്വലമായ ഭൂതകാലം പുറത്തു കൊണ്ടുവരാനുള്ള അവസരം ഒരിക്കലും നഷ്ടപ്പെടുത്തില്ലെന്നതു തന്നെ.

"ഇത്രയും വലിയ സ്ഥാപനത്തിൽ ഞാൻ ജോലി ചെയ്തിരുന്നു."

“ആ പദ്ധതി വിജയിപ്പിച്ചത് ഞാനാണ്.”

തീർച്ചയായും, ഒരാൾ നന്നായി ചെയ്ത ഒരു ജോലിയെക്കുറിച്ച് അനുഭവിക്കുന്ന സംതൃപ്തി അംഗീകരിക്കേണ്ടത് പ്രധാനമാണ്. വിജയം ആഘോഷിക്കാനായി ഒരു ഗ്ലാസ് ഉയർത്തുന്നതും നല്ലതാണ്.

എന്നാൽ പഴയ കഥകളിൽ ഇടക്കിടെ സമയം പാഴാക്കുന്നത് ഉചിതമാണോ? മാറാം, നമ്മുടെ കാഴ്ചപ്പാട് ഇനി അല്പം മാറ്റാം.

“ഇനിയും ആ പഴയ ഇഷ്ടവിഷയത്തിൽ മുഴുകുന്നത് വേണ്ട. അത് വളരെ ക്ഷീണിപ്പിക്കുന്നതും വിരസവുമാണ്.”

നിങ്ങൾ എപ്പോഴെങ്കിലും അങ്ങനെ എന്തെങ്കിലും കേട്ടിട്ടുണ്ടോ?

വളരെ സത്യസന്ധമായി പറയാം, ഭൂതകാല പ്രതാപങ്ങളുടെ നീണ്ട കഥകൾ വീണ്ടും വീണ്ടും കേൾക്കേണ്ടിവരുന്നത് അരോചകമാണ്. മാത്രമല്ല സംസാരിക്കുന്നയാൾക്ക് അത് അനുചിതമല്ലേ? അവർ സ്വയമേ വളരെ അസന്തുഷ്ടരാണെന്ന് ചിന്തിക്കാതിരിക്കാൻ പ്രയാസമാണ്.

ഭൂതകാലത്തെക്കുറിച്ചുള്ള അഭിനിവേശം ഒരു വ്യക്തിയുടെ വർത്തമാനകാലത്തിലുള്ള ആത്മവിശ്വാസ അഭാവത്തിന്റെ സൂചനയാണ്. ഉത്കണ്ഠയും ആകുലതയും ഭയവും നിങ്ങളുടെ ഹൃദയത്തിലേക്കും മനസ്സിലേക്കും നുഴഞ്ഞുകയറുന്നത് ഇങ്ങനെയാണ്.

നിങ്ങളുടെ വർത്തമാനത്തെ തുരങ്കം വെക്കുന്നതിന് തുല്യമാണ് ഇത് എന്നുപോലും പറയാം.

ഞാൻ ഇത് ആവർത്തിക്കാം, അതിലൂടെ ഇത് നിങ്ങളുടെ മനസ്സിൽ പതിഞ്ഞിരിക്കട്ടെ : നമ്മൾ ഇവിടെ ഈ നിമിഷം എങ്ങനെ ജീവിക്കുന്നു എന്നതാണ് എപ്പോഴും പ്രധാനമായിട്ടുള്ളത്.

നിങ്ങളുടെ വർത്തമാനകാലത്തെ ആ ഉടഞ്ഞുപോയ പാത്രമായി (അല്ലെങ്കിൽ ഒരു നിർജ്ജീവമായ ജോലി അല്ലെങ്കിൽ...) വിലകൽപ്പിച്ച് സ്വയം വിലപിക്കുന്നുവെങ്കിൽ അത് നിങ്ങളുടെ അസന്തുഷ്ടിയെ വലുതാക്കുകയേ ഉള്ളൂ. വക്കുപൊട്ടിയ

പാത്രത്തിനുപോലും ഒരാളുടെ ആത്മാവിന് ഊഷ്മളത പകരുന്ന രുചികരമായ സൂപ്പ് നൽകുന്നതിനുള്ള പാത്രമാകാൻ കഴിയും.

ഇപ്പോൾ നമുക്ക് വക്കുപൊട്ടിയ ഏറ്റവും മികച്ച പാത്രമാകാൻ ശ്രമിക്കാം!

എന്നെ സംബന്ധിച്ചിടത്തോളം, നമ്മുടെ ശ്വാസത്തിൽ വസിക്കുക എന്നതിന്റെ അർത്ഥം അതാണ്.

3

സ്വയം ഭാരപ്പെടുത്തുകയോ താഴ്ത്തിക്കെട്ടുകയോ ചെയ്യരുത്

നിങ്ങളുടെ വാസസ്ഥലത്ത് നിങ്ങളുടെ ആത്മാവിന് സ്ഥിരപ്പെടാനുള്ള ഒരു ഇടം സൃഷ്ടിക്കുക

നിങ്ങൾക്ക് ഒരു "ആത്മീയ വാസസ്ഥലം" ഉണ്ടോ?

ഒരു കാലത്ത്, മിക്കവാറും എല്ലാ ജാപ്പനീസ് വീട്ടിലും ഒരു പൂജാവേദി അല്ലെങ്കിൽ ഒരു പൂജ്യസ്ഥാനമുണ്ടായിരുന്നു.

ഓരോ കുടുംബാംഗങ്ങളും അതിന്റെ മുമ്പിൽ ഇരുന്ന്, ധൂപം അർപ്പിക്കുകയും (അത് ഒരു ബുദ്ധമത പൂജാവേദിയായിരുന്നെങ്കിൽ), തുടർന്ന് അവരുടെ കൈകൾ കൂപ്പി പിടിച്ച് കാണുന്നത് സ്വാഭാവിക ദൈനംദിന സംഭവമായിരുന്നു.

കുട്ടികൾ അവരുടെ മാതാപിതാക്കളെയും മുത്തച്ഛനേയും മുത്തശ്ശിയേയും കണ്ടാണ് ശീലം പഠിച്ചത് – പ്രാർത്ഥനയിലും ആരാധനയിലും കൈകൂപ്പുന്നതും അതേ സമയം, അത് ഒരാളുടെ പൂർവ്വികരോടുള്ള ബഹുമാനവും വളർത്തുകയും ചെയ്തു.

ഇത് ജപ്പാനിലെ മികച്ച പാരമ്പര്യങ്ങളിൽ ഒന്നാണെന്ന് ഒരുപക്ഷേ നിങ്ങളും സമ്മതിച്ചേക്കാം, മനോഹരമായ ആചാരം.

പണ്ടുകാലത്ത് കുടുംബത്തിന്റെ ഒരു വിഭാഗം ആളുകൾ മറ്റൊരു വീട്ടിലേക്ക് ചേക്കേറുമ്പോൾ, അവർ ആദ്യം ചെയ്യുന്ന കാര്യങ്ങളിലൊന്ന് ഒരു പൂജാവേദി സ്ഥാപിച്ച് അവരുടെ പൂർവ്വികരെ പുതിയ വീട്ടിലേക്ക് സ്വാഗതം ചെയ്യുകയെന്നതാണ്.

ഇക്കാരണത്താൽ, പൂജാവേദികൾ എല്ലാ വീട്ടിലും കാണുമായിരുന്നു, ഓരോ കുടുംബത്തിന്റെയും ദൈനംദിന ജീവിതത്തിൽ പൂർവ്വികർ അവിടെ ഉണ്ടായിരുന്നു.

എന്നാൽ ഇക്കാലത്ത്, എത്രപേർക്ക് അവരുടെ വീട്ടിൽ പൂജാവേദിയുണ്ട്?

നഗരങ്ങളിൽ താമസിക്കുന്ന ആളുകളെ മാത്രം കണക്കാക്കുന്നുവെങ്കിൽ, അതിന്റെ സംഖ്യ വളരെ കുറവായിരിക്കും. അതേസമയം ഭവന സാഹചര്യം തീർച്ചയായും ഒരു ഘടകം തന്നെയാണ്, അതിന് വേറെ ഒരു വലിയ കാരണമുണ്ട്.

അതൊരു വസ്തുതയുമായി ബന്ധപ്പെട്ടിരിക്കുന്നു, ബഹുഭൂരിപക്ഷ നഗരവാസികൾ യുദ്ധാനന്തരം അവിടെ സ്ഥിരതാമസമാക്കി, അതായത് അവരുടെ ചെറുപ്പകാലത്ത് ജന്മനഗരങ്ങൾ വിട്ട് നഗരകേന്ദ്രങ്ങളിലേക്ക് മാറി. ഈ ആളുകളുടെ മനസ്സിൽ, അവരുടെ പൂർവ്വികർ മാതാപിതാക്കളെയോ അല്ലെങ്കിൽ കുടുംബത്തിലെ തലവനെയോ സംരക്ഷിച്ചുകൊണ്ട് ജന്മനാട്ടിൽതന്നെ തുടർന്നു, അതിനാൽ അവർക്ക് അവരുടെ ജീവിതത്തിൽ ബുദ്ധൻ ഉണ്ടായിരുന്നതായി തോന്നിയില്ല.

അല്ലെങ്കിൽ അവർ പൂർവ്വികരെക്കുറിച്ച് മതിയായ അറിവ് നൽകാനുള്ള അവസരം അവരുടെ മാതാപിതാക്കൾക്ക് കിട്ടുന്നതിനുമുൻപ് നഗരത്തിലേക്ക് മാറിയിരിക്കാം, അങ്ങനെ പൂജാവേദിയില്ലാത്ത ഒരു വീട്ടിൽ താമസിക്കുന്നത് അവർക്ക് സ്വാഭാവികമാണെന്ന് തോന്നുകയും ചെയ്തു. അങ്ങനെ തലമുറകളായി, നമ്മുടെ നല്ല പാരമ്പര്യം ക്രമേണ നഷ്ടപ്പെട്ടുകൊണ്ടിരിക്കുന്നു.

ഇതും, ഇന്ന് ആളുകൾ അനുഭവിക്കുന്ന നിരാശാബോധവും തമ്മിൽ ബന്ധമുണ്ടെന്ന തോന്നൽ ഒഴിവാക്കാൻ എനിക്കാവില്ല.

നിങ്ങളുടെ പൂർവ്വികരുടെ മുമ്പിൽ കൈകൾ കൂപ്പി ചേർത്തുവെക്കുന്ന പ്രവൃത്തി കേവലം ഒരു ആചാരപരമായ ചടങ്ങല്ല. ഇപ്പോൾ നമുക്കുള്ള ജീവിതത്തിന് നന്ദി പ്രകടിപ്പിക്കുന്നതിനുള്ള ഒരു മാർഗ്ഗമാണിത്, തലമുറ തലമുറയായി കൈമാറ്റം ചെയ്യപ്പെട്ട എല്ലാത്തിനും വേണ്ടിയുള്ളതാണ്. നമ്മുടെ പൂർവ്വികർ ഇല്ലാതെ നമ്മുടെ ഇടയിലുള്ള ഒരാൾപോലും ഉണ്ടാകുമായിരുന്നില്ല.

ഞാൻ ഓരോ പ്രഭാതവും ആരംഭിക്കുന്നത് എന്റെ കൈകൾ കൂപ്പിപ്പിടിച്ച്, നല്ല ആരോഗ്യത്തോടെ മറ്റൊരു ദിവസത്തെ എതിരേൽക്കാൻ കഴിഞ്ഞതിൽ ഞാൻ നന്ദിയുള്ളവനാണെന്ന് പറഞ്ഞുകൊണ്ടാണ്. ഒപ്പം എല്ലാ രാത്രിയും, വീണ്ടും കൈകൾ ചേർത്തുകൊണ്ട് ഞാൻ എന്റെ അഭിനന്ദനം അറിയിക്കുന്നു : "ഞാൻ നന്ദിയുള്ളവനാണ് മറ്റൊരു ദിവസംകൂടി കടന്നു പോയതിന്."

ചിലപ്പോൾ, ഞാൻ എന്റെ പൂർവ്വികരുമായി സംഭാഷണങ്ങൾ നടത്താറുണ്ട്.

ദിവസങ്ങൾ കടന്നുപോകുമ്പോൾ നമുക്കോരോരുത്തർക്കും വ്യത്യസ്തമായ അനുഭവങ്ങളുണ്ടാവും.

ജോലിയിൽ സംഭവിക്കുന്ന തെറ്റുകളും ബന്ധങ്ങളിലെ സങ്കീർണ്ണതകളും ഉണ്ട്, അത് നമ്മിൽ കുരുക്കിടുകയും നമ്മുടെ ആത്മാവിനെ താഴേക്ക് വലിച്ചെറിയുകയും ചെയ്യുന്നു.

നിങ്ങളുടെ പൂർവ്വികരോട് ഈ കാര്യങ്ങളെക്കുറിച്ച് നിങ്ങൾക്ക് ആത്മാർത്ഥമായി സംസാരിക്കാം. നിങ്ങളുടെ പൂർവ്വികരുടെ മുൻപിൽ നിങ്ങൾക്ക് എത്രത്തോളം സത്യസന്ധമായി നിൽക്കാൻ കഴിയും എന്നത് ആശ്ചര്യകരമാണ്.

തീർച്ചയായും, നിങ്ങളുടെ പൂർവ്വികർ ഒരു മറുപടി നൽകും എന്നല്ല, മറിച്ച് നിങ്ങളുടെ വികാരങ്ങളുടെ ഭാരം കുറയ്ക്കുമ്പോൾ, നിങ്ങൾക്ക് സമാധാനവും ശാന്തിയും അനുഭവപ്പെടും. അങ്ങനെ ചെയ്യുന്നതിലൂടെ നിരാശയുടെ ഏതെങ്കിലും വികാരം ഒഴിവാക്കുകയും ഒപ്പം ഒരു നല്ല മാനസികാവസ്ഥ പ്രചോദിപ്പിക്കുകയും ചെയ്യുന്നു.

നിങ്ങളുടെ പൂർവ്വികർക്കൊപ്പം നിങ്ങൾ ചെലവഴിക്കുന്ന സമയം നിങ്ങളുടെ ആത്മാവിനെ സ്ഥിരപ്പെടുത്താനുള്ള അവസരം നൽകുന്നുവെന്നും പറയാം. കൃതജ്ഞതയോടെ നിങ്ങളുടെ കൈ കൂപ്പി പിടിക്കുന്നില്ല എന്നത് നിങ്ങളുടെ മനസ്സിനെ ശാന്തമാക്കാനുള്ള ഒരവസരം നഷ്ടപ്പെടുത്തുകയുമാണ്.

തീർച്ചയായും, ഒരു പൂജാവേദി സ്ഥാപിക്കുന്നത് ഏറ്റവും എളുപ്പമുള്ള കാര്യമായി തോന്നിയേക്കില്ല. എന്നിരുന്നാലും, അതങ്ങനെതന്നെയാവണമെന്ന ആവശ്യമില്ല.

നിങ്ങളുടെ പൂർവ്വികരുടെ ഫോട്ടോകൾ നിങ്ങൾക്ക് പ്രദർശിപ്പിക്കാൻ കഴിയും. നിങ്ങളുടെ വീട്ടിൽ നിങ്ങൾക്ക് ഇരിക്കാൻ കഴിയുന്ന സ്ഥലം തിരഞ്ഞെടുക്കുക. നിങ്ങളുടെ ഹൃദയത്തിന് എപ്പോഴെങ്കിലും ഭാരം അനുഭവപ്പെടുന്നതായി തോന്നുമ്പോഴോ, അല്ലെങ്കിൽ നിരാശയുടെ ഒരു ബോധം ഉയർന്നുവരുമ്പോഴോ, നിങ്ങൾ അവിടെപോയി കൈകൾ ചേർത്തുവെച്ച്, കുറച്ചുനേരം നിങ്ങളായിത്തന്നെ ഇരിക്കുക. നിങ്ങളുടെ ചിന്തകളുടെ ഭാരം കുറയുന്നതുവരെ അവിടെ കഴിയുക. അങ്ങനെ ചെയ്യുന്നതിലൂടെ നിങ്ങളുടെ മനസ്സ് കൂടുതൽ സ്ഥിരത കൈവരിക്കുകയും നിങ്ങളുടെ കാഴ്ചപ്പാടിന് വ്യക്തത വരുകയും ചെയ്യുമെന്ന് എനിക്ക് നിശ്ചയമുണ്ട്.

നിങ്ങളുടെ താമസസ്ഥലത്തിന്റെ ഒരു ചെറിയ പ്രദേശംമാത്രം അപഹരിക്കുന്ന ഈ സ്ഥലം നിങ്ങളുടെ ആത്മാവിൽ നാടകീയമായ സ്വാധീനം ചെലുത്തും. നിങ്ങളുടെ മനസ്സിനെ ബാധിച്ച വേദനയോ ഭാരമോ അത് എന്തായാണെങ്കിലും നീങ്ങിപ്പോകും.

ആത്മീയമായ വാസസ്ഥലം എന്നതിന്റെ അർത്ഥം ഇതാണ്. ഞാൻ നിങ്ങളോട് അഭ്യർത്ഥിക്കുന്നു നിങ്ങൾക്കായി ഒരെണ്ണം സൃഷ്ടിക്കുക.

4

നിങ്ങളുടെ സാധനങ്ങൾ കുറയ്ക്കുക

ഇത് നിങ്ങളുടെ മനസ്സിനെയും ശരീരത്തെയും ഒരുപോലെ ലഘൂകരിക്കും

ഒരിക്കൽ നമ്മൾ വസ്തുക്കൾ സ്വന്തമാക്കിക്കഴിഞ്ഞാൽ, അവയുമായി പിരിയുന്നത് ബുദ്ധിമുട്ടായിരിക്കും. എല്ലാവർക്കും ഈ ഒരു വികാരവുമായി കൂടുതലോ കുറവോ ആയി അനുബന്ധപ്പെടുത്താം. വാസ്തവത്തിൽ, അത് ദുരിതത്തിന്റെ ഉറവിടമായി പോലും മാറിയേക്കാം.

ആളുകൾ പറയുന്നത് ഞാൻ പലപ്പോഴും കേൾക്കാറുണ്ട്, "എന്റെ വീട് വളരെ ഇടുങ്ങിയതാണ്. ഞാൻ എപ്പോഴാണ് ഇത്രയും സാധനങ്ങൾ വാങ്ങിക്കൂട്ടിയതെന്ന് അറിയില്ല."

നിങ്ങൾ താമസം മാറിയ സമയത്ത്, നിങ്ങളുടെ വീട് വൃത്തിയും വെടിപ്പുമുള്ളതായിരുന്നു, സുഖപ്രദമായി ജീവിക്കാൻ ധാരാളം ഇടമുള്ളതുപോലെ തോന്നുകയും ചെയ്തിരുന്നു, പക്ഷേ, നിങ്ങൾ അറിയുന്നതിന് മുൻപേ ആ സ്ഥലം വസ്തുക്കൾകൊണ്ട് നിറഞ്ഞിരിക്കും. ആ സ്ഥലം ഇപ്പോൾ സ്വസ്ഥതയുള്ളതേയല്ല...

ഇതിന് ഒരു വിഷാദ ഫലമുണ്ട്. ഞാൻ പറയുന്നത് "മാലിന്യ മാളികകളിൽ" താമസിക്കുന്ന പൂഴ്ത്തിവെപ്പുകാരെക്കുറിച്ചല്ല. പക്ഷേ,

എല്ലാവർക്കും ഇതിൽ ചെറുതല്ലാത്ത അനുഭവ പരിചയം ഉണ്ടെന്ന് ഞാൻ കരുതുന്നു.

അതിന്റെ കാരണവും അതിശയകരമാംവിധം വ്യക്തമാണ്.

സാധനങ്ങളെ വിട്ടുപോരാനുള്ള കഴിവില്ലായ്മ, സാധനങ്ങൾ വലിച്ചെറിയാനുള്ള ആഗ്രഹമില്ലായ്മ എന്നിവയാണ് ഇതിന് കാരണം.

സെനിൽ നമുക്ക് ദാനധർമ്മത്തിനുള്ള ഒരു വാക്കുണ്ട് : കിഷ. അതിന്റെ അർത്ഥം സന്തോഷത്തോടെ അഥവാ ഖേദമില്ലാതെ എന്തെങ്കിലും ഉപേക്ഷിക്കുന്നുവെന്നതാണ്. ഒരു ക്ഷേത്രമോ ദേവാലയമോ സന്ദർശിച്ച് നിങ്ങൾ നാണയങ്ങൾ വലിച്ചെറിയുമ്പോൾ ഇങ്ങനെയാണ് നാം അവയെ വിവരിക്കുന്നത്.

പണംപോലെ ഇത്ര പ്രധാനപ്പെട്ട എന്തെങ്കിലും ഉപേക്ഷിച്ച് ആരെങ്കിലും സന്തോഷിക്കുന്നത് എന്തുകൊണ്ടാണ്?

കാരണം, കാര്യങ്ങളിൽനിന്ന് മുക്തി നേടുന്നതിലൂടെ, നമ്മുടെ കെട്ടുപാടുകളിൽ ചിലത് നാം ഉപേക്ഷിക്കുന്നു.

കെട്ടുപാടുകൾ നമ്മുടെ മനസ്സിൽ മൂടൽ സൃഷ്ടിക്കുന്നു, അവയെ ഉപേക്ഷിക്കുന്നതിലൂടെ നാം നമ്മെ സന്തോഷിപ്പിക്കാനുള്ള ശക്തി നേടിയെടുക്കുന്നു.

വസ്തുക്കൾക്കും ഇത് ബാധകമാണ്.

നിങ്ങളെ ചുറ്റിപ്പറ്റിയുള്ള കാര്യങ്ങൾ പെട്ടെന്ന് നോക്കൂ. വർഷങ്ങളായി നിങ്ങൾ ധരിക്കാത്ത വസ്ത്രങ്ങൾ അലമാരയിലോ ഡ്രെസ്സറിലോ നിറച്ചിട്ടുണ്ടോ?

നിങ്ങൾ ഒന്നോ രണ്ടോ തവണ ഉപയോഗിച്ച ബാഗുകൾ അല്ലെങ്കിൽ വിവിധ തരങ്ങളായ അലങ്കാരവസ്തുക്കൾ നിങ്ങളുടെ വിലയേറിയ സ്ഥലം അപഹരിക്കുന്നുണ്ടോ?

“ഒരുനാൾ ഇതിന്റെ ഉപയോഗം വന്നേക്കാം...”

നിങ്ങളുടെ കയ്യിലുള്ള ഒരു വസ്തുവിനെ സൂക്ഷിച്ചുവയ്ക്കുന്നതിനെ ന്യായീകരിക്കാൻ എപ്പോഴും ഉപയോഗിക്കുന്ന ഒഴികഴിവാണിത്.

എന്നാൽ, കഴിഞ്ഞ മൂന്ന് വർഷങ്ങളായി നിങ്ങൾ അതിനെക്കുറിച്ച് ചിന്തിച്ചിട്ടില്ലെങ്കിൽ, അത് ഉപയോഗിക്കാനുള്ള പ്രേരണ വരുമെന്ന് നിങ്ങൾ ശരിക്കും വിശ്വസിക്കുന്നുണ്ടോ? നിങ്ങളുടെ ഒരു ബാഗ് കഴിഞ്ഞ അഞ്ച് വർഷത്തിനുള്ളിൽ വെളിച്ചം കണ്ടിട്ടില്ലെങ്കിൽ നിങ്ങൾ അത് എപ്പോഴെങ്കിലും ഉപയോഗിക്കുമോ? മിക്കവാറും "ഇല്ല" എന്നാണ് ഉത്തരം.

ഇത് പരിചിതമാണെന്ന് തോന്നുന്നുവെങ്കിൽ, നിങ്ങൾ നിങ്ങളുടെ വികാരങ്ങൾ ഉപേക്ഷിച്ച് വസ്തുക്കളെ ഉപേക്ഷിക്കുവാനുള്ള ധൈര്യം കാണിക്കണം. കാര്യങ്ങൾ പാഴാകാൻ അനുവദിക്കരുത് എന്ന മാനസികാവസ്ഥയുമായി ഇത് വൈരുദ്ധ്യമാകാമെന്ന് ഞാൻ തിരിച്ചറിയുന്നു.

ഒരു കാര്യം ശരിയാണ്—വസ്തുക്കളെ നമ്മിൽനിന്നും ദൂരത്താക്കുക എന്നത് അതിനെ നശിപ്പിക്കുന്നതായി തോന്നാം. എന്നാൽ അവയെ എങ്ങനെ ഒഴിവാക്കും എന്നത് ഒരു ചോദ്യം തന്നെയാണ്.

ഒരു സുഹൃത്തോ നിങ്ങൾക്ക് അറിയാവുന്ന ആരെങ്കിലുമോ തുണികൾ ധരിക്കാനോ അഥവാ വസ്തുക്കൾ ഉപയോഗിക്കാനോ ആഗ്രഹിക്കുകയാണെങ്കിൽ, നിങ്ങൾക്കത് അവർക്ക് നൽകാം. അല്ലെങ്കിൽ, ഒരു ചാരിറ്റബിൾ സംഘടനയ്ക്ക് സംഭാവന ചെയ്യാം. ഇത് നീക്കം ചെയ്യാനുള്ള മറ്റൊരു സ്ഥലം പഴയ സാധനങ്ങൾ വില്ക്കുകയും വാങ്ങുകയും ചെയ്യുന്ന ഒരു ചന്തയാണ്.

ഈ മാർഗ്ഗങ്ങളിലൊന്ന് സ്വീകരിക്കുന്നതിലൂടെ സാധനങ്ങൾ നഷ്ടപ്പെട്ടുമെന്നുള്ള മാനസികാവസ്ഥയിൽ നിന്ന് രക്ഷപെടുകയും ദാനധർമ്മത്തിന്റെ കീഷാ ചൈതന്യം മുറുകെപ്പിടിക്കുകയും ചെയ്യാം.

നിങ്ങൾ ഒഴിവാക്കേണ്ട കാര്യങ്ങൾ വലിച്ചെറിയുന്നത് കൂടുതൽ സ്ഥലം സൃഷ്ടിക്കുകയും, അതുവഴി നിങ്ങളുടെ വീടിന്റെ സുഖസൗകര്യങ്ങൾ വർദ്ധിക്കുകയും, നിങ്ങളുടെ ദൈനംദിന ജീവിതം മെച്ചപ്പെട്ടുകയും ചെയ്യുന്നു. ഇത് നിങ്ങളുടെ ശാരീരികവും

മാനസികവുമായ ക്ഷേമത്തിന് നല്ല സ്വാധീനം ചെലുത്തുമെന്ന് പറയേണ്ടതില്ലല്ലോ.

ചില ഇനങ്ങൾ സൂക്ഷിക്കേണ്ടതുണ്ട് – നിങ്ങൾ അവ ഉപയോഗിക്കുന്നുണ്ടോ ഇല്ലയോ എന്നത് പരിഗണിക്കാതെതന്നെ വലിച്ചെറിയാൻ കഴിയാത്തവ. മാതാപിതാക്കളിൽ നിന്നും മുത്തശ്ശിമാരിൽ നിന്നും പാരമ്പര്യമായി ലഭിച്ച ഓർമ്മക്കുറിപ്പുകളും സ്മരണികകളും ഇതിൽ ഉൾപ്പെടുന്നു, കുടുംബത്തിന്റെ സ്മരണയ്ക്കായി നിങ്ങൾ പ്രത്യേകമായി വാങ്ങിയ ഇനങ്ങളും എന്തെങ്കിലും പ്രത്യേകതയുള്ളവയും ഇതിൽ ഉൾപ്പെടുന്നു.

ഏത് വിഭാഗത്തിൽപ്പെടുമെന്ന് നിർണ്ണയിക്കുന്നതിലാണ് വെല്ലുവിളി.

ഞാൻ മനസ്സിലാക്കുന്നതനുസരിച്ച്, ഓരോന്നിനെയുംകുറിച്ച് നിങ്ങൾക്ക് എങ്ങനെ തോന്നുന്നു എന്നതാണ് ഏറ്റവും പ്രധാനപ്പെട്ട ഘടകം.

നിങ്ങൾ അത് നിങ്ങളുടെ കൈയിൽ പിടിക്കുമ്പോൾ, അത് നിങ്ങളുടെ ഓർമ്മകളെ ഉണർത്തുകയും നിങ്ങളുടെ ഹൃദയത്തെ ഊഷ്മളതപ്പെടുത്തുകയും ചെയ്യുന്നുണ്ടോ? ഇത് നിങ്ങൾക്ക് നൽകിയ വ്യക്തിയെ ഓർമ്മിപ്പിക്കുകയും സന്തോഷിപ്പിക്കുകയും ചെയ്യുന്നുണ്ടോ? ഇത് നിങ്ങൾക്ക് ആശ്വാസമോ ഉന്മേഷമോ തരുന്നുണ്ടോ?

ഇതിന് പണമൂല്യവുമായി യാതൊരു ബന്ധവുമില്ല. ചില സൂക്ഷിക്കേണ്ട കാര്യങ്ങൾ ഉണ്ട്, അവ എത്ര പഴകിയാലും ചീഞ്ഞതായാലും തകർന്നതായാൽപോലും. ഈ ഇനങ്ങൾ "വസ്തുക്കൾ" എന്നതിനേക്കാൾ വളരെ മൂല്യം കൂടിയവയാണ് – അവർ നിങ്ങളുടെ ജീവിതവുമായി അടുത്ത ബന്ധമുള്ളവരാണ്. മനോഹരമായ ഒരു പെട്ടി കണ്ടെത്തുക അതിനുള്ളിൽ നിങ്ങൾക്ക് ഇവ സംരക്ഷിക്കാൻ കഴിയും.

സെനിൽ നമ്മൾ "കൈകോർത്ത് നടക്കുന്നതിനെ" കുറിച്ച് പറയുന്നു.

നമ്മൾ യഥാർത്ഥത്തിൽ വിശ്വസിക്കുകയും പ്രതീക്ഷിക്കുകയും ചെയ്യുന്നവരുമായി ജീവിതത്തിലൂടെ കടന്നുപോകുക എന്നാണ് ഇതിനർത്ഥം – നമ്മുടെ പാരമ്പര്യം ഉൾപ്പെടെ. നമ്മെ കാര്യങ്ങൾ ചെയ്യാൻ പ്രാപ്തരാക്കുകയും നമ്മുടെ ഓർമ്മകൾ സംരക്ഷിക്കുകയും ചെയ്യുന്നത് ചെറിയൊരു ഭാഗമല്ല അത് ഒരു ഉത്തരവാദിത്തം പോലെ തോന്നുന്നു.

5

നിങ്ങൾ എന്തായിരിക്കുന്നുവോ അങ്ങനെതന്നെ ആയിരിക്കുക

നിങ്ങൾക്ക് നിയന്ത്രണമില്ലാത്ത കാര്യങ്ങളിൽ ശ്രദ്ധ കേന്ദ്രീകരിക്കരുത്

നിങ്ങളുടെ ശക്തിയുടെ ഓരോ ഔൺസും നിങ്ങൾ എന്താണോ ചെയ്യുന്നത് അതിലേക്ക് നിക്ഷേപിക്കുക...

പ്രശംസനീയമായ വിധത്തിൽ ജീവിതത്തിലൂടെ കടന്നു പോകാനുള്ള ഒരു മാർഗ്ഗമായി ഇത് എന്നെ സ്പർശിക്കുന്നു.

എന്നാൽ ജീവിക്കാനുള്ള ഒന്നെന്ന നിലയിൽ, ഇനിപ്പറയുന്നവ മനസ്സിൽ ഉണ്ടായിരിക്കും എന്ന ഉറപ്പുണ്ടായിരിക്കണമെന്ന് തോന്നുന്നു :

ഈ ലോകത്ത് നമുക്ക് നിയന്ത്രണമില്ലാത്ത ചില കാര്യങ്ങളുമുണ്ട്.

എല്ലാ കാര്യത്തിനും നിങ്ങളെ മുഴുവനായി നൽകണം എന്ന് ചിന്തിക്കുന്ന പ്രവണത നിങ്ങൾക്കുണ്ടോ, ഒരു തരത്തിൽ അല്ലെങ്കിൽ മറ്റൊരു തരത്തിൽ കാര്യങ്ങൾ നിങ്ങൾ ആഗ്രഹിക്കുന്നതുപോലെ നടത്തിയെടുക്കാൻ ധീരമായി ശ്രമിച്ചിട്ടുണ്ടോ?

എന്നിരുന്നാലും, നമുക്ക് നിയന്ത്രണം സാധ്യമല്ലാത്ത കാര്യങ്ങളുണ്ട്. നമ്മുടെ ഊർജ്ജം മുഴുവനും, നമ്മുടെ മുഴുവൻ കരുത്തും സമർപ്പിക്കാം, ആത്മാർത്ഥമായി പ്രവർത്തിക്കാം, പക്ഷേ, ഒന്നും മാറാൻ പോകുന്നില്ല. നമ്മൾ എത്ര കഠിനമായി പരിശ്രമിക്കും എന്നിരിക്കിലും, സ്വയം ക്ഷീണിക്കുകയും അതിന്റെ കഷ്ടത അനുഭവിക്കുകയും മാത്രമേ സാധിക്കു.

നമുക്ക് നൽകപ്പെട്ട ഈ ജീവിതം, നമുക്ക് അധികാരമില്ലാത്ത കാര്യങ്ങളാൽ നിറഞ്ഞതാണ്.

ഉദാഹരണത്തിന്, നിങ്ങളുടെ ഹൃദയമിടിപ്പ് നിർത്താൻ നിങ്ങൾക്ക് കഴിയുമോ? നിങ്ങളുടെ ഹൃദയം സ്വന്തം ഇഷ്ടപ്രകാരം പ്രവർത്തിക്കുന്നു, നിങ്ങൾക്ക് ഇതേക്കുറിച്ച് ഒന്നും ചെയ്യാൻ കഴിയില്ല. ജീവിതംതന്നെ നമുക്ക് അധികാരമില്ലാത്ത കാര്യങ്ങൾ ഉൾക്കൊള്ളുന്നു, അത് നമ്മുടെ പരിധിക്കപ്പുറമാണ്.

ബുദ്ധമതത്തിൽ, നമ്മെക്കാൾ വലിയ ഒരു ശക്തിയാൽ നമ്മൾ നയിക്കപ്പെടുന്നുവെന്ന് വിശ്വസിക്കുന്നതിന് ഒരു കാരണമുണ്ട് – അത് സ്ഥൂലപ്രപഞ്ച സത്യമായാലും ബുദ്ധപ്രകൃത ത്തിലായാലും – നമ്മുടെ സ്വന്തം അധികാരത്തിനപ്പുറമാണ്.

നമ്മുടെ ജീവശക്തി നമ്മുടെ നിയന്ത്രണത്തിനപ്പുറം ഉത്ഭവിക്കുന്ന ബിന്ദുവാണെന്ന് നാം തിരിച്ചറിയുമ്പോൾ, അത്തരത്തിൽ ഏതെല്ലാം കാര്യങ്ങൾ ഉൾപ്പെടുന്നുവെന്ന് തിരിച്ചറിയാൻ എളുപ്പമാണ്. നാം സ്വയം ക്ഷീണിക്കേണ്ടതില്ല എന്നറിയുമ്പോൾ ഒരു ആശ്വാസമല്ലേ?

അതിനാൽ, നമുക്ക് നിയന്ത്രണമില്ലാത്ത കാര്യങ്ങളാണ് അവയെന്ന് അംഗീകരിക്കുന്നതാണ് നല്ലത്.

എത്ര കരുതലും ശ്രദ്ധയും നമ്മുടെ ആരോഗ്യ കാര്യത്തിനായി നീക്കിവെച്ചാലും, അസുഖമോ പരിക്കോ അനുഭവിക്കുന്നു.

നമ്മൾ പരാതിപ്പെട്ടേക്കാം, "എന്റെ ആരോഗ്യകാര്യം നോക്കാൻ ഞാൻ കഠിനമായി ശ്രമിക്കുകയായിരുന്നു. പക്ഷേ, എനിക്ക് വീണ്ടും അസുഖം വന്നു... ഞാൻ വേണ്ടത്ര ശ്രദ്ധ

നൽകിയിട്ടുണ്ടാകില്ല!" എന്നാൽ, വാസ്തവത്തിൽ നമ്മൾ ചെയ്യുന്നത് നാം രോഗികളാണ് എന്ന യാഥാർത്ഥ്യത്തെ അപകീർത്തിപ്പെടുത്തുകയാണ്. ഇത് അർത്ഥവത്തല്ല. എന്തിനധികം, സ്വയം അപലപിക്കുകയും കുറ്റപ്പെടുത്തുകയും ചെയ്യുന്നതിലൂടെ, നാം കൂടുതൽ മോശം ചിന്തയിൽ പുരോഗമിക്കുന്നു.

"അസുഖം" എന്നതിന്റെ ജാപ്പനീസ് പദത്തിലെ പ്രതീകങ്ങൾ, 病 気 (ബയോകി), ദൃഷ്ടാന്തീകരിക്കുന്നത്, നമ്മുടെ ആത്മാവാണ് വേദനിക്കുന്നതെന്നാണ്. അങ്ങനെ, നമുക്ക് അസുഖം വരുമ്പോൾ, നമ്മുടെ ആത്മാവ് ക്ഷയിക്കുന്നു, അത് നമ്മുടെ അവസ്ഥയെ സ്വാധീനിക്കുന്നു.

പലപ്പോഴും നമുക്ക് പരിക്കേൽക്കുമ്പോൾ ശരീരത്തിന്റെ ഒരു ഭാഗം തകരാറിലാകുന്നു.

"ഓ, എനിക്ക് പഴയതുപോലെ അനങ്ങാൻ കഴിയുന്നില്ല... എന്തുകൊണ്ടാണ് ഇങ്ങനെ എനിക്ക് സംഭവിക്കുന്നത്?" നിങ്ങളുടെ വിധിയെ ശപിക്കുന്നത് വഴി നിങ്ങളുടെ ശാരീരിക ശേഷി വീണ്ടെടുക്കില്ല. അത് നിങ്ങളുടെ ദിവസങ്ങൾ ഇരുണ്ടതാക്കും.

ഈ രണ്ടുദാഹരണങ്ങളും നമുക്ക് നിയന്ത്രണമില്ലാത്ത സംഭവങ്ങളാണ്. അതിനാൽ സ്വീകരിക്കുക എന്നതല്ലാതെ മറ്റൊരു മാർഗ്ഗവുമില്ല. നിങ്ങൾക്ക് ചെറുക്കാൻ ശ്രമിക്കാം, പക്ഷേ അവസാനം, നിങ്ങൾക്ക് അത് സ്വീകരിക്കാൻ മാത്രമേ കഴിയൂ.

അത് അങ്ങനെയായിരിക്കെ, എന്തുകൊണ്ട് പെട്ടെന്ന് ചെയ്തുകൂടാ?

നിങ്ങൾ ആയിരിക്കുന്നതുപോലെ, മാറ്റമില്ലാതെ – ഇതാണ് നിങ്ങളുടെ യഥാർത്ഥ സ്വത്വം. നമ്മിൽ ആർക്കെങ്കിലും ആകാൻ കഴിയുന്നത് അതാണ്.

നിങ്ങൾക്ക് നിയന്ത്രണമില്ലാത്ത കാര്യങ്ങൾ നിങ്ങൾ സ്വയം അംഗീകരിച്ചുകഴിഞ്ഞാൽ, നിങ്ങൾക്ക് സാഹചര്യങ്ങളുമൊത്ത് ജീവിക്കാൻ കഴിയും. നിങ്ങളുടെ യഥാർത്ഥ സ്വഭാവം

എന്താണെന്നതിനെ അഭിമുഖീകരിക്കുക, താങ്കൾക്ക് അതിനു സാധിക്കും – നിങ്ങളെപ്പോലെ, മാറ്റമില്ലാതെ. നിങ്ങൾക്ക് അധികാരമില്ലാത്ത കാര്യങ്ങളിൽ നിങ്ങൾ ഇനി ഉറച്ചുപോകുക യില്ല, നല്ല വീക്ഷണത്തോടെ നിങ്ങൾക്ക് സാധ്യമായ കാര്യങ്ങൾ ചെയ്യാൻ കഴിയും.

ഞാൻ ആരോഗ്യത്തിന്റെ ഉദാഹരണം ഉപയോഗിച്ചു, പക്ഷേ തീർച്ചയായും, ഓരോ സാഹചര്യങ്ങളിലും, നിങ്ങൾക്ക് സാധ്യമല്ലാത്ത പലതരം കാര്യങ്ങളും ഉണ്ട്.

ആ കാര്യങ്ങളിൽ ശ്രദ്ധകേന്ദ്രീകരിക്കുന്നതിനുപകരം, നിങ്ങൾക്ക് നിയന്ത്രിക്കാൻ കഴിയുന്ന കാര്യങ്ങളിൽ ശ്രദ്ധ കേന്ദ്രീകരിക്കുക.

6

നിങ്ങളുടെ നിറമുള്ള കണ്ണട എടുത്തുമാറ്റൂ

ഇത് നിങ്ങളുടെ വ്യക്തിപരമായ ബന്ധങ്ങളെക്കുറിച്ചുള്ള തൊണ്ണൂറ് ശതമാനം ആശങ്കകളും ഇല്ലാതാക്കും

നമ്മുടെ വ്യക്തിബന്ധങ്ങൾ തീർത്തും ആശയക്കുഴപ്പത്തിലാകാം.

നമ്മുടെ ജീവിതത്തിൽ നമ്മെ ഭാരപ്പെടുത്തുന്ന ഉത്കണ്ഠ, ആകുലത, ഭയം എന്നിവയിൽ ഭൂരിഭാഗവും നമ്മുടെ വ്യക്തിബന്ധങ്ങളെ സാരമായി ബാധിക്കുന്നുണ്ടെന്ന് പറയുന്നത് ന്യായമാണ്. ജോലി, സമൂഹം, സ്കൂൾ, സുഹൃത്തുക്കൾ, കുടുംബം, സഹോദരങ്ങൾ, ബന്ധുക്കൾ എന്നിങ്ങനെ നമ്മുടെ ബന്ധങ്ങളിൽ പല തലങ്ങളുണ്ട്. ചിലപ്പോൾ, ഇവ സങ്കീർണ്ണമാവുകയും അത് ഉത്കണ്ഠ, ആകുലത, ഭയം എന്നിവയിലേക്ക് നയിക്കുകയും നമ്മുടെ മനസ്സിനെ മൂടുകയും ചെയ്യുന്നു.

"എനിക്കും എന്റെ ബോസ്സിനും കണ്ണിൽ കണ്ണിൽ നോക്കാൻ കഴിയുന്നില്ല. ഞാൻ എത്ര കഠിനമായി ശ്രമിച്ചാലും, എനിക്ക് കാര്യങ്ങൾ ശരിയാക്കാൻ കഴിയുന്നില്ല."

“ഞാൻ മനസ്സിലാക്കാൻ ശ്രമിക്കുന്നു. പക്ഷേ, എന്റെ സുഹൃത്ത് വിശ്വസനീയനല്ല.”

“അയൽവാസിയായ സ്ത്രീ എപ്പോഴും എന്നെ ഒഴിവാക്കുന്നതു പോലെയാണ് പെരുമാറുന്നത്.”

നിഷേധാത്മക ചിന്തകളിൽ മുഴുകുന്നത് മനുഷ്യപ്രകൃതമാണ്. എന്നാൽ, ഒരിക്കൽ അതിൽ ഉറച്ചുനിന്നാൽ, അവയെ ഇല്ലാതാക്കാൻ വളരെ ബുദ്ധിമുട്ടായിരിക്കും. വാസ്തവത്തിൽ, നിങ്ങൾ ഇങ്ങനെയും പറഞ്ഞേക്കാം, അതിന്റെ പ്രവൃത്തിയാണ് വലിയ തോതിൽ അവ തീവ്രമാകാനുള്ള പ്രവണതയാകുന്നത്.

നിങ്ങളുടെ കണ്ണിൽ കണ്ണിൽ നോക്കാത്ത ബോസ് സ്വഭാവംകൊണ്ട് കഠോരനാണ്; വിശ്വസനീയനല്ലാത്ത സുഹൃത്തിന്റെ സ്വഭാവത്തെതന്നെ ചോദ്യം ചെയ്ത് നിങ്ങൾ ആരംഭിക്കുക; നിങ്ങളെ ഒഴിവാക്കുന്ന അടുത്ത വീട്ടിലെ ആ സ്ത്രീയ്ക്ക് നിങ്ങളോട് ശത്രുതയുമില്ല... നിങ്ങൾ ഇത്തരം കാര്യങ്ങൾ ആവർത്തിക്കുമ്പോൾ നിങ്ങൾ മോശമായ മാറ്റം കൊണ്ടുവരുന്നു.

എന്നാൽ, കാര്യങ്ങൾ ആരംഭിച്ച സ്ഥലത്തേക്ക് നിങ്ങൾ അന്വേഷിച്ചുപോകുകയാണെങ്കിൽ, ഉത്ഭവം മിക്കവാറും എപ്പോഴും നിസ്സാരമായ എന്തെങ്കിലും ആയിരിക്കും. നിങ്ങൾക്ക് നിങ്ങളുടെ ബോസുമായി ഒരു മീറ്റിംഗിൽ ചെറിയ അഭിപ്രായവ്യത്യാസമുണ്ടായി, നിങ്ങളുടെ സുഹൃത്ത് അവൻ നിങ്ങളോടൊപ്പം ആസൂത്രണം ചെയ്തത് അശ്രദ്ധമായി മറന്നു, നിങ്ങൾ അടുത്ത വീട്ടിലെ സ്ത്രീയുടെ ആശംസയോട് പ്രതികരിക്കുകപോലും ചെയ്യാത്ത ഒരു സമയമുണ്ടായിരുന്നു...

ഇവയെല്ലാം നിസ്സാര കാര്യങ്ങളാണ്, ഓരോ സന്ദർഭത്തിലും അടുത്തയാളുടെ ഓരോ ഭാവം മാത്രം കണക്കിലെടുത്തു.

ഇതാണ് “നിറമുള്ള കണ്ണടകൾ” ധരിക്കുന്നത് എന്ന് ഞാൻ പരാമർശിക്കുന്നത് – ഇതിലൂടെ ഞാൻ മുൻവിധിയുടെ സങ്കല്പങ്ങൾ എന്നാണ് അർത്ഥമാക്കുന്നത്. അവ കാര്യമായി തോന്നുന്നില്ലാ

യിരിക്കാം. എന്നാൽ, വേരുറപ്പിക്കാൻ അവസരം നൽകിയാൽ അവ നിങ്ങളുടെ മനസ്സിൽ പ്രശ്നങ്ങൾ ഉണ്ടാക്കും.

ഉദാഹരണത്തിന്, നിങ്ങൾക്ക് ഈ അനുഭവം ഉണ്ടായിട്ടുണ്ടോ? നിങ്ങൾ ജോലി ചെയ്യുന്നിടത്ത് ഒരു പുതിയ സഹയോഗിയെ കണ്ടുമുട്ടാൻ പോകുകയാണ്, നിങ്ങൾക്ക് ഇയാളെക്കുറിച്ച് മറ്റൊരാളിൽനിന്ന് ഒരു വിവരം ലഭിക്കുന്നു.

“ഓ, അതെ, അത്ര നല്ലതല്ലാത്ത സ്വഭാവക്കാരനാണ് അവനെന്ന് ഒരു ഖ്യാതി ഉണ്ട്. നിങ്ങൾ അവനെയാണോ നാളെ കാണുന്നത്? ഒന്ന് ശ്രദ്ധിക്കുന്നത് നല്ലതാണ്. ചിലപ്പോൾ, നിങ്ങൾ തമ്മിൽ ചേർന്നുപോകാനും മതി.”

ഇത് ശരിയാവില്ല. നിങ്ങളുടെ പുതിയ സഹയോഗിയെ ഇപ്പോൾ തന്നെ “മോശക്കാരൻ” എന്ന തരത്തിൽ വർഗ്ഗീകരിച്ചിട്ടുണ്ട്. കണ്ടുമുട്ടൽ എങ്ങനെ നടക്കുമെന്ന് സങ്കല്പിക്കാൻ എളുപ്പമാണ്. ഒരു നിശ്ചിത മുൻകരുതലോ പരിഭ്രാന്തിയോ കണക്കിലെടുക്കുമ്പോൾപോലും, അവൻ യഥാർത്ഥത്തിൽ എത്രമാത്രം ഉൾക്കൊള്ളുന്നവനാണെങ്കിലും, നിങ്ങൾക്ക് അവന്റെ യഥാർത്ഥ സ്വഭാവം തിരിച്ചറിയാൻ കഴിയുന്നത് മിക്കവാറും അസാധ്യമാണ്. നിങ്ങളുടെ മുൻധാരണകളുടെ പക്ഷപാതം തടസ്സപ്പെടുത്തിയാൽ, നിങ്ങൾ അവനുമായി ഇടപഴകുന്നതിൽ സൂക്ഷ്മത പാലിക്കും, അത് അവനെ വ്രണപ്പെടുത്തിയേക്കാം.

സെനിൽ പറയാറുണ്ട്, “നിറമുള്ള കണ്ണട ധരിക്കരുത്.”

ആളുകളെ മുൻധാരണകൾ മാത്രം അടിസ്ഥാനമാക്കി വിലയിരുത്തുന്നതിനെതിരെയുള്ള ശക്തമായ ശാസനയാണ്.

ഒരാളെക്കുറിച്ചുള്ള നിങ്ങളുടെ വിലയിരുത്തൽ ഒരു ചെറിയ വിവരത്തെ അടിസ്ഥാനമാക്കിയെങ്കിൽ, അല്ലെങ്കിൽ അയാളുടെ ഒരുവശം മാത്രം കണ്ടിട്ടുള്ളതിൽ നിന്ന് രൂപപ്പെട്ട ഒരു നിഷേധാത്മകമായ ആശയമോ വികാരമോ, നിങ്ങൾ അവനെ അനിവാര്യമായും തെറ്റായി വിലയിരുത്തും.

ആദ്യം, നിങ്ങളുടെ നിറമുള്ള കണ്ണട അഴിക്കുക.

കൂടാതെ, താഴെപ്പറയുന്ന സെൻ വാക്യം നിങ്ങളുടെ മനസിൽ രേഖപ്പെടുത്തുക :

"ചിന്താശക്തിയുള്ള എല്ലാ ജീവികൾക്കും, ഒരു മാറ്റിനിർത്തലും ഇല്ല, ബുദ്ധ സ്വഭാവമുണ്ട്."

അതിനർത്ഥം നമുക്കെല്ലാവർക്കും അന്തർലീനമായ ശുദ്ധീകരണത്തിനുള്ള കഴിവുണ്ട് എന്നാണ് – ബുദ്ധപ്രകൃതിയായ മനസ്സിന്റെ പൂർണ്ണത.

"ഞാൻ കണ്ടത് അവന്റെ ഒരു വശം മാത്രമാണ്. അടുത്ത പ്രാവശ്യം ഞാൻ അവന്റെ 'ബുദ്ധന്റെ പ്രകൃതം' അന്വേഷിക്കാൻ ശ്രമിക്കും."

നമുക്കെല്ലാവർക്കും ബുദ്ധ സ്വഭാവമുണ്ടെന്ന് വിശ്വസിക്കാൻ സെൻ നമ്മെ പഠിപ്പിക്കുന്നു (ദയയും വിവേകവും, ഊഷ്മളതയും മഹത്വവും...). കൂടാതെ അത് എല്ലാവരിലും കാണാൻ ശ്രമിച്ചാൽ അത് നമ്മുടെ സ്വന്തം ഹൃദയത്തിൽ പ്രതിധ്വനിക്കുന്നത് കാണാം.

നമ്മുടെ നിറമുള്ള കണ്ണട അഴിച്ച് തെളിഞ്ഞ കണ്ണുകളോടെ നോക്കുമ്പോൾ, മറ്റുള്ളവരിൽ ഉള്ള ബുദ്ധപ്രകൃതിയുടെ ആ നൈമിഷിക കാഴ്ചകൾ നമുക്ക് നഷ്ടമാകില്ല.

ആളുകളുടെ വിവിധ വശങ്ങൾ കാണാൻ കഴിഞ്ഞാൽ, നിങ്ങൾ കണ്ണിൽ നോക്കാത്ത മുതലാളി ഇപ്പോൾ നിങ്ങളെ അനുകൂലിക്കുന്നതായി നിങ്ങൾ കണ്ടെത്തിയേക്കാം, അവൾ ഇപ്പോഴും കർശനമാണെങ്കിൽപോലും; അവിവേകിയാണെങ്കിൽപോലും വിശ്വസനീയമല്ലാത്ത സുഹൃത്ത് പാവവും സ്നേഹിക്കാവുന്നവനാണെന്നും; അടുത്ത വീട്ടിലെ സ്ത്രീ അവരുടെ ലജ്ജ കാരണം നിങ്ങളെ ചില സമയങ്ങളിൽ ഒഴിവാക്കുന്നതാണെന്നും, എന്നാൽ അവർ ഉദാരമതിയും വിനീതയുമാണ് എന്നും നിങ്ങൾക്ക് കാണാൻ സാധിച്ചേക്കും.

യഥാർത്ഥത്തിൽ ഈ നിഷേധാത്മക വികാരങ്ങൾക്കോ അഭിപ്രായങ്ങൾക്കോ പിന്നിൽ നിറമുള്ള കണ്ണട ധരിച്ച നിങ്ങൾതന്നെയാണെന്ന് സ്വയം തിരിച്ചറിയുമെന്ന് ഞാൻ

പ്രതീക്ഷിക്കുന്നു, ഒരിക്കൽ നീ അവ നീക്കം ചെയ്യുമ്പോൾ, നിങ്ങളുടെ കാഴ്ചപ്പാട് നാടകീയമായി രൂപാന്തരപ്പെടും.

മറ്റുള്ളവരുടെ ബുദ്ധ സ്വഭാവം ക്രമാനുഗതമായി കൂടുതൽ നിങ്ങൾക്ക് പ്രകടമാകും. ഒരിക്കൽ അത് വെളിപ്പെടുത്തിയാൽ, നിങ്ങൾ ഒരിക്കൽ അനുഭവിച്ച പ്രകോപനവും തീവ്രതയും, അതുപോലെ നിങ്ങളുടെ വ്യക്തി ബന്ധത്തിൽ വേരൂന്നിയ ഉത്കണ്ഠ, ആകുലത, ഭയം എന്നിവ നിങ്ങൾ അത് തിരിച്ചറിയുന്നതിനുമുമ്പ് അപ്രത്യക്ഷമാകും.

7

ഉദാരമതികളായിരിക്കുക

നിങ്ങളുടെ പദവിയോ സ്ഥാനമോ എന്തുമാകട്ടെ
കൈമാറാൻ വൈകരുത്

നമ്മൾ എത്രമാത്രം കാര്യങ്ങളിൽ മുറുകെ പിടിക്കുന്നുവോ അത്രയധികം നമ്മുടെ അനാവശ്യമായ ഭയം വർദ്ധിക്കും.

ഉദാഹരണത്തിന്, എല്ലാവർക്കും അവർ ജോലി ചെയ്യുന്നിടത്ത് ഒരു പ്രത്യേക പദവിയുണ്ട്. അല്ലെങ്കിൽ, സമൂഹത്തിൽ ഒരു പ്രത്യേക സ്ഥാനം വഹിക്കുന്നു. അത് എന്തുതന്നെയായാലും നമ്മൾ ഓരോരുത്തരും അതിനുതക്കവണ്ണം ജീവിക്കേണ്ടത് പ്രധാനമാണ്. എന്നാൽ അതിൽ പറ്റിനിൽക്കാൻ നമ്മൾ ബാധ്യസ്ഥരാകും. ഇത് പ്രശ്നമാകാം.

ഉദാഹരണത്തിന്, ജോലിസ്ഥലത്ത് ഒരാൾ മാനേജരായി ചുമതലയേറ്റു എന്ന് വിചാരിക്കാം. അല്ലെങ്കിൽ, വൈസ് പ്രസിഡന്റ്. അവരുടെ സ്ഥാനം സംരക്ഷിക്കുക എന്നതാണ് അവർ ശ്രദ്ധിക്കുക.

അവർ വളരെക്കാലമായി ഈ ജോലിയിൽ കണ്ണുവെച്ചിരിക്കുന്നതുപോലെ പ്രവർത്തിക്കുന്നു, ഇപ്പോൾ അവർക്ക് അത് ലഭിച്ചു, അവർ അത് ഒരിക്കലും വിട്ടുകളയാൻ തയ്യാറാകില്ല. എന്തുതന്നെയായാലും.

അത്തരം പെരുമാറ്റം മനുഷ്യർക്ക് പ്രശ്നമുണ്ടാക്കുമെന്ന് പ്രത്യേകം പറയേണ്ടതില്ലല്ലോ. ഇത് ഈ വ്യക്തിയുടെ കീഴുദ്യോഗസ്ഥരുടെ പരിശീലനത്തിലും ദോഷകരമായ ഫലമുണ്ടാക്കുന്നു. അവരുടെ വികസനം കുറയാൻ ഇടയാകും. സംഘടനയിൽ തുറന്ന ഇടപെടലുകൾ കുറയുന്നു.

അവരുടെ പദവിയോട് പറ്റിനിൽക്കുന്ന അല്ലെങ്കിൽ അമിതമായി പെട്ടുകിടക്കുന്ന ഒരു തലവൻ അവരുടെ കീഴിലുള്ളവർക്ക് അനിഷ്ടമുണ്ടാക്കുന്നു – ഇത് മനസ്സിലാക്കാത്ത ഒരാൾ അയാൾ മാത്രമായിരിക്കും.

നമുക്ക് ഇതിനുള്ള ഒരു സെൻഗോ ഇല്ല. പക്ഷേ, കൺഫ്യൂഷ്യനിസത്തിന്റെ അഞ്ച് ക്ലാസിക്കുകളിൽ ഒന്നായ *ബുക്ക് ഓഫ് ഡോക്യുമെന്റ്സ്* ഇങ്ങനെ പറയുന്നു, "അഹങ്കാരം പരാജയത്തിലേക്ക് നയിക്കുന്നു, വിനയത്തിന് പ്രതിഫലം ലഭിക്കുന്നു."

മറ്റൊരു വിധത്തിൽ പറഞ്ഞാൽ, ഒരു അഹങ്കാരിയും 'ഞാൻ' ഭാവമുള്ള വ്യക്തിക്കും നഷ്ടങ്ങൾ സംഭവിക്കുന്നു; എളിമയുള്ള ഒരാൾ നേട്ടങ്ങൾ കൊയ്യുമ്പോൾ.

നമ്മുടെ പദവിയിൽ മുറുകെ പിടിക്കുന്നതിനുപകരം സമയം വരുമ്പോൾ മനസ്സിലാക്കി മാന്യമായി സ്ഥാനം കൈമാറുക എന്നത് പ്രധാനമാണ്. അല്ലാതെ സ്ഥാനത്തിൽ മുറുകെപ്പിടിച്ചിരിക്കുന്നത് വിഡ്ഢിത്തത്തിൽ കുറഞ്ഞതല്ല.

തീർച്ചയായും, പല കമ്പനികളിലും, ഒരു ബോസിന് അവർ വിരമിക്കുമ്പോൾ അവരുടെ സ്ഥാനം അവരുടെ നേർ കീഴുദ്യോഗസ്ഥന് കിട്ടുമോ ഇല്ലയോ എന്ന് തീരുമാനിക്കാനുള്ള അധികാരം ഇല്ല.

എന്നാൽ, അവർക്ക് ഏൽപ്പിച്ചുകൊടുക്കാൻ സാധിക്കുന്ന കാര്യങ്ങളുണ്ട്. അവരുടെ ക്ലയന്റുകളുമായുള്ള അന്തിമ ചർച്ചകൾ നടത്താൻ താഴെയുള്ളവരെ ഏർപ്പാടാക്കാം. മറ്റൊരാൾക്ക് കമ്മിറ്റി ചെയർപേഴ്സൺ എന്ന നിലയിൽ അവരുടെ ഉത്തരവാദിത്തങ്ങൾ

നൽകാം, രാവിലെ ബ്രീഫിംഗ് നടത്താൻ കീഴുദ്യോഗസ്ഥരെ ക്രമാനുസൃതമായി അനുവദിക്കുക... അങ്ങനെ ഒരുപാട് സാധ്യതകളുണ്ട്.

നിങ്ങളുടെ ഉത്തരവാദിത്തങ്ങൾ കൈമാറുന്നതുകൊണ്ട് നിങ്ങളുടെ കീഴുദ്യോഗസ്ഥർ നിങ്ങളെ മറികടക്കുമെന്ന് അർത്ഥമാക്കുന്നില്ല.

ഈ സ്ഥാനത്തിൽ നിങ്ങൾ വർഷങ്ങളുടെ അനുഭവം ശേഖരിച്ചു. എന്തിനധികം, നിങ്ങളുടെ അനുഭവം നിങ്ങൾക്ക് ഒരു നേട്ടം നൽകുന്നു – നിങ്ങൾക്ക് വിലപ്പെട്ട മാർഗ്ഗനിർദ്ദേശവും സമാനതകളില്ലാത്ത വീക്ഷണവും നൽകാൻ കഴിയും.

എപ്പോഴെങ്കിലും ഒരിക്കൽ നിങ്ങളുടെ കീഴുദ്യോഗസ്ഥർ നിങ്ങളോട് സഹകരിക്കുന്നില്ലെങ്കിൽ, പുതിയ പ്രോജക്ടുകളിൽ അവരെ നിയോഗിക്കപ്പെടുന്നില്ല, അപ്പോൾ അവർ സ്വയം നഷ്ടപ്പെട്ടുനിൽക്കുകയായിരിക്കും, അവർ ഉത്കണ്ഠാകുലരായിരിക്കാം, അല്ലെങ്കിൽ അവർക്ക് പൊരുത്തപ്പെടാൻ സമയമെടുത്തേക്കാം. എന്നാൽ ഈ സമയത്ത്, നിങ്ങൾ പങ്കുവെയ്ക്കുന്ന നിങ്ങളുടെ അനുഭവജ്ഞാനത്തിൽനിന്നുള്ള മാർഗ്ഗനിർദ്ദേശത്തിന് അവരെ ഏറ്റവും നന്ദിയുള്ളവരായിരിക്കും. എല്ലാറ്റിലുമുപരി, അതാണ് അവരുടെ കഴിവ് വികസിപ്പിക്കാൻ സഹായിക്കുന്നത്. അവരുടെ കഴിവുകൾ തിരിച്ചറിയാൻ സഹായിക്കുക.

എല്ലാവരും വെറുക്കുന്ന ബോസിന്റെ വിപരീത ധ്രുവം ആശ്രയയോഗ്യനും ഉറപ്പുനൽകുന്നവനുമായ ബോസ് ആണ്. കൂടാതെ, തീർച്ചയായും അവർ കമ്പനിയെയും ഉത്തേജിപ്പിക്കുന്നുവെന്ന് പറയേണ്ടതില്ലല്ലോ.

നിങ്ങളുടെ നില സംരക്ഷിക്കേണ്ടതിന്റെ അല്ലെങ്കിൽ സ്ഥാനം നിലനിർത്തേണ്ടതിന്റെ ആവശ്യകതയിൽ നിങ്ങൾ കൂടുതൽ വിശ്വസിക്കുന്നുവെങ്കിൽ, നിങ്ങൾ അനാവശ്യമായ ഉത്കണ്ഠയുടെ വിത്തുകൾ കൂടുതൽ വിതക്കുന്നു. നിങ്ങൾക്ക് മനസ്സമാധാനം കണ്ടെത്താൻ പ്രയാസമാണ്.

നിങ്ങളുടെ സ്ഥാനത്തോട് പറ്റിനിൽക്കാതെ നിങ്ങൾക്ക് എളുപ്പത്തിൽ ചുമതല ഏൽപ്പിക്കാൻ കഴിയുമെങ്കിൽ, നിങ്ങളെ അധിക്ഷേപിച്ച ആ വേവലാതിയുടെ വിത്തുകളുടെ സ്വീകാര്യത നഷ്ടപ്പെടുന്നു, നിങ്ങൾ സ്വയം ഒരു വിശാലമായ കാഴ്ചപ്പാട് കണ്ടെത്തും ജ്വലിക്കുന്ന ഹൃദയത്തോടെ.

കൊല്ലപ്പെട്ട ഹൊസോകാവ ഗ്രാസിയയുടെ മരണ കവിത താഴെ കൊടുക്കുന്നു. അവളുടെ കുടുംബത്തിന്റെ സമുറായി യോദ്ധാവിന്റെ കൈയ്യാൽ ബന്ധിയാവുന്നതിന് പകരം മരണം വരിച്ചവൾ :

ഈ ലോകത്ത്, വീഴാനുള്ള ശരിയായ നിമിഷം അറിയുന്ന താണ് പൂക്കളെ അവയുടെ ഏറ്റവും മികച്ചതായിത്തീരാൻ അനുവദിക്കുന്നത്. നമുക്കും അതുതന്നെയാണ് സത്യം.

എപ്പോൾ ഉപേക്ഷിക്കണമെന്നും കൈമാറണമെന്നും അറിയുന്ന ഒരാളെ കാണുന്നത് ശരിക്കും ഉന്മേഷദായകമല്ലേ?

8

പരിമിതികൾ തിരിച്ചറിയുക

സ്വന്തം കഴിവുകൾക്കനുസരിച്ച് മാത്രമേ നമുക്ക് പ്രവർത്തിക്കാൻ കഴിയൂ

“പരിമിതി” എന്ന വാക്കിന് നിങ്ങൾ എന്ത് തരത്തിലുള്ള അർത്ഥമാണ് കൊടുക്കുന്നത്?

മിക്കവാറും അത് നിഷേധാത്മകമായ ഭാവം ആയിരിക്കാം.

എന്നാൽ അതിനെ നല്ലതായി കാണാൻ ശ്രമിക്കാം. ഉദാഹരണത്തിന്, നിങ്ങൾ ഒരു ജോലി ചെയ്യുമ്പോൾ നിങ്ങളുടെ കഴിവുകൾ എന്താണെന്ന് അറിയുന്നത് നിർണ്ണായകമാണ്.

എന്നാൽ അമ്പരപ്പിക്കുന്ന ഒരു വസ്തുത, ഒരു വലിയ വിഭാഗം ആളുകൾക്ക് ഇതിനെക്കുറിച്ച് അറിയില്ല എന്നതാണ്. ഒരു ജോലി വാഗ്ദാനമായി വരുമ്പോൾ, അവർ അത് സ്വീകരിക്കാൻ തയ്യാറാകുന്നു, എന്നാൽ എത്രത്തോളം അവർ ആ സ്ഥാനത്തിന് അനുയോജ്യമാണ് എന്നത് പരിഗണിക്കാതെ തന്നെ.

എന്തായാലും, ആളുകൾക്ക് അവരുടെ കഴിവുകൾക്കനുസരിച്ച് മാത്രമേ പ്രവർത്തിക്കാൻ കഴിയൂ. ജോലിക്ക് അതിനപ്പുറത്തേക്ക് അവശ്യമായി വരുമ്പോൾ, അപ്പോൾ ആളുകൾക്ക് അവരോട് ആവശ്യപ്പെടുന്നത് ചെയ്യാൻ കഴിയില്ല, അവർക്ക് വേണ്ടത്ര

ഫലങ്ങൾ നൽകാൻ കഴിയില്ല, ഇവ രണ്ടും – മറ്റുള്ളവർക്ക് വലിയ ബുദ്ധിമുട്ടുണ്ടാക്കുന്നതാണ്.

പലപ്പോഴും സംഭവിക്കുന്നത് എന്തെന്നുവെച്ചാൽ, നമുക്ക് ചെയ്യാൻ കഴിയാത്ത കാര്യങ്ങൾ നേരിടുമ്പോൾ, നമ്മൾ നമ്മെത്തന്നെ പീഡിപ്പിക്കുന്നു, അക്ഷമരാകുന്നു, പ്രകോപിതരാകുന്നു, നിരാശരും, ദയനീയരുമാകുന്നു. അത് നമ്മുടെമേൽ ഒരു വലിയ ആത്മീയ ഭാരം ഉണ്ടാക്കുന്നു.

അത്തരം ഒരു ദുരവസ്ഥയിൽ വീഴാതിരിക്കാനുള്ള താക്കോൽ എന്തെന്നാൽ, നിങ്ങളുടെ പരിമിതികൾ തിരിച്ചറിയുക എന്നതാണ്, അവ എപ്പോൾ പരീക്ഷിക്കപ്പെടുമെന്ന് തിരിച്ചറിയുക.

ഞാൻ ഉദ്ദേശിച്ചത് എന്താണെന്ന് നിങ്ങൾക്ക് മനസ്സിലായോ? നിങ്ങളുടെ പരിമിതികൾ അറിയുക എന്നതുകൊണ്ട് ഞാൻ അർത്ഥമാക്കുന്നത്, നിങ്ങൾക്കുള്ള കഴിവുകളെയും മനസ്സിലാക്കുക എന്നുകൂടിയാണ് – അതായത്, ഒരു നല്ല ഗ്രഹണശക്തി ഉണ്ടെങ്കിൽ അവ നിങ്ങളെ എത്രത്തോളം കൊണ്ടുപോകുമെന്ന് മനസ്സിലാക്കുക.

തങ്ങളുടെ പരിമിതികൾ അറിയുന്നവർ കുറഞ്ഞവരല്ല – അവർ അവരുടെ ജോലി ചെയ്യുമെന്ന് പ്രതീക്ഷിക്കാം. ഇത് വിശ്വാസ്യതയുടെ കാര്യമാണ്. അത് മനഃപൂർവ്വം ആണെങ്കിലും അല്ലെങ്കിലും, അവർ ഒരിക്കലും അവരെക്കുറിച്ച് പൊങ്ങച്ചം പറയുകയില്ല, കൂടാതെ അവരുടെ കൂടെയുള്ളവർക്ക് അവരിൽ വിശ്വാസമർപ്പിക്കാം.

അവർ അവരുടെ പരിധി വിട്ട് പോകുന്നില്ല. തൽഫലമായി, അവർ അനാവശ്യമായ മാനസികക്ലേശവും ആത്മവിശ്വാസക്കുറവും ഒഴിവാക്കി, ശാന്തമായ ഒരു വീക്ഷണം നിലനിർത്തുകതന്നെ ചെയ്യും.

ഈ രീതിയിൽ ചിന്തിക്കുമ്പോൾ, നിങ്ങളുടെ പരിമിതികൾ അറിഞ്ഞുകൊണ്ട് സന്തുലിതാവസ്ഥ കണ്ടെത്താനുള്ള ഒരു പ്രധാനമാർഗ്ഗം കൈവന്നതുപോലെ തോന്നുന്നു.

ഇതുകൂടാതെ, നിങ്ങൾ ഒരു കാര്യം കൂടി പരിഗണിക്കണമെന്ന് ഞാൻ ആഗ്രഹിക്കുന്നു.

നിങ്ങളുടെ പരിമിതികളെ നിങ്ങൾ അഭിമുഖീകരിക്കുന്ന രീതിയാണിത്.

"എന്റെ കഴിവിനപ്പുറത്തേക്ക് എന്നെത്തന്നെ വെല്ലുവിളിക്കാതിരിക്കുന്നതാണോ എനിക്ക് നല്ലത്?"

ഇങ്ങനെ വേണമെങ്കിലും കാണാം, എന്നാൽ ഇതിലും മികച്ച ഒരു വഴിയുണ്ട്. അത് കൂടുതൽ സ്വാതന്ത്ര്യം അനുവദിക്കുന്നു. ഞാൻ ഉദ്ദേശിക്കുന്നത്, നിങ്ങളുടെ സാധ്യതകൾ കാണുക എന്നതാണ്.

ഉദാഹരണത്തിന്, നിങ്ങളുടെ യോഗ്യത ഒന്നു മുതൽ പത്ത് വരെയുള്ള ലെവലിലാണെന്ന് നിങ്ങൾ മനസ്സിലാക്കുന്നു. എന്നാൽ പന്ത്രണ്ട് എന്ന കണക്കിൽപെടുന്നവരുടെ യോഗ്യത ആവശ്യമുള്ളയാളുടെ ഒരു ജോലി നിങ്ങൾക്ക് നൽകുകയാണെങ്കിൽ എന്തുചെയ്യും?

ഈ ജോലി കഴിവിനനുസരിച്ച് ഉള്ളതല്ലെന്നു കരുതി നിങ്ങൾ വേഗത്തിൽ ഓഫർ നിരസിക്കുമോ?

കാരണം ആ സമയത്ത് നിങ്ങളുടെ ഇടയിൽ ഈ ജോലിയുടെ കഴിവുകളും പരിധിയും വെച്ച് ഒരു വിടവ് ഉണ്ടായേക്കാം. മാത്രമല്ല നിങ്ങളുടെ നിലവിലെ തലത്തിൽനിന്ന് ജോലി ചെയ്യുന്നത് ബുദ്ധിമുട്ടായേക്കാം. എന്നാൽ സ്വയം വെല്ലുവിളിക്കാനുള്ള ആഗ്രഹം നിങ്ങൾക്കുണ്ടെങ്കിൽ അതിനുവേണ്ടി നിങ്ങൾ സ്വയം കഠിനാധ്വാനം ചെയ്യാൻ തയ്യാറാണെങ്കിൽ, നിങ്ങൾക്ക് ഒരു വ്യത്യാസം ഉണ്ടാക്കാൻ കഴിഞ്ഞേക്കും. ആ അതിരിലേക്ക് എത്തിച്ചേരാൻ ശ്രമിക്കുന്നത് മൂല്യവത്താണെന്ന് ഞാൻ വിശ്വസിക്കുന്നു.

എന്നാൽ, ജോലിക്ക് പതിനഞ്ചോ അല്ലെങ്കിൽ പതിനെട്ടോ ലെവൽ ആവശ്യമാണെങ്കിൽ, അങ്ങനെ ഒരു പത്ത് എന്ന കണക്കിൽ നിങ്ങൾ പൂർണ്ണമായും നിങ്ങളുടെ ക്യാമ്പിൽ നിന്ന് പുറത്തായിരിക്കും – നിങ്ങൾക്കത് വലിച്ചെറിയുകയല്ലാതെ വേറേ വഴിയില്ല.

എന്നാൽ, വെല്ലുവിളിയുടെ പരിധി ഒരു പത്തിനെ പന്ത്രണ്ടുവരെ നീട്ടുകയെന്നതാണെങ്കിൽ, അപ്പോൾ നിങ്ങളുടെ പരിമിതികൾക്കപ്പുറത്തേക്ക് പോകാൻ ശ്രമിക്കുന്നതിന് ധാരാളം മൂല്യമുണ്ട്. കുറഞ്ഞത് അങ്ങനെയാണ് എനിക്ക് തോന്നുന്നത്, എന്നാൽ നിങ്ങൾ എന്താണ് ചിന്തിക്കുന്നത്?

അടുത്ത ലെവൽ ക്ലിയർ ചെയ്തുകഴിഞ്ഞാൽ, നിങ്ങൾക്ക് ആത്മവിശ്വാസം ലഭിക്കും. ഒപ്പം, തീർച്ചയായും, നിങ്ങളുടെ കഴിവ് വർദ്ധിക്കുന്നു. സ്വാഭാവികമായും, പരിധി ഇപ്പോൾ അത്രയും കൂടിയാണ് ഉയർന്നത്. എന്നാൽ, നിങ്ങൾക്ക് അടുത്ത തവണ അത് നേരിടാനും തുടരാനും തയ്യാറായിക്കൊണ്ട് സ്വയം വെല്ലുവിളിക്കാൻ കഴിയും.

നിങ്ങളുടെ പരിമിതികൾ അറിയേണ്ടത് പ്രധാനമാണ്.

എന്നാൽ ആ അടുത്ത അതിരിൽ നിങ്ങളുടെ കാഴ്ചകൾ സജ്ജീകരിക്കുക എന്നതിന്റെ ആദ്യ പടിയാണത്.

എന്റെ ഈ വാക്കുകൾ നിങ്ങൾ ഹൃദയത്തിൽ എടുക്കുമെന്ന് ഞാൻ ആത്മാർത്ഥമായി പ്രതീക്ഷിക്കുന്നു.

ഭാഗം രണ്ട്

നിലവിൽ നിങ്ങൾക്ക് നേടാനാകുന്ന കാര്യങ്ങളിൽ മാത്രം ശ്രദ്ധ കേന്ദ്രീകരിക്കുക

അങ്ങനെ ചെയ്യുന്നതിലൂടെ, നിങ്ങൾ അനാവശ്യ കാര്യങ്ങളെക്കുറിച്ച് ചിന്തിക്കുന്നത് നിർത്തും

9

വ്യക്തതയുള്ളതിൽ പുനർവിചിന്തനം ചെയ്യുക

ഈ നിമിഷത്തിലാണ് സന്തോഷം കണ്ടെത്തുന്നതെന്ന് നിങ്ങൾ ഒടുവിൽ മനസ്സിലാക്കും

"ഒരു പക്ഷേ, ജീവിതത്തിലെ വ്യക്തമായ കാര്യങ്ങളോടുള്ള നമ്മുടെ കൃതജ്ഞത നാം അവഗണിക്കാൻ സാധ്യതയുണ്ട്."

എന്റെ പ്രഭാഷണങ്ങളിൽ ഞാൻ പലപ്പോഴും ഇതിനെക്കുറിച്ച് സംസാരിക്കാറുണ്ട്, എന്നാൽ ഏറ്റവും മികച്ച ഉദാഹരണം നമ്മൾ നിസ്സാരമായി കാണുന്ന ചിലത് നമ്മുടെ മാതാപിതാക്കളുടെ അസ്തിത്വമായിരിക്കാം.

രക്ഷിതാക്കൾ ജീവിച്ചിരിക്കുമ്പോൾ, അവർ തങ്ങളെതന്നെ അവരുടെ മക്കൾക്കായി സമർപ്പിക്കുകയും അവരെ സംരക്ഷിക്കുകയും പരസ്യമായും രഹസ്യമായും അവരുടെ സഹായത്തിനെത്തുകയും ചെയ്യും...

പലപ്പോഴും നാം ഇതിന്റെയൊക്കെ വില മനസ്സിലാക്കുന്നത് നമ്മുടെ മാതാപിതാക്കൾ മരിക്കുമ്പോൾ മാത്രമാണ് കാരണം അപ്പോഴാണ് ഈ "നൽകൽ" എന്നതിന്റെ വില മനസ്സിലാകുന്നത്.

“എപ്പോഴും നാട്ടിൽനിന്നും എനിക്ക് ഏറെ പ്രിയപ്പെട്ട ഭക്ഷണങ്ങൾ ഉണ്ടാക്കി അയച്ചുതരുമായിരുന്ന അമ്മയുടെ വിയോഗം എനിക്ക് കൂടുതൽ സങ്കടം തോന്നുന്നുവെന്നതിന് കാരണമാകുന്നു.”

“ഞങ്ങളുടെ എല്ലാ ബന്ധുക്കളെയും കൈകാര്യം ചെയ്യുന്നത് എത്ര ബുദ്ധിമുട്ടാണെന്ന് എനിക്കറിയില്ലായിരുന്നു. അവരെ സംബന്ധിച്ച എല്ലാ കാര്യങ്ങളും കൈകാര്യം ചെയ്തിരുന്നത് അച്ഛനായിരുന്നു, അത് എത്രമാത്രം ഭാരമായിരുന്നെന്ന് ഒരിക്കലും ഞാൻ അറിഞ്ഞിരുന്നില്ല.”

മൂർത്തവും അദൃശ്യവുമായ വഴികളിൽ, നമ്മൾ എത്രമാത്രം നമ്മുടെ മാതാപിതാക്കളെ ആശ്രയിച്ചിരുന്നുവെന്നത് നാം മനസ്സിലാക്കുന്നില്ല. അവർ നമുക്കുവേണ്ടി ചെയ്യുന്നതെല്ലാം – പലതും നാം നിസ്സാരമായെടുക്കുന്നു – അത് നമ്മുടെ മാതാപിതാക്കളുടെ മഹത്വത്തിന്റെ വ്യാപ്തിയെ സാക്ഷ്യപ്പെടുത്തുന്നു, നമ്മൾ പലപ്പോഴും അവരെ അംഗീകരിക്കുകപോലുമില്ല.

ഒരു സോട്ടോ സെൻ ക്ഷേത്രത്തിന്റെ മഠാധിപതി എകിഹോ മിയാസാക്കി പറഞ്ഞു, “കാര്യങ്ങൾ ചെയ്യുന്നതിനുള്ള ഉചിതമായ മാർഗ്ഗമുണ്ട്, ഉചിതമായ സമയത്ത്, ഉചിതമായ സ്ഥലത്ത്.”

നൂറ് വയസ്സ് തികഞ്ഞിട്ടും മിയാസാക്കി സെൻജി യുവ സന്യാസിമാരുടെ അതേ സന്യാസ ആചാരങ്ങൾ നിലനിർത്തി.

അദ്ദേഹത്തിന്റെ വാക്കുകൾ വ്യക്തമാണെന്ന് എനിക്കറിയാം.

എന്നാൽ, അദ്ദേഹം ഉദ്ദേശിച്ചത് ഈ പ്രകടമായ അവസ്ഥയിൽ നാം കൂടുതൽ നന്ദിയുള്ളവരായിരിക്കണമെന്നതാണെന്ന് ഞാൻ വിശ്വസിക്കുന്നു, ഈ അവസ്ഥയാണ് സെൻ ജ്ഞാനോദയം എന്നതുതന്നെ.

നാമോരോരുത്തരും നമുക്ക് നൽകപ്പെട്ടവയെക്കുറിച്ച് പുനർവിചിന്തനം ചെയ്യാൻ സമയം കണ്ടെത്തിയിരുന്നെങ്കിലോ? രാവിലെ നാം എഴുന്നേറ്റ് വരുമ്പോഴേക്ക് പ്രഭാതഭക്ഷണം തയ്യാറാക്കിയിരിക്കുന്നു. നാം ജോലിക്ക് പോകുന്നു, നമ്മുടെ

ഓഫീസ് വിഭാഗം അസ്വസ്ഥമല്ല. നല്ലതോ ചീത്തയോ എന്തെങ്കിലും സംഭവിക്കുമ്പോൾ, നാം അത് അറിയിക്കുകയും സുഹൃത്തുക്കൾ ഒരു ഗ്ലാസ് മുട്ടിച്ചുകൊണ്ട് നമ്മോടൊപ്പം ചേരുകയും ചെയ്യുന്നു. നമ്മുടെ മക്കൾ ഉറങ്ങുവെ അവരുടെ മുഖം നോക്കി നമുക്ക് മനസ്സിലാക്കാം അവർ നന്നായിതന്നെ വളരുന്നുണ്ട് എന്നത്.

ഇപ്പോൾ ഇവിടെയുള്ള ഈ "സ്വാഭാവികമായ" കാര്യങ്ങൾ, അവർ എത്രമാത്രം നമ്മളെ പിന്തുണക്കുകയും പരിപോഷിപ്പിക്കുകയും ചെയ്തു, അല്ലെങ്കിൽ എത്രമാത്രം ആശ്വാസവും പ്രോത്സാഹനവും ഒപ്പം പ്രചോദനവും നൽകി?

ഞാൻ അത് ശ്രദ്ധിക്കാൻ നിങ്ങളോട് ആവശ്യപ്പെടുന്നു. അങ്ങനെ ചെയ്യുന്നതിലൂടെ, നിങ്ങൾക്ക് ഒരു പ്രധാനപ്പെട്ട ആത്മീയ മാറ്റം അനുഭവപ്പെടും. നിങ്ങളുടെ കുടുംബത്തോട് നിങ്ങൾക്ക് തോന്നിയ അസ്വസ്ഥത, അശ്രദ്ധമായി ചെയ്തിരുന്ന ജോലി, ആവശ്യസമയത്ത് കൂടെയില്ലാതിരുന്ന സുഹൃത്ത്... എല്ലാം അപ്രത്യക്ഷമാകും. ഈ നിമിഷത്തിൽ നിങ്ങൾ നിറഞ്ഞിരിക്കും, ഇപ്പോഴും ഇവിടെയും.

നിങ്ങൾ നിസ്സാരമായി എപ്പോഴും എടുത്ത കാര്യങ്ങൾ വിലമതിക്കാൻ തുടങ്ങിയാൽ, എല്ലാറ്റിനും നിങ്ങൾ ഉടൻ നന്ദിയുള്ളവരായി തോന്നും... വിരസമായത്, ശല്യപ്പെടുത്തുന്നത്, നിരാശാജനകമായ കാര്യങ്ങൾ എല്ലാം.

മനസ്സിൽ ആ ഒരു മനോഭാവം മുന്നിൽ നിൽക്കുമ്പോൾ, നിങ്ങൾക്ക് എല്ലായ്പ്പോഴും ഒരു കൃതജ്ഞതാബോധം നിലനിർത്താൻ സാധിക്കും, അങ്ങനെ ഇത് നിങ്ങളുടെ ജീവിതത്തിലുടനീളം അഗാധമായ സ്വാധീനം ചെലുത്തുകയും ചെയ്യും.

10

തിരക്കു കൂട്ടരുത്, പരിഭ്രാന്തരാകരുത്

ദിവസത്തിൽ ഒരിക്കൽ,
നിശ്ചലമായി നിൽക്കുന്നത് അഭ്യസിക്കുക

"എന്റെ ജീവിതകാലം മുഴുവൻ, ഞാൻ എന്റെ ലക്ഷ്യങ്ങളിലേക്ക് ഓടിക്കൊണ്ടേയിരുന്നു."

വിജയിച്ച ആളുകൾ ഇതുപോലുള്ള കാര്യങ്ങൾ പറയുന്നത് നിങ്ങൾ കേൾക്കുമ്പോൾ, അത് മതിപ്പുളവാക്കാൻ എളുപ്പമാണ്, അതേസമയം നിങ്ങൾ സ്വയം ചിന്തിച്ചേക്കാം, "ഹും, എന്റെ ജീവിതം സ്തംഭിച്ചതായി തോന്നുന്നു; ഞാൻ അലസ്സതക്ക് വഴങ്ങുകയായിരിക്കണം."

ജീവിതത്തെ പൂർണ്ണമായും ഫലവത്താക്കുന്നവരും ഉണ്ട്, നിറുത്താതെ, അവരുടെ ജീവിതം പൂർണ്ണവും വിസ്മയകരവുമാണ്.

എന്നിരുന്നാലും, എല്ലാവർക്കും അതിന് കഴിവില്ല.

ഉദാഹരണത്തിന്, ഒരു ഗോവണി കയറുന്നതെടുക്കുക, ഒറ്റയടിക്ക് നിരവധി പടിക്കെട്ടുകൾ കയറുന്നവരുണ്ട്. എന്നാൽ, മറ്റു ചിലർ ഉയർച്ചയിലേക്ക് കയറുമ്പോൾ ആവശ്യത്തിന്

വിശ്രമിച്ചിട്ടാകും കയറുക. ഒരിക്കൽ അവർ ശ്വാസം പിടിച്ചു കഴിഞ്ഞാൽ, അവർക്ക് നവോന്മേഷത്തോടെ അവരുടെ വേഗത നിലനിർത്താൻ കഴിയും. ഒറ്റയടിക്ക് ഗോവണി കയറുന്നതിൽ നിന്ന് വ്യത്യസ്തമാണെങ്കിലും, ഇങ്ങനെ കയറുന്നതുകൊണ്ട് അതിന്റെ ഗുണങ്ങളുമുണ്ടാകാം.

സെൻ-നിലും സമാനമായ ഒന്ന് ഉണ്ട്.

ഞങ്ങൾ പറയുന്നു, "നിങ്ങൾ ഏഴു തവണ ഓടുമ്പോൾ, ഒരു തവണ നിങ്ങൾ ഇരിക്കണം."

ജീവിതത്തിലൂടെയുള്ള ഓട്ടത്തിൽ തെറ്റൊന്നുമില്ല. പക്ഷേ, സെൻ സങ്കല്പത്തിൽ, നിശ്ചലമായിരിക്കുന്നത് ഒരു മോശം കാര്യമല്ല. നേരെമറിച്ച്, അത് അത്യന്തം പ്രധാനമാണെന്ന് സെൻ പഠിപ്പിക്കുന്നു.

നിശ്ചലത നമ്മെത്തന്നെ പ്രതിഫലിപ്പിക്കാൻ അനുവദിക്കുന്നു, നമ്മൾ എങ്ങനെയുണ്ടെന്ന് പരിശോധിക്കുന്നു. "വിചിന്തനത്തിന്റെ ആവശ്യമില്ല—എന്റെ ജീവിതം ഞാൻ എങ്ങനെ നയിക്കുന്നു എന്നതിൽ എനിക്ക് സംശയമില്ല!" ഇങ്ങനെ പറഞ്ഞേക്കാവുന്ന വരോട്, ശരി, അത് അങ്ങനെയായിരിക്കാം അല്ലെങ്കിൽ അല്ലായിരിക്കാം.

മറ്റുള്ളവർ ആശ്ചര്യപ്പെട്ടേക്കാം, "ഞാൻ ഓടുന്നത് നിർത്തിയാൽ, വീണ്ടും ആരംഭിക്കുന്നത് ബുദ്ധിമുട്ടുള്ള കാര്യമല്ലേ?" എന്നാൽ ഭയപ്പെടേണ്ട കാര്യമില്ല – നിശ്ചലമായിരിക്കാൻ ശ്രമിക്കുക സ്വയം കാണുക.

നിങ്ങൾ ഇടറുകയോ പരാജയപ്പെടുകയോ ചെയ്യുമ്പോൾ താൽക്കാലികമായി അവ നിർത്തുന്നത് പ്രത്യേകിച്ചും സഹായ കരമാണെന്ന് ഞാൻ വിശ്വസിക്കുന്നു. ഇടർച്ചകൾക്കും പരാജയ ങ്ങൾക്കും എല്ലായ്പ്പോഴും ഒരു കാരണമുണ്ട്, അതിന്റെ കാരണം എന്താണെന്ന് തിരിച്ചറിയുന്നത് പ്രധാനമാണ്. മനസ്സിലാക്കുന്ന തിനായി താൽക്കാലികമായി നിർത്തുക; നമ്മൾ പരാജയം അനുഭവിക്കുമ്പോൾ അത് പ്രതിഫലിപ്പിക്കാനുള്ള അവസരമാണ്

എന്നാണ് പറയുക. എങ്ങനെ അല്ലെങ്കിൽ എന്തുകൊണ്ട് നമ്മൾ പരാജയപ്പെട്ടു എന്ന് പരിശോധിക്കുക.

കാരണം അന്വേഷിക്കാതെ നിങ്ങൾ മുന്നോട്ട് പോകുകയാണെങ്കിൽ, നിങ്ങൾ നിങ്ങളുടെ ഇടർച്ചകളും പരാജയങ്ങളും വിട്ടുകളയുന്നു. എന്നെങ്കിലും ഇത് നമ്മെ ബാധിക്കും. ബഹുദൂരം ഭാവിയിൽ, നിങ്ങൾ ഉപേക്ഷിച്ച കാര്യങ്ങളെക്കുറിച്ച് നിങ്ങളെ ഓർമ്മപ്പെടുത്തും, അവ വീണ്ടെടുക്കാൻ നിങ്ങൾ തിരികെ പോകേണ്ടിവരും. മറ്റൊരു വിധത്തിൽ പറഞ്ഞാൽ, നിങ്ങൾ അതേ തെറ്റുകൾ തുടരുകതന്നെ ചെയ്യും.

ജപ്പാനിലെ ഏറ്റവും വലിയ ഉപഭോക്തൃ ഇലക്ട്രോണിക്സ് കമ്പനിയായ പാനസോണിക്കിന്റെ സ്ഥാപകൻ കൊനോസുകെ മാറ്റ്സുഷിത ഒരിക്കൽ പറഞ്ഞു :

"തുറന്ന മനസ്സുള്ള, സത്യസന്ധമായി അവരുടെ പരാജയത്തിന്റെ കാരണം അംഗീകരിക്കുന്നവർ ഇങ്ങനെ പറയും, 'ഇതൊരു നല്ല അനുഭവമായിരുന്നു; ഞാൻ വിലപ്പെട്ട ഒരു പാഠം പഠിച്ചു.' അങ്ങനെയുള്ളവരാണ് മുന്നേറുകയും സ്വയം മെച്ചപ്പെടുത്തുകയും ചെയ്യുക."

ഇടർച്ചകളും പരാജയങ്ങളും നല്ല അനുഭവങ്ങളാക്കി മാറ്റാനും അവരിൽ നിന്നുള്ള പാഠങ്ങൾ പഠിക്കാനും, അവയുടെ കാരണങ്ങൾ വെളിച്ചത്തുകൊണ്ടുവരേണ്ടത് ആവശ്യമാണ്. ഇപ്പോൾതന്നെ ചെയ്യേണ്ട കാര്യങ്ങളുണ്ട്. അതിനായി അവരെ അഭിസംബോധന ചെയ്യാൻ താൽക്കാലികമായി നിർത്തേണ്ടത് പ്രധാനമാണ്. ഒരു വ്യവസായ ഭീമനുപോലും ഇത് അംഗീകരിക്കാനുള്ള വിനയം ഉണ്ട്.

തീർച്ചയായും, ഇത് മൂല്യവത്താണ് – നിങ്ങൾ ഇടറുകയോ പരാജയപ്പെടുകയോ ചെയ്യുമ്പോൾ മാത്രമല്ല – താൽക്കാലികമായി നിർത്തി, നിങ്ങളുടെ സ്വന്തം വേഗതയിൽ സ്വയം ചോദിക്കാം, "ഇത് ശരിയാണോ?"

ഇത് ഒരു ആശയമാണ് – "താൽക്കാലികമായി നിർത്തുക" –

അത് ഒരു ക്ലാസ്സിക്കലിൽ ചൈനീസ് മൂലഗ്രന്ഥത്തിൽ നിന്ന് വരുന്നു. ഓരോ ദിവസവും ഒരിക്കലെങ്കിലും, താൽക്കാലികമായി നിർത്തി നമ്മെത്തന്നെ പ്രതിഫലിപ്പിക്കേണ്ടത് പ്രധാനമാണ് എന്നതാണ് അതിന്റെ ആശയം.

നമ്മുടെ സുഹൃത്തുക്കളും സഹപ്രവർത്തകരും നമ്മേക്കാക്ഷ ഉന്നതങ്ങളിലേക്ക് കുതിക്കുന്നത് നമ്മൾ കാണുമ്പോൾ, നിശ്ചലമായി കണ്ടുനിൽക്കാൻ നമുക്ക് അസ്വസ്ഥതയുണ്ടായിരിക്കാം. എന്നാൽ എല്ലാം ശരിയാകുമെന്ന് സെനും, ചൈനീസ് ക്ലാസിക്കുകളും നമ്മൾക്ക് ഉറപ്പുനൽകുന്നു : നമുക്ക് ആകുലപ്പെടാതെ താൽക്കാലികമായി നില്ക്കാൻ സാധിക്കും. എല്ലാത്തരം കാര്യങ്ങളെയുംകുറിച്ച് ചിന്തിക്കാൻ സമയം കണ്ടെത്തണമെന്ന് ഞാൻ നിങ്ങളോട് അഭ്യർത്ഥിക്കുന്നു, ജീവിതത്തിൽ നിങ്ങൾ പോകാൻ ആഗ്രഹിക്കുന്നിടത്ത് എങ്ങനെ എത്തിച്ചേരാം എന്നതിനെപ്പറ്റി മാത്രമല്ല.

11

പോസിറ്റീവായി പ്രതികരിക്കുക

നിരാശ തോന്നുന്നതിൽ കുഴപ്പമില്ല,
എന്നാൽ സ്വയം വീണ്ടും എഴുന്നേൽക്കുക

പരന്നതും ഏകതാനവുമായ ജീവിതം എന്നൊന്നില്ല. ഓരോ ജീവനും അതിന്റേതായ കൊടുമുടികളും താഴ്വരകളും ഉണ്ട്.

"ജോലിസ്ഥലത്ത്, വ്യക്തിപരമായി ബന്ധങ്ങളിൽ, എന്റെ ആരോഗ്യത്തിൽ – കാര്യങ്ങൾ എന്റെ വഴിക്ക് പോകാതിരിക്കുമ്പോൾ എന്റെ മാനസികാവസ്ഥ ഇരുണ്ടുപോകുകയും, എനിക്ക് നിരാശ തോന്നുകയും ചെയ്യുന്നു.

ആ താഴ്വരകളിൽ ഒന്നായിരിക്കും അത്. എന്നാൽ നമ്മൾ സ്വയം ഒരു കൊടുമുടിയിൽ ആയിരിക്കുമ്പോൾ, നാം നമ്മുടെ കഴിവുകളെ അമിതമായി വിലയിരുത്തുകയോ അഹങ്കാരംകൊണ്ട് മറ്റുള്ളവരെ നിന്ദിക്കുകയോ ചെയ്തേക്കാം.

ബുദ്ധമതത്തിൽ, ഈ അമിതമായ ആത്മവിശ്വാസത്തെ സോജോമാൻ എന്ന് വിളിക്കുന്നു. നമ്മുടെ അപൂർണ്ണമായ അവസ്ഥയെ മറന്ന് അഭിമാനകരമായ മാനസികാവസ്ഥയിലേക്ക് വീഴുന്നു, നാം ഇതിനകം ജ്ഞാനോദയം നേടിയതുപോലെ. ഇത് ഒരു ദൂഷിച്ച ചക്രം സൃഷ്ടിക്കുന്നു.

തീർച്ചയായും, മനുഷ്യരെന്ന നിലയിൽ പല സംഭവങ്ങളെയോ നാം സ്വയം കണ്ടെത്തിയ സാഹചര്യങ്ങളെയോ നേരിടുമ്പോൾ തളരാത്ത ശാന്തവും അചഞ്ചലിതവുമായ മനസ്സ് നിലനിർത്താൻ നമുക്ക് കഴിയില്ല.

സമാനതകളില്ലാത്ത ഡായ് യോക്കോസുനാ സുമോ ഗുസ്തിക്കാരൻ ഫുട്ബായാമ തുടർച്ചയായ അറുപത്തി ഒമ്പത് വിജയങ്ങളുടെ എക്കാലത്തെയും റെക്കോർഡ് കൈവശപ്പെടുത്തിയിരുന്നു. എന്നാൽ എഴുപതാം മത്സരത്തിൽ വിജയം കണ്ടെത്തുന്നതിൽ, അവൻ തോറ്റു, അതിനുശേഷം തന്റെ അധ്യാപകന് ഒരു ടെലിഗ്രാം അവൻ അയച്ചതായി പറയപ്പെടുന്നു:

“പോരടിക്കുന്ന കോഴി എന്നിൽനിന്ന് ഒഴിഞ്ഞുമാറുന്നു.”

ഈ വാക്കുകൾ ചൈനീസ് സന്യാസി സുവാങ്സിയുടെ ഒരു കെട്ടുകഥയെ സൂചിപ്പിക്കുന്നു.

ഒരു പോരാട്ട കോഴിയെ പരിശീലിപ്പിക്കുന്നതാണ് കഥ, മറ്റ് പൂവൻകോഴികളിൽ നിന്നും വ്യത്യസ്തമായി, കൂവാൻ പറ്റാത്ത വിധത്തിൽ വളർത്തിയെടുക്കുന്ന തരത്തിൽ. ഒരിക്കൽ കോഴി ഉയർന്ന അവബോധത്തിന്റെ തലത്തിലെത്തി, ആജ്ഞ ലഭിച്ചാലുടൻതന്നെ ആക്രമിക്കാൻ തയ്യാറായതുപോലെ, അല്ലാത്ത സമയം തടിയിൽ കൊത്തിയെടുത്ത പൂവൻകോഴി പോലെ അചഞ്ചലമായി. അവൻ അജയ്യനായിരിക്കും.

ഫുതബയാമ എഴുപതാം മത്സരത്തിൽ തന്റെ എതിരാളിയാൽ തളർത്തപ്പെട്ടപ്പോൾ തന്റെ സന്ദേശത്തിൽ കൂടി ഗുരുവിനെ അറിയിച്ചു, താൻ ഈ കോഴിയോളം എത്തിയിട്ടില്ലായെന്ന്.

തന്റെ മികച്ച സാങ്കേതികതയും, അഭ്യാസവും, ശാരീരികമായ അവസ്ഥ എന്നിവ കൊണ്ട് സമ്പുഷ്ടമായ ഫുതബയാമ ഇപ്പോഴും “പൂവൻകോഴിയോട് പോരാടുക” എന്ന അവസ്ഥയിലേക്ക് വളരുവാൻ ബുദ്ധിമുട്ടുള്ളതായി തെളിയിച്ചു.

മോശം കാര്യങ്ങൾ സംഭവിക്കുമ്പോൾ, അല്ലെങ്കിൽ നമ്മൾ ബുദ്ധിമുട്ടിലാകുമ്പോൾ, അതിനെക്കുറിച്ച് നിരാശപ്പെടുന്നതിൽ

കുഴപ്പമില്ല. എന്നാൽ നിങ്ങളുടെ നിഷേധാർത്ഥകമായ ചിന്താഗതി സകാരാത്മകമായി മാറ്റുക. അതാണ് സെൻ ചിന്താരീതി.

ഒരു സെൻ സന്യാസിയെ കുറിച്ചുള്ള ഒരു കഥ ഇവിടെയുണ്ട്.

തന്റെ സന്യാസ പരിശീലനത്തിന്റെ ഭാഗമായ ഒരു യാത്രയിൽ ഒരു സന്യാസി ഒരു പൊളിഞ്ഞ കുടിലിൽ രാത്രി ചിലവഴിച്ചു. സാഹചര്യങ്ങൾ വളരെ മോശമായിരുന്നു അതായത്ത സീലിംഗിലെ ഒരു ദ്വാരത്തിലൂടെ ഇലകൾ വീണു, തണുപ്പിനെ പ്രതിരോധിക്കാൻ ഊഷ്മളതക്കായി സന്യാസിക്ക് ഫ്ലോർബോർഡുകൾ കത്തിക്കേണ്ടി വന്നു. എന്തിനധികം പറയുന്നു, അയാൾ സ്വയം നിരാശനായി.

പക്ഷേ അയാൾ തലയുയർത്തി നോക്കിയപ്പോൾ, സീലിംഗിലെ ജീർണ്ണിച്ച വിള്ളലുകൾക്കിടയിലൂടെ ചന്ദ്രപ്രകാശം പ്രകാശിക്കുന്നത് കാണുകയും, ആ പ്രകാശകിരണങ്ങൾ അയാളെ പൊതിഞ്ഞതായി തോന്നുകയും ചെയ്തു.

ഈ ഒരു അനുഭവം യഥാർത്ഥത്തിൽ അസാധാരണമാണെന്ന് സന്യാസിക്ക് മനസ്സിലായി. അവന്റെ മനസ്സിനെ കീഴടക്കിയ ശൂന്യമായ ചിന്തകൾ ചിതറിപ്പോകുകയും, അവൻ ആനന്ദത്താൽ നിറയുകയും ചെയ്തു.

കുടിലിൽ തണുപ്പ് മുമ്പത്തേപ്പോലെ തന്നെയുണ്ട് എന്ന സത്യം മാറിയിട്ടില്ല. എന്നാൽ, അത് അവനെ നിരാശനാക്കാൻ അനുവദിക്കുന്നതിനുപകരം, അവന് ഈ നിമിഷത്തിൽ സന്തോഷം കണ്ടെത്തുന്നതിന് അവന്റെ ചിന്താഗതി മാറ്റാൻ കഴിഞ്ഞു.

ചില കാര്യങ്ങൾ നിങ്ങൾക്ക് സംഭവിക്കുന്നത് എന്തുകൊണ്ടാണെന്ന് മനസ്സിലാക്കാൻ നിങ്ങൾക്ക് കഴിയാത്തപ്പോൾ, സാഹചര്യത്തെക്കുറിച്ച് വിലപിക്കുകയും പശ്ചാത്തപിക്കുകയും ചെയ്യുന്നത് സ്വാഭാവികമാണ്.

പക്ഷേ അങ്ങനെയാകണമെന്നില്ല. പ്രതികരിക്കാനുള്ള കൂടുതൽ പോസിറ്റീവ് രീതി നിങ്ങൾക്ക് കണ്ടെത്താനാകുമെന്നാണ് എന്റെ പ്രതീക്ഷ. “എനിക്ക് മറികടക്കാൻ കഴിയും, എന്നെ അത്

അസ്വസ്ഥനാക്കുന്നതിന് പകരം എനിക്ക് പിടിച്ച് നിൽക്കാൻ കഴിയും!" എന്ന് സ്വയം പറഞ്ഞുകൊണ്ട്.

ആളുകൾ പറയുന്നു, "നമുക്ക് താങ്ങാനാവുന്നതിലധികം, ദൈവം ഒരിക്കലും നൽകില്ല."

കാര്യങ്ങൾ ഇരുണ്ടതായി തോന്നുമ്പോൾ, നിങ്ങളുടെ ആത്മാവ് തകർന്നുപോകുമെന്ന് നിങ്ങൾക്ക് തോന്നുമ്പോൾ അല്ലെങ്കിൽ, നിങ്ങൾ ഒരു പാറക്കും കഠിനമായ സ്ഥലത്തിനും ഇടയിൽ കുടുങ്ങിക്കിടക്കുകയാണെങ്കിൽ, ഇത് ഓർക്കുക, നിങ്ങൾക്ക് അത് മറികടന്ന് പോകാൻ കഴിയും.

നിങ്ങളുടെ ചിന്താഗതി മാറ്റാൻ കഴിയുന്ന തരത്തിലുള്ള ചിന്തയാണിത്.

ഇത്തരമൊരു ചിന്തയാണ് നിങ്ങളെ ഇപ്പോൾ ഇവിടേക്ക് തിരികെ കൊണ്ടുവരുന്നത്. മറ്റൊരു ദിശ എങ്ങനെ കണ്ടെത്തും?

പക്വത പ്രാപിക്കാൻ നമ്മൾ പടംപൊഴിക്കണമെന്ന് അവർ പറയുന്നു. പക്ഷേ, എനിക്ക് തോന്നുന്നത്, പക്വത പ്രാപിക്കുന്നതിന് നാം വിവിധ ബുദ്ധിമുട്ടുകളിലൂടെ അല്ലെങ്കിൽ പ്രതികൂലങ്ങളിലൂടെ കടന്നുപോകണം എന്നാണ്.

മറ്റൊരു വിധത്തിൽ പറഞ്ഞാൽ, ബുദ്ധിമുട്ടുകൾ അല്ലെങ്കിൽ പ്രതികൂല സാഹചര്യങ്ങൾ അതിനുള്ള അവസരങ്ങൾ നൽകുന്നു, നമ്മുടെ തൊലി പൊഴിക്കാനും വളരാനും. നാം ഈ അവസരങ്ങളെ സ്വാഗതം ചെയ്യുന്നുവെന്നുപോലും നിങ്ങൾ പറഞ്ഞേക്കാം.

തന്റെ ജീവിതത്തിന്റെ ഭൂരിഭാഗവും ഒരു തപസ്വിയായി ജീവിച്ചിരുന്ന എന്നാൽ കുട്ടികൾക്ക് പ്രിയപ്പെട്ട ബുദ്ധസന്യാസിയായ റിയോകൻ ഒരിക്കൽ ഇങ്ങനെ എഴുതി :

"ഏതെങ്കിലും നിർഭാഗ്യാവസ്ഥയെ അഭിമുഖീകരിക്കുമ്പോൾ ഒരു നിർഭാഗ്യം അനുഭവിക്കുന്നത് നല്ലതാണ്."

ആത്മാവിന് തീർച്ചയായും മാറാനുള്ള ശക്തിയുണ്ട്.

ഇത് മനസ്സിൽ വെച്ചാൽ, നമ്മുടെ പരീക്ഷണങ്ങളിലും കഷ്ടപ്പാടുകളിലും ഉള്ള അവസരങ്ങൾ നമുക്ക് കാണാൻ കഴിയും.

12

പ്രഭാതത്തെ പരിപോഷിപ്പിക്കുക

മാനസിക ഇടം സൃഷ്ടിക്കുന്നതിനുള്ള മികച്ച മാർഗ്ഗം

നിങ്ങൾ സമയത്തിന്റെ കൈകളിലെ പാവകളായി മാറുന്നതിനു പകരം സമയത്തെ ശരിയായി വിനിയോഗിക്കുന്നതിനെക്കുറിച്ച് സംസാരിക്കാൻ ഞാൻ ആഗ്രഹിക്കുന്നു.

മനസ്സിലും ശരീരത്തിലും സുസ്ഥിരത പുലർത്താൻ – അതിലേറെ, ഊർജ്ജസ്വലമായി ജീവിക്കാൻ – നിങ്ങളുടെ ദിവസങ്ങളുടെ താളം തെറ്റിക്കാതിരിക്കേണ്ടത് പ്രധാനമാണ്. നിങ്ങൾ രാവിലെ എഴുന്നേൽക്കുന്നതും രാത്രി ഉറങ്ങുന്നതുമായ സമയം ഓരോ ദിവസവും നിരന്തരം മാറിക്കൊണ്ടിരിക്കുക യാണെങ്കിൽ, നിങ്ങൾക്ക് ഉത്തമമായ ആരോഗ്യം നിലനിർത്താൻ കഴിയില്ല, അല്ലെങ്കിൽ അത് ഉണ്ടാക്കുന്ന മാനസിക ക്ഷീണം നിങ്ങൾക്ക് സഹിക്കാൻ കഴിയില്ല.

എന്തിനധികം, മനുഷ്യപ്രകൃതം അലസതയിലേക്കാണ് നയിക്കുന്നത് – നമുക്ക് നമ്മുടെ മനസ്സ് നിശ്ചയിക്കുന്നതുപോലെ അലസമായിരിക്കാൻ സാധിക്കും. നാം അലസതക്ക് വഴങ്ങുകയാ ണെങ്കിൽ, അതിന് ഒരു അവസാനമുണ്ടാകില്ല, കാര്യങ്ങൾ കൂടുതൽ വഷളാകുന്നു. അത് ഒരു ഘട്ടത്തിൽ നിർത്തലാക്കേണ്ടത് അത്യാവശ്യമാണ്.

നിങ്ങളുടെ ദൈനംദിന താളം പരിപാലിക്കുന്നതിനായി നിങ്ങളുടേതായ നിയമങ്ങൾ സൃഷ്ടിക്കുകയാണെങ്കിൽ എങ്ങനെയിരിക്കും?

നിങ്ങളുടെ പ്രഭാത ദിനചര്യയിൽ ശ്രദ്ധിക്കുന്നത് മൂല്യവത്താണ്.

പ്രഭാതത്തെ പരിപോഷിപ്പിക്കുക.

എനിക്ക് ഇത് വേണ്ടത്ര ഊന്നിപ്പറയാൻ കഴിയില്ല. പ്രഭാതത്തെ മികച്ചതാക്കാനുള്ള നിയമങ്ങൾക്കിടയിൽ ഹൃദയത്തിൽ എടുക്കേണ്ട ഏറ്റവും പ്രധാനപ്പെട്ട ഒന്നാണ് "എല്ലാ ദിവസവും ഒരേ സമയത്ത് നേരത്തെ എഴുന്നേൽക്കുക."

നേരത്തെ എഴുന്നേൽക്കുന്നതിലൂടെ, നിങ്ങളുടെ പ്രഭാതത്തിൽ നിങ്ങൾ ഇടം സൃഷ്ടിക്കും.

ചിലർ കഴിയുന്നത്ര വൈകി ഉറങ്ങുന്നു, എന്നിട്ട് തിടുക്കത്തിൽ കാപ്പി ഉണ്ടാക്കുന്നു, അത് വിഴുങ്ങാൻ വേണ്ടി മാത്രം അതിനുശേഷം മഗ് സിങ്കിലേക്ക് ഇട്ടതിനുശേഷം നേരെ റെയിൽവേ സ്റ്റേഷനിലേക്ക് കുതിച്ചു പായുന്നു... ഇത് പരിചിതമാണെന്ന് തോന്നുന്നുണ്ടോ?

ഒരു ദിവസം ഇതുപോലെ ആരംഭിക്കുമ്പോൾ, ദിവസത്തിന്റെ ബാക്കി എന്താണെന്ന് സങ്കല്പിക്കാൻ എളുപ്പമാണ്. സമയമില്ലാതെ, നമ്മൾ മാനസികമായി ഓട്ടത്തിലാണ്, ഒപ്പം ശ്വസിക്കാൻ ഇടമില്ല. അതിനാൽ നമ്മൾ കാര്യങ്ങൾ മറക്കാൻ സാധ്യതയുണ്ട്, കൂടാതെ തെറ്റുകൾ വരുത്താനുള്ള നല്ലൊരു അവസരവുമുണ്ട്.

ഇനി പറയുന്ന സെൻ വാക്യം പരിഗണിക്കുക :

"നിങ്ങളുടെ ദിവസത്തിലെ മണിക്കൂറുകൾ നിങ്ങളെ ഉപയോഗിച്ചു, എന്നാൽ ഈ വൃദ്ധ സന്യാസിക്ക് അദ്ദേഹത്തിന്റെ സമയം പരമാവധി ഉപയോഗിക്കാൻ കഴിയും."

ടാങ് രാജവംശകാലത്ത് ജീവിച്ചിരുന്ന ഒരു സെൻ മാസ്റ്ററായ ഷായോശൗ-ൽ നിന്നാണ് ഇത്.

നിങ്ങളുടെ സമയം നന്നായി ഉപയോഗിക്കേണ്ടതിന്റെ പ്രാധാന്യം ഇത് ഊന്നിപ്പറയുന്നു, പക്ഷേ നിങ്ങളുടെ ദിവസം ആരംഭിക്കുന്നത് ഒരു ഉപദ്രവിക്കപ്പെട്ട, തരംതാണ തമാശനാടകം പോലെയാണെങ്കിൽ അത് നേർവിപരീതമായിട്ടായിരിക്കും പോകുന്നത്. അതാണ് നിങ്ങളെ സമയം ഉപയോഗിച്ചതിന്റെ സാരാംശം, അതിന്റെ ഇഷ്ടത്തിനനുസരിച്ച്.

അതിരാവിലെ എഴുന്നേൽക്കുക, നിങ്ങളുടെ മുറിയിലേക്ക് കുറച്ച് ശുദ്ധവായു അനുവദിക്കുക, നിങ്ങൾ ഒരു ദീർഘനിശ്വാസം എടുക്കുമ്പോൾ, നിങ്ങളുടെ വാതിലിന്റെയോ ജനലിന്റെയോ പുറത്ത് എപ്പോഴും മാറിക്കൊണ്ടിരിക്കുന്ന ഋതുക്കൾ നിരീക്ഷിക്കുക. നിങ്ങളുടെ രക്തം പമ്പ് ചെയ്യാനും സ്വയം ഉന്മേഷവാനാകാനും ഇത്രയേ വേണ്ടൂ. പക്ഷികളുടെ കരച്ചിൽ, അല്ലെങ്കിൽ കാറ്റ്, അല്ലെ ങ്കിൽ മരത്തിന്റെ ഇലകൾ നിറം മാറുന്നു – നിങ്ങളുടെ സംവേദന ക്ഷമത ഉത്തേജിപ്പിക്കപ്പെടുകയും മെച്ചപ്പെടുകയും ചെയ്യുന്നു.

പ്രഭാതഭക്ഷണത്തിനുശേഷം നിങ്ങൾ ഒരു കപ്പ് ചായയോ കാപ്പിയോ ആസ്വദിക്കുമ്പോൾ, മനസ്സും ശരീരവും ഇവ രണ്ടും പ്രഭാതത്തിന്റെ ചുറുചുറുക്ക് ഏറ്റെടുക്കുകയും, നിങ്ങൾ ആ ദിവസത്തെ പരമാവധി പ്രയോജനപ്പെടുത്താൻ പ്രചോദിത രാകുകയും ചെയ്യുന്നു.

അത് ഒരു ആഡംബര പ്രഭാതംപോലെ തോന്നുന്നില്ലേ?

നിങ്ങളുടെ സമയം പരമാവധി ഉപയോഗിക്കുക എന്നതിന്റെ അർത്ഥം ഇതാണ്.

വീണ്ടും, ദിവസം അങ്ങനെ ആരംഭിക്കുമ്പോൾ, ബാക്കി ദിവസം എങ്ങനെ പോകുമെന്ന് സങ്കല്പിക്കാൻ എളുപ്പമാണ്. ഗുണ നിലവാരമുള്ള സമയം ഒരു നിമിഷത്തിൽനിന്ന് അടുത്തതിലേക്ക് ഒഴുകുന്നു.

ഞാൻ വീണ്ടും പറയാം : എല്ലാ മണിക്കൂറുകളും മികച്ച രീതിയിൽ ഉപയോഗിക്കുന്നതിനുള്ള താക്കോൽ ദിവസവും രാവിലെ കണ്ടെത്തുന്നു.

പ്രഭാതത്തെ വിലമതിക്കുന്ന ഈ നിയമം പ്രത്യേകിച്ചും റിട്ടയർമെന്റിലേക്ക് അടുക്കുന്നവർക്കും അത് കഴിഞ്ഞവർക്കും പ്രസക്തമാണെന്ന് ഞാൻ വിശ്വസിക്കുന്നു.

വിരമിക്കൽ നിങ്ങളുടെ ജീവിതത്തിലെ ഒരു നിർണ്ണായക ഘട്ടമാണ്, നിങ്ങളുടെ ദിവസങ്ങൾ എങ്ങനെ പോകുന്നു എന്നതിന്റെ ഒരു വഴിത്തിരുവാണിത്. അതുകൊണ്ടുതന്നെ ഏറെ ശ്രദ്ധയോടെ കൈകാര്യം ചെയ്യാതിരിക്കുന്നത് പ്രശ്നങ്ങളിലേക്ക് നയിക്കുന്നതിനുള്ള കാരണമാകാം.

നിങ്ങളുടെ ജോലിയിലേക്ക് നിങ്ങൾ സ്വയം എടുത്തെറിയുക മാത്രമാണ് ചെയ്തിരുന്നതെങ്കിൽ, നിങ്ങളുടെ ജോലി ഇല്ലാതാകുമ്പോൾ, അത് നിങ്ങളുടെ പ്രചോദനം നഷ്ടപ്പെടുത്തുകയും അല്ലെങ്കിൽ നിങ്ങളുടെ ആത്മാവിന്റെ ശക്തി ക്ഷയിപ്പിക്കുകയും ചെയ്യുന്നു.

ഇതിന്റെ ഒരു സ്ഥിരം മാതൃകയാണ്, ഒരാൾ വിരമിക്കലിൽ എത്തുകയും ഒറ്റയടിക്ക് പ്രായമായെന്ന് തോന്നുകയുംചെയ്യുന്നത്. പഴയ ധീരനായ കോർപ്പറേറ്റ് പോരാളി ഇപ്പോൾ എപ്പോഴും വീട്ടിലേക്കുള്ള വഴിയിൽ കഴിയുന്ന ദയനീയനായ വ്യക്തിയായി മാറുകയും ചെയ്യുന്നു – ഇത് ഒട്ടും അസാധാരണമല്ല.

തനിക്ക് തോന്നുമ്പോൾ അവൻ രാവിലെ എഴുന്നേൽക്കും. അവൻ ഏകദേശം ഉച്ചവരെ വെറുതെ കറങ്ങും, ദയനീയമായി നിഷ്ക്രിയം. ഒന്നും ചെയ്യാനില്ലാതെ, അവൻ തനിക്ക് താല്പര്യമില്ലാത്ത ഒരു ടെലിവിഷൻ പ്രോഗ്രാം വെക്കുകയും അവിടെ ഇരിക്കുകയും ചെയ്യും, അത് ശരിക്കും കാണുന്നതുപോലുമില്ലാതെ...

നിങ്ങൾ ഇതുപോലെയാകാൻ നിങ്ങളെ അനുവദിക്കുകയാണെങ്കിൽ, ഇത് എളുപ്പത്തിൽ നിങ്ങളുടെ ദൈനംദിന ജീവിതത്തിന്റെ താളമായി മാറുകയും ചെയ്യും. അവിടെ നിന്ന്, അനാവശ്യമായ ഉത്കണ്ഠ, ആകുലത, ഭയം എന്നിവ പിടിമുറുക്കാൻ തുടങ്ങുന്നു.

നിങ്ങളുടെ കരിയറിൽ നിന്ന് വിരമിക്കാനുള്ള സമയമായിരിക്കാം, പക്ഷേ, ആരും നിങ്ങളോട് ജീവിതത്തിൽ നിന്ന്

വിരമിക്കേണ്ടതുണ്ട് എന്ന് പറയുന്നില്ല. വിലപ്പെട്ട ജീവൻ നമുക്ക് നൽകിയിട്ടുണ്ട് അതിനാൽ നാം അതീവ ശ്രദ്ധയോടെ കൈകാര്യം ചെയ്യണം.

ഞാൻ പറഞ്ഞതുപോലെ, പ്രഭാതമാണ് പ്രധാനം.

നിങ്ങളുടെ കരിയറിൽ നിങ്ങൾ സജീവമായിരുന്നതുപോലെ – യഥാർത്ഥത്തിൽ അതിലും കൂടുതൽ ഓരോ ദിവസവും ആരംഭിക്കുന്നത് ആ പ്രഭാതം എത്രമാത്രം പ്രാധാന്യമാണെന്നുള്ള അവബോധത്തോടെയായിരിക്കണം. അങ്ങനെ ചെയ്യുന്നതിലൂടെ, നിങ്ങളുടെ ദിവസങ്ങൾ ഉത്സാഹവും ഊർജ്ജസ്വലതയുംകൊണ്ട് നിറയും.

അത് നിങ്ങളുടെ ഇന്ദ്രിയങ്ങളെ പുതുക്കും – ഒരുപക്ഷേ, നിങ്ങൾ മറ്റൊരു ജോലി തിരയാൻ തുടങ്ങും, അല്ലെങ്കിൽ സന്നദ്ധ സേവനം, അല്ലെങ്കിൽ നിങ്ങൾ ജോലി ചെയ്യുമ്പോൾ നിങ്ങൾക്ക് സമയമില്ലായിരുന്ന ഹോബികൾക്കായി സ്വയം സമർപ്പിക്കും. ഞാൻ ഉറപ്പ് തരുന്നു. ഇവയിലൊന്ന് നിങ്ങൾക്ക് സംഭവിക്കും. നിങ്ങളുടെ പാചക വൈദഗ്ധ്യം വർദ്ധിപ്പിക്കുന്നതിനും നിങ്ങളുടെ കുടുംബവുമായി ഭക്ഷണം കഴിക്കുന്നതിനും ശ്രമിക്കുമ്പോൾ വിരമിക്കൽ മനോഹരമായിരിക്കില്ലേ?

ഈ ഒരു ലളിതമായ നിയമം, പ്രഭാതത്തെ പരിപോഷിപ്പിക്കാൻ, നിരാശയുടെ വികാരങ്ങളെ തുരത്തുകയും ചെയ്യും – ഇന്നോ മറ്റൊരു ദിവസമോ ഒന്നും ചെയ്യാനില്ല – സമ്പന്നമായ ഒരു കാലഘട്ടം കൊണ്ടുവരികയും ഇവിടെയും ഇപ്പോളും പൂർണ്ണമായി ജീവിക്കുകയും ചെയ്യും.

13

നിങ്ങളുടെ സ്വന്തം മാനദണ്ഡങ്ങൾക്കനുസൃതമായി ജീവിക്കുക

മറ്റുള്ളവരുടെ മൂല്യങ്ങളിൽ വശംവദരാകരുത്

നമ്മൾ ജീവിതത്തിലൂടെ കടന്നുപോകുമ്പോൾ, സാമൂഹിക മര്യാദകളെക്കുറിച്ച് നാമെല്ലാവരും നല്ല ബോധവാന്മാരാണ്.

സാമൂഹിക മര്യാദയുടെ നമ്മളോരുത്തരം ഒന്നിച്ച് ഉണ്ടാക്കിയെടുത്ത പതിപ്പിന്റെ അടിസ്ഥാനത്തിലാണ് സമൂഹം പരിപാലിക്കപ്പെടുന്നത്. നമ്മൾ ഓരോരുത്തരും അതിൽനിന്ന് വ്യതിചലിച്ച് നമുക്ക് ഇഷ്ടപ്പെട്ടത് എന്തും ചെയ്താൽ, സമൂഹം നാശത്തിലേക്ക് നീങ്ങും.

സാമൂഹിക മര്യാദകൾ പാലിക്കേണ്ടതാണ്. പക്ഷേ, അത് നമ്മുടെ ആത്മബോധത്തിന്റെ ചെലവിൽ മാത്രമേ പരിപാലിക്കാൻ കഴിയൂ എന്നാണ് എനിക്ക് തോന്നുന്നത്.

നാം സാമൂഹിക മര്യാദകളാൽ ബന്ധിക്കപ്പെടുമ്പോൾ, നമ്മുടെ ഭാവനയെ നാം പരിമിതപ്പെടുത്തുന്നു, നമുക്ക് സ്വതന്ത്രമായി

പ്രവർത്തിക്കാൻ കഴിയുന്നില്ല, നമ്മുടെ മനസ്സ് ദൃഢമാകുന്നു. ചില സമയങ്ങളിൽ നിങ്ങളുടെ കൈയും കാലും ഈ സാമൂഹിക മര്യാദകളാൽ ബന്ധിക്കപ്പെട്ടിരിക്കുന്നതായി തോന്നുന്നില്ലേ?

നമ്മെത്തന്നെ സ്വതന്ത്രമാക്കുന്നതിന്, നമുക്ക് നമ്മുടെ സ്വന്തം മാനദണ്ഡങ്ങൾ ആവശ്യമാണ്, അങ്ങനെ ജീവിതത്തിൽ തെറ്റായ വഴികൾ ഒഴിവാക്കുക. നമുക്ക് സാമൂഹിക മര്യാദകൾക്ക് ഒരു അടിസ്ഥാന അടിത്തറ ഉണ്ടായിരിക്കണം, കാര്യങ്ങളെ നമ്മുടെ സ്വന്തം വ്യാഖ്യാനത്താൽ പിന്തുണയ്ക്കുന്നു, നമ്മെ പ്രാപ്തരാക്കുന്ന മാർഗ്ഗനിർദ്ദേശ തത്വങ്ങൾ വഴി, ചില അവസരങ്ങളിൽ, സാധാരണയിൽ നിന്ന് വ്യതിചലിക്കാനും നമ്മുടെ സ്വന്തം തീരുമാനങ്ങൾ എടുക്കാനും നമ്മെ പ്രാപ്തരാക്കുന്നു. ഇവയെ മാനദണ്ഡങ്ങളായി ഞാൻ കരുതുന്നു.

അപ്പോൾ, ഈ മാനദണ്ഡങ്ങൾ എങ്ങനെ വികസിപ്പിക്കാം?

അതിനുള്ള ഏക മാർഗ്ഗം അവ സ്വയം പ്രാവർത്തികമാക്കുക എന്നതാണ് – അനുഭവങ്ങൾ ചേർത്തുവച്ചുകൊണ്ട്.

പരിശീലനത്തെ മറ്റ് എല്ലാറ്റിനുമുപരിയായി സെൻ വിലമതിക്കുന്നു.

നമ്മെ പഠിപ്പിക്കുന്ന ഒരു സെൻഗോ ഉണ്ട്, “ആത്മീയ പ്രബുദ്ധത വ്യക്തിപരമായ അനുഭവത്തിലൂടെ മാത്രമേ വരികയുള്ളൂ.” ഒരു പാത്രത്തിലെ വെള്ളത്തിലേക്ക് നോക്കുക, നിങ്ങൾക്ക് അത് തണുപ്പാണോ ചൂടാണോ എന്ന് പറയാൻ കഴിയില്ല – ഇത് നിർണ്ണയിക്കാനുള്ള ഒരേയൊരു മാർഗ്ഗം അത് ആസ്വദിച്ചുകൊണ്ടോ സ്പർശിച്ചുകൊണ്ടോ ആണ്. ചിന്തിക്കുന്നതിനേക്കാൾ പ്രവർത്തിക്കുക എന്നതാണ് പ്രധാനം.

ഇപ്പോൾ ആ വിവരങ്ങൾ സമൃദ്ധമാണ്, അറിവ് – നമ്മൾ ആഗ്രഹിക്കുന്നത്രയും നമ്മിലേക്കെത്താൻ എളുപ്പമാണ്. “എങ്ങനെ സാമൂഹിക മര്യാദകളിൽ നിന്ന് സ്വതന്ത്രമായി ജീവിക്കാം?” എന്ന് നിങ്ങൾ ഇന്റർനെറ്റിൽ തിരയുകയാണെങ്കിൽ, നിങ്ങൾക്ക് ആയിരക്കണക്കിന് ഫലങ്ങൾ ലഭിക്കും.

എന്നാൽ അവ വായിക്കാൻ നിങ്ങൾ സമയമെടുക്കുക യാണെങ്കിൽ, ബന്ധമില്ലാത്ത വിഷയങ്ങളുടെ ഒരു ശ്രേണി അവർ അഭിസംബോധന ചെയ്യുന്നത് നിങ്ങൾ കാണും.

നിങ്ങളോട് ആവശ്യപ്പെടുന്ന ഒരു സാഹചര്യത്തിൽ നിങ്ങൾ സ്വയം കണ്ടെത്തുകയാണെങ്കിൽ നിങ്ങൾ സാമൂഹിക മര്യാദകളാൽ ബാധ്യസ്ഥനാണോ എന്ന് തീരുമാനിക്കുന്നതിന് നിങ്ങളുടെ മസ്തിഷ്കത്തിൽ നിറഞ്ഞിരിക്കുന്ന അറിവ് നിങ്ങളെ സഹായിക്കില്ല.

അനുഭവങ്ങൾ ശേഖരിക്കുന്നതിലൂടെയും കാര്യങ്ങൾ പ്രായോ ഗികമാക്കുന്നതിലൂടെയും, നിങ്ങളുടെ ശരീരം പഠിക്കുന്നു. അതായത്, നിങ്ങൾക്ക് ശരിയായ തീരുമാനമെടുക്കാൻ നിങ്ങളുടെ ശരീരത്തിൽ നിന്നുള്ള മാർഗ്ഗനിർദ്ദേശത്തോടെ കഴിയും. തീർച്ച യായും, ശരിയായ പ്രവർത്തനവും ഉടൻ പിന്തുടരുന്നു. അറിവിൽ നിന്നുമാത്രം നിങ്ങൾക്ക് മാനദണ്ഡങ്ങൾ വികസിപ്പിക്കാൻ കഴിയില്ല.

ഒരു സോട്ടോ സെൻ ക്ഷേത്രത്തിന്റെ മഠാധിപതിയായിരുന്ന കോഷു ഇറ്റാബാഷി, സാസൺ എന്ന ഇരുന്നുകൊണ്ടുള്ള പരിശീലനം സ്വയം പ്രയോഗിക്കാറുണ്ട് – ഒരുതരം ധ്യാനം – അല്ലെങ്കിൽ പരിശീലനത്തിൽ ഒരു സന്യാസിയെപ്പോലെ സാമുവിന്റെ ക്ഷേത്ര ജോലികൾ ചെയ്യുക, പ്രധാന പുരോഹിതനായല്ല.

അദ്ദേഹത്തോളം ഉയർന്ന ഒരാൾ ഈ കാര്യങ്ങൾ ചെയ്യുന്നത് കണ്ട് സന്യാസിമാർ പറയും, “തീർച്ചയായും നിങ്ങൾ സാമു ചെയ്യേണ്ട ആവശ്യമില്ല. ദയവായി നിങ്ങളുടെ മുറിയിൽ സുഖമായി വിശ്രമിക്കൂ.” എന്നാൽ ഇറ്റാബാഷി സെൻജി അദ്ദേഹത്തിന്റെ തലയ്ക്ക് ചുറ്റും ഒരു ടെൻഗുയി പൊതിയുമായിരുന്നു, അദ്ദേഹത്തിന്റെ ജോലി വസ്ത്രം ധരിച്ച്, ബാക്കിയുള്ളവരോടൊപ്പം വൃത്തിയാക്കൽ നടത്തുന്നു. വിരമിച്ച ശേഷവും അദ്ദേഹം ചിലപ്പോൾ പുറത്തുപോയി ഭിക്ഷ യാചിക്കുമെന്ന് ഞാൻ കേട്ടിരുന്നു.

തീർച്ചയായും, ഇത് സാമൂഹിക മര്യാദയ്ക്ക് ആവശ്യമുള്ള തിനേക്കാൾ കൂടുതലാണ്. പക്ഷേ, അത് ഒരു മികച്ച നിലവാരം സ്ഥാപിക്കപ്പെട്ടിരിക്കണം എന്ന് തെളിയിക്കുന്നു.

എല്ലായ്പ്പോഴും സ്വന്തം മാനദണ്ഡങ്ങൾക്കായി അദ്ദേഹം തിരയുന്നു എന്നിരുന്നാലും, ഇറ്റാബാഷി സെൻജി തന്റെ പരിശീലനത്തിൽ നിന്ന് ഒരിക്കലും വ്യതിചലിച്ചില്ല. അനുഭവം ശേഖരിക്കുന്നത് തുടർന്നുകൊണ്ടേയിരുന്നു.

തീർച്ചയായും, ഇത് അക്ഷയമായ സെൻ പഠിപ്പിക്കലിന്റെ ആൾരൂപമാണ്. മാനദണ്ഡങ്ങൾ പരിശീലനത്തിലൂടെയും അനുഭവത്തിലൂടെയുംപരുവപ്പെടുത്തുന്നു.അത്പരിപൂർണ്ണമായിത്തീരുമ്പോൾ സ്വതന്ത്രനായിത്തീരുന്നു.

കൺഫ്യൂഷ്യസിന്റെ *ദി അനലക്ട്സ്*-ൽ ഒരു ഭാഗം ഉണ്ട് :

“എഴുപതാം വയസ്സിൽ, എന്റെ മനസ്സിന്റെ ആഗ്രഹങ്ങൾ മാനദണ്ഡങ്ങൾക്കപ്പുറം കവിയുന്നില്ല.”

കൺഫ്യൂഷ്യസ് അർത്ഥമാക്കുന്നത് അദ്ദേഹത്തിന്റെ ആഗ്രഹങ്ങളെ പിന്തുടരുകയും പ്രവർത്തിക്കുകയും ചെയ്യുന്നത് ഒരിക്കലും ശരിയെ ലംഘിച്ചിട്ടില്ല എന്നാണ്.

ഇത് നിങ്ങളുടെ സ്വന്തം നിബന്ധനകളിൽ സ്വതന്ത്രമായി ജീവിക്കുന്നതിനെക്കുറിച്ചാണ് (അത് പരിഗണിക്കാതെ തന്നെ നിങ്ങൾ സാമൂഹിക മര്യാദകൾ പാലിക്കുന്നു), അങ്ങനെ ചെയ്യുന്നത് നിങ്ങളെ നിങ്ങളുടെ ജീവിതരീതിയുമായി പൊരുത്തപ്പെടാൻ എങ്ങനെ പ്രാപ്തമാക്കുന്നു. നിങ്ങൾ മെച്ചപ്പെടുത്തിയ മാനദണ്ഡങ്ങൾ വികസിപ്പിക്കുമ്പോഴാണ് നിങ്ങളുടെ ഹൃദയത്തിനുള്ളിൽ ഇങ്ങനെ സംഭവിക്കുന്നത്.

അതിനാൽ, നിങ്ങളുടെ സ്വന്തം മാനദണ്ഡങ്ങൾ പാലിച്ചുകൊണ്ട് നിങ്ങളുടെ മനസ്സിൽ ഇത് വികസിപ്പിക്കാൻ ഞാൻ നിങ്ങളോട് അഭ്യർത്ഥിക്കുന്നു : ആദ്യം പരിശീലിക്കുക, രണ്ടാമത് അനുഭവിക്കുക.

നിങ്ങളുടെ നിലവാരം അൽപ്പമെങ്കിലും പരിഷ്കരിക്കപ്പെടും, കുറച്ച് സമയത്തേക്കാണെങ്കിൽപോലും.

നിങ്ങൾ സ്വയം കൂടുതൽ ആത്മവിശ്വാസം കണ്ടെത്തും, സ്വയം മറ്റുള്ളവരുമായി താരതമ്യം ചെയ്യുമ്പോൾ ഉണ്ടാകുന്ന ഉത്കണ്ഠ, ആകുലത, ഭയം എന്നിവയിൽനിന്ന് മോചനം നേടും, കൂടാതെ നിങ്ങൾ സ്വതന്ത്രനാകുകയും ചെയ്യും.

14

അനാവശ്യമായത് അന്വേഷിക്കരുത്

വിവരങ്ങൾ അമിതമായി കേൾക്കുന്നത് നിർത്തുക

വിവരങ്ങളാൽ നയിക്കപ്പെടുന്ന സമൂഹത്തിലെ ബന്ധത്തെക്കുറിച്ചും നമ്മുടെ ഹൃദയവും മനസ്സിനെയും പറ്റി സംസാരിക്കാൻ ഞാൻ ആഗ്രഹിക്കുന്നു.

വിവരങ്ങളാൽ സമൃദ്ധമായ ശൃംഖലകൾ നിറഞ്ഞ യുഗത്തിലാണ് നമ്മൾ ജീവിക്കുന്നത്. ദ്രുതഗതിയിലുള്ള പരിണാമവും ഇന്റർനെറ്റിന്റെ വ്യാപനവും അതിനെ കൂടുതൽ പ്രോത്സാഹിപ്പിക്കുക മാത്രമാണ് ചെയ്തത് എന്ന് പറയേണ്ടതില്ലല്ലോ.

അത് ഉറപ്പാക്കാൻ, വൈവിധ്യമാർന്ന വിവരങ്ങൾ സ്വന്തമാക്കാൻ കഴിയുന്ന അഭിലഷണീയമായ എന്തെങ്കിലും സൗകര്യങ്ങൾ ഉണ്ട്, എന്നാൽ അതേ സമയം, അതും പ്രശ്നങ്ങൾ നിറഞ്ഞതായിരിക്കാമെന്ന് എനിക്ക് തോന്നുന്നു.

ഞാൻ ഉദ്ദേശിക്കുന്നത്, വളരെയധികം വിവരങ്ങൾ തീരുമാനം എടുക്കാനുള്ള നമ്മുടെ കഴിവിനെ തടയുന്നു എന്നതാണ്.

ഉദാഹരണത്തിന്, നിങ്ങളുടെ ആരോഗ്യം മെച്ചപ്പെടുത്താൻ

എന്തെങ്കിലും ചെയ്യാൻ നിങ്ങൾ ചിന്തിക്കുകയാണ്. "ഒരുപക്ഷേ ഞാൻ ഇത് അൽപ്പം പരിശോധിച്ചേക്കാം" ഇത് നിങ്ങൾ സ്വയം പറയുകയും പിന്നീട് ഇന്റർനെറ്റിൽ സെർച്ച് ചെയ്യുന്നു, അങ്ങനെ വളരെയേറെ വിവരങ്ങളാൽ സംഭ്രമിക്കപ്പെടുന്നു.

അന്വേഷണഫലങ്ങൾ നോക്കുമ്പോൾ, ധാരാളം തിരഞ്ഞെടുപ്പുകൾ ഉണ്ടെന്ന് നിങ്ങൾ കണ്ടെത്തുന്നു – ഒരു തീരുമാനമെടുക്കുന്നതിൽ നിങ്ങൾക്ക് ആത്മവിശ്വാസം നഷ്ടപ്പെടുന്നു. "ഇത് നല്ലതെന്നു തോന്നുന്നു. പക്ഷേ, ഇതും ഫലപ്രദമാണെന്ന് തോന്നുന്നു. ഇതും ഉണ്ടല്ലോ? എനിക്ക് ഇതും തള്ളിക്കളയാനാവില്ല..."

എല്ലാ സാഹചര്യങ്ങളിലും ഇത് സംഭവിക്കുന്നു – ജോലിസ്ഥലത്തും. "ഓഹ്, ഇത് അത്ഭുതകരമാണെന്ന് തോന്നുന്നു, നമുക്ക് ഇതും കൂടെ ചേർക്കാം." "അതാണ് ശരിയെന്നുണ്ടെങ്കിൽ, അതുംകൂടെ പരീക്ഷിച്ചു നോക്കണം?" "ശമ്പളത്തിന്റെ കാര്യത്തിലും, ഇതായിരിക്കും നല്ലത്..." ഇത്തരത്തിൽ മുന്നോട്ട് പോകുന്നു.

നിങ്ങളുടെ കരിയറിന്റെ കാര്യത്തിൽ, സ്വയം ചോദിക്കേണ്ട ഏറ്റവും പ്രധാനപ്പെട്ട ചോദ്യം, "ഞാൻ എന്താണ് ചെയ്യാൻ ആഗ്രഹിക്കുന്നത്?" നിങ്ങളുടെ ജോലിയുടെ തിരഞ്ഞെടുപ്പ് നിങ്ങളുടെ ജീവിതം എങ്ങനെ പൂർണ്ണമായി ജീവിക്കും എന്നതിനെ ബാധിക്കുന്നു.

നിങ്ങൾ എന്താണ് ചെയ്യേണ്ടത്. അല്ലെങ്കിൽ, എങ്ങനെ ജീവിക്കണം എന്നത് നിങ്ങൾ എത്രത്തോളം വിവരങ്ങൾ കുന്നുകൂട്ടിയിരിക്കുന്നുവെന്നത് ബാധിക്കുന്നില്ല. നിങ്ങളുടെ ഉത്തരം നിങ്ങളുടെ ഉള്ളിൽ മാത്രം കണ്ടെത്താം. അത് കണ്ടെത്തുന്നതിന്, നിങ്ങൾ ഈ ചോദ്യങ്ങൾക്ക് സമഗ്രമായ പരിഗണന നൽകാൻ സജ്ജമാകണം.

മറ്റൊരു തരത്തിൽ പറഞ്ഞാൽ, ഇത് നിങ്ങളുടെ ഹൃദയത്തെ ചോദ്യംചെയ്യുന്ന കാര്യമാണ്, കൂടാതെ നിങ്ങളുടെ ശ്രമങ്ങൾ എവിടെ കേന്ദ്രീകരിക്കണമെന്ന് തീരുമാനിക്കുന്നു.

ഈ സാഹചര്യത്തിൽ, വിവരങ്ങൾ സംശയത്തിന്റെ

ഉറവിടമാകാം. വിപരീതമായി, നിങ്ങൾക്ക് അധിക വിവരങ്ങൾ ഉള്ളപ്പോൾ, നിങ്ങളുടെ മനസ്സിന് എന്തുചെയ്യണമെന്ന് അറിയില്ല. നിങ്ങളുടെ മനസ്സ് കെട്ടുറപ്പില്ലാത്തത് ആയിരിക്കുമ്പോൾ, ആശങ്കയോടൊപ്പം സംശയവും കടന്നുവരുന്നു.

ഒരു കാലത്ത് ജപ്പാനിലെ മിക്കവാറും എല്ലാവരും കുടുംബപര മായ വ്യവഹാരങ്ങളിലാണ് ജോലി ചെയ്തിരുന്നത്, തലമുറകളിൽ നിന്ന് തലമുറകളിലേക്ക്. ഇതിന്റെ പ്രധാന ഉദാഹരണം സാധാരണ ക്കാരായ കർഷകരാണ്. മാത്രമല്ല, കരകൗശല വിദഗ്ധരും കൈവേലക്കാരും അവരുടെ മാതാപിതാക്കളിൽനിന്ന് കുട്ടികളി ലേക്കും പേരക്കുട്ടികളിലേക്കും തുടർന്നും കഴിവുകൾ കൈമാറ്റം ചെയ്തു.

തിരഞ്ഞെടുപ്പിനുള്ള സാഹചര്യം ഉൾപ്പെടാത്തതിനാൽ, ആളുകളുടെ ശ്രമങ്ങൾ കേന്ദ്രീകരിച്ചു, ഒപ്പം അവർക്ക് അവരുടെ ജോലിയിൽ സ്വയം സമർപ്പിക്കാൻ കഴിഞ്ഞു. അവർ പൂർണ്ണമായി അതിൽ ഏർപ്പെട്ടിരുന്നു എന്നത് ജീവിതത്തിലെ അവരുടെ പൂർത്തീകരണ ബോധത്തിന് സംഭാവന നൽകി എന്നത് ഒരു വസ്തുതയാണ്.

തിരഞ്ഞെടുക്കാനുള്ള അവസരമില്ലാത്തതുകൊണ്ട് തന്നെ ജോലിയെ പറ്റി സംശയത്തിനോ ഉത്കണ്ഠക്കോ ഇടമുണ്ടാവില്ല എന്ന് നിങ്ങൾ പറഞ്ഞേക്കാം. എന്നാൽ ഇന്നത്തെ ആളുകളെ പ്പോലെ ആരും നിഷ്ക്രിയമായ മിഥ്യാധാരണകളാലും ഉത്കണ്ഠ കളാലും പീഡിപ്പിക്കപ്പെട്ടില്ല – ജോലിയെക്കുറിച്ചു മാത്രമല്ല പൊതുവെ ജീവിതത്തെക്കുറിച്ചും.

തീർച്ചയായും, കൂടുതൽ തിരഞ്ഞെടുപ്പ് അർത്ഥമാക്കുന്നത് സാധ്യതകൾ വിശാലമാണെന്നത് ശ്രദ്ധിക്കേണ്ടതാണ്. എന്നാൽ പ്രധാന കാര്യം ഓപ്ഷനുകൾ ചുരുക്കുക എന്നതാണ്. ഇതുപോലെ ചിന്തിക്കുക : നിങ്ങളുടെ ശ്രമങ്ങൾ എവിടെ കേന്ദ്രീകരിക്കണമെന്ന് തീരുമാനിക്കുന്നതിന് ഊന്നൽ നൽകുക, അതിനായി ആവശ്യ മെന്ന് കരുതുന്ന വിവരങ്ങൾ മാത്രം ശേഖരിക്കുക – നിങ്ങൾക്ക് ഇപ്പോഴും വിവിധ ഓപ്ഷനുകൾ ഉണ്ടായിരിക്കുകതന്നെ ചെയ്യും.

നിങ്ങൾ നിങ്ങളുടെ ഹൃദയത്തെ ചോദ്യം ചെയ്യുകയും ജോലി തിരഞ്ഞെടുക്കുകയും ചെയ്യുമ്പോൾ അല്ലെങ്കിൽ അത് നിങ്ങളോട് പറഞ്ഞതിനെ അടിസ്ഥാനമാക്കി ഒരു പ്രവർത്തന ഗതി തീരുമാനിക്കുമ്പോൾ, നിങ്ങൾ പ്രതീക്ഷിക്കുന്ന ഫലങ്ങൾ ഉടനടി ലഭിക്കില്ലെങ്കിലും, നിങ്ങളിനി തളരില്ല.

ഇത് പ്രായോഗികമാക്കാൻ പരമാവധി ശ്രമിക്കുക. ഒരു പ്രധാനകാര്യം – റിൻസായി സ്കൂൾ ഓഫ് ബുദ്ധിസം എന്നതിന്റെ സ്ഥാപകനായ റിൻസായി ഗിഗൻ, പറഞ്ഞു :

"നിങ്ങൾ എവിടെ പോയാലും യജമാനനാകു. പിന്നെ, സ്വയം എവിടെ കണ്ടാലും, കാര്യങ്ങൾ യഥാർത്ഥത്തിൽ ഉള്ളതുപോലെ ആയിരിക്കും."

ഇതിനർത്ഥം സാഹചര്യങ്ങൾ പ്രശ്നമല്ല, ഇവിടെയും ഇപ്പോളും നിങ്ങൾക്ക് കഴിയുന്നത് ചെയ്യാൻ നിങ്ങൾ പരമാവധി ശ്രമിക്കുകയാണെങ്കിൽ, നിങ്ങൾ നിങ്ങളുടെ നായകശക്തി എന്താണെന്ന മനസ്സിലാക്കും, അല്ലെങ്കിൽ നിങ്ങൾ ആരാകാനാണ് ഉദ്ദേശിക്കുന്നതെന്നും.

വ്യാപകമായ വിവരങ്ങളാൽ ഒരു നായകൻ തെറ്റിദ്ധരിക്കപ്പെടുന്നില്ല, അവരുടെ ശ്രദ്ധ അങ്ങോട്ടും ഇങ്ങോട്ടും നയിക്കപ്പെടാൻ അനുവദിക്കില്ല. അവരുടെ നോട്ടം സ്ഥിരമായി ഒരു ദിശയിൽ ദൃഢപ്പെട്ടതാണ്.

ഒരു നായകൻ വിവരങ്ങളുടെ ആധിക്യത്തിൽ ഭ്രമിക്കുന്നില്ല, ദൃഢനിശ്ചയത്താൽ അവരുടെ പാത രൂപപ്പെടുത്തിയെടുക്കുന്നു. അവർ അവരുടെ ജീവിതം നയിക്കുന്നുവെന്ന് പൂർണ്ണമായ ഉറപ്പോടുകൂടി നിങ്ങൾക്ക് പറയാം.

നമ്മളെല്ലാം എവിടെയും എപ്പോഴും നമ്മുടെ സ്വന്തം നായകനാകാൻ കഴിവുള്ളവരാണ്.

എന്നാൽ ആദ്യം, നാം നമ്മുടെ ശ്രമങ്ങളിൽ ശ്രദ്ധ കേന്ദ്രീകരിക്കണം. ഇവിടെ ഇപ്പോൾ ശ്രദ്ധ കേന്ദ്രീകരിക്കുക.

എന്തുകൊണ്ട് ഇവിടെനിന്നും തുടങ്ങിക്കൂടാ?

15

നിങ്ങൾ എവിടെയായാലും അവിടെ തിളങ്ങിനിൽക്കുക

ഇപ്പോൾ അല്ലെങ്കിൽ, പിന്നെ എപ്പോൾ?

നിങ്ങൾ ചെയ്യുന്ന ജോലിയിൽ നിങ്ങൾ ആത്മാർത്ഥമായി ഏർപ്പെട്ടിരിക്കുകയാണോ?

നിങ്ങൾ അതിൽ ആനന്ദിക്കുകയും എല്ലാ ദിവസവും ആസ്വദിക്കുകയും ചെയ്യുന്നുണ്ടോ?

ഇപ്പോൾ, ഇതിനെ പിൻതാങ്ങാൻ എന്റെ പക്കൽ തെളിവില്ല. പക്ഷേ, ഒരുപാട് ആളുകൾ ഈ ചോദ്യങ്ങളോട് "ശരിക്കും അല്ല" എന്ന് പ്രതികരിക്കാൻ സാധ്യതയുണ്ടെന്നാണ് ഞാൻ ചിന്തിക്കുന്നത്.

പല ചെറുപ്പക്കാർക്കും എത്രയും വേഗത്തിൽ അവരുടെ ജോലിയും മറ്റും ഉപേക്ഷിച്ചുകൊടുക്കാനുള്ള പ്രവണതയുണ്ടെന്ന് എനിക്ക് തോന്നുന്നു. അല്ലെങ്കിൽ, അവരുടെ സ്ഥാനങ്ങൾ വെറുതെ ഉപേക്ഷിക്കാൻ ശ്രമിക്കുന്നു, ജോലി അവർക്ക് അനുയോജ്യമല്ല എന്ന് അവർ പറയുകയും, അല്ലെങ്കിൽ ഇത് തങ്ങളുടേതല്ലെന്നും അത് അവർ ചെയ്യാൻ ഉദ്ദേശിക്കുന്ന കാര്യമല്ല ചെയ്യുന്നതെന്നുമാണ് അവർക്ക് തോന്നുന്നത്.

“ക്ഷമ ഒരു പുണ്യമാണ്.” എന്ന പഴഞ്ചൊല്ലിന്റെ ജാപ്പനീസ് പതിപ്പ് ഒരു പാറയുടെ മുകളിൽ മൂന്ന് വർഷം എന്നതിനെ സൂചിപ്പിക്കുന്നുണ്ട്, ഏതൊരു കാര്യത്തിലും സ്ഥിരോത്സാഹം കാണിക്കാനുള്ള കഴിവും ദൃഢനിശ്ചയവും എല്ലാവർക്കും ഉണ്ടെന്നും അവർ സ്വയം അത് പ്രയോഗിക്കുകയാണെന്നുമാണ്.

ഈ ആശയം ഭൂതകാലത്തിന്റെ ഒരു തിരുശേഷിപ്പുപോലെ തോന്നുകയുണ്ടെങ്കിലും, ഇപ്പോൾ നിലവിലില്ലാത്തത് ബോധമാണ്.

ഇക്കാലത്ത് ആളുകൾ അസംതൃപ്തരാണെന്ന് തോന്നുന്നു, ഊർജ്ജസ്വലതയുടെ അഭാവം. ഇത് ഒരു പൊതു വികാരമായി തോന്നുന്നു. ഇത് വിരുദ്ധമായി തോന്നാം. പക്ഷേ, ഇന്നത്തെ തലമുറയ്ക്ക് ജോലിക്കാര്യത്തിൽ മുതൽ സ്വകാര്യജീവിതത്തിന്റെ കാര്യത്തിൽ വരെ എന്തിലും – “ബോറടിപ്പിക്കുന്ന” പോലെ എന്ന ചിന്ത കൊണ്ടുവരാനുള്ള പ്രവണത ഉണ്ടെന്ന് ചിന്തിക്കാതിരിക്കാൻ എനിക്ക് സാധിക്കുന്നില്ല.

വിരസത അസംതൃപ്തിയിലേക്കും മുറുമുറുപ്പിലേക്കും നയിക്കുന്നു, അത് ആശങ്കയുടെ വിത്തുകളായി മാറുന്നു. ഇനിപ്പറയുന്നവ നിങ്ങളെ സംബന്ധിച്ചും ശരിയാണോ എന്ന് സ്വയം ചോദിക്കുക :

ജോലി ചെയ്യുമ്പോൾ അത് എന്തുതന്നെ ജോലിയായാലും അതിൽ ആത്മാർത്ഥമായി മുഴുകാൻ നിങ്ങൾക്ക് കഴിയുന്നുണ്ടോ? നിങ്ങളുടെ ജീവിതം നിങ്ങൾ എങ്ങനെയൊക്കെ നയിച്ചാലും, നിങ്ങൾക്ക് അതിൽ മികവ് പുലർത്താൻ കഴിയുകയും അതിൽ ആനന്ദിക്കുകയും ചെയ്യുന്നുണ്ടോ?

നിങ്ങളുടെ ഉത്തരം എന്തായിരുന്നു?

ഒരു കാര്യം തീർച്ചയാണ് : ആത്മാർത്ഥമായി ജോലിയിൽ മുഴുകുകയെന്നത് വെറുതെ ഒരിടത്തും യാഥാർത്ഥ്യമാകുന്നില്ല. നിങ്ങൾ ആഗ്രഹിക്കുന്ന ജീവിതത്തിനായി നിങ്ങൾ വെറുതെ കാത്തിരുന്നതുകൊണ്ട് കാര്യമില്ല.

അതിനാൽ, നിങ്ങൾ ഇവിടെ ചെയ്യുന്ന ജോലിയിൽ പൂർണ്ണമായും ഇപ്പോഴും എപ്പോഴും മുഴുകിയിരിക്കണം. നിങ്ങൾ

ജീവിക്കുന്ന ഈ നിമിഷത്തിൽ ആനന്ദം കണ്ടെത്തുകയല്ലാതെ മറ്റൊരു മാർഗ്ഗവുമില്ല.

ഇത് എങ്ങനെ ചെയ്യാമെന്നതിനെക്കുറിച്ചുള്ള ഒരു സൂചന നൽകുന്ന ഒരു സെൻഗോ ഉണ്ട് : "ഈ മഹത്തായ ഭൂമിയെ സ്വർണ്ണമാക്കി മാറ്റുക."

അതിനർത്ഥം നിങ്ങൾ എവിടെയായിരുന്നാലും നിങ്ങളുടെ പരമാവധി ചെയ്തുകൊണ്ട് ഇവിടെ ഇപ്പോൾ എല്ലാം നൽകുക എന്നാണ്. ഇത് നിങ്ങളിരിക്കുന്ന ഇടത്തെ തിളക്കമുള്ളതാക്കുകയും അവ സ്വർണ്ണംപോലെ തിളങ്ങുകയും ചെയ്യും.

സ്വർണ്ണംപോലെ തിളങ്ങുന്ന ഭൂമി എന്നൊന്നില്ല. അങ്ങനെ യൊന്ന് ഉണ്ടാക്കുന്നത് നിങ്ങളാണ്. നിങ്ങളുടെ ജോലി നിങ്ങൾക്ക് അനുയോജ്യമല്ലെന്ന് തോന്നിയാലും, അല്ലെങ്കിൽ അത് നിങ്ങൾ ചെയ്യാൻ ആഗ്രഹിക്കുന്നതല്ലെങ്കിൽ കൂടിയും, അതിൽ മുഴുകിക്കൊണ്ട് നിങ്ങൾ ഏർപ്പെട്ടിരിക്കുന്ന നിങ്ങളുടെ ജോലി ചെയ്യുക.

നിങ്ങൾ ഇപ്പോളിവിടെ ചെയ്യുന്ന കാര്യങ്ങളിൽ ആത്മാർത്ഥമായി മുഴുകുന്നില്ലെങ്കിൽ, പിന്നെ എവിടെയെങ്കിലും എപ്പോഴെങ്കിലും ചെയ്യുമെന്ന് നിങ്ങൾ കരുതുന്നുണ്ടോ?

ഡോഗൻ സെൻജിയുടെ ജീവിതത്തിന്റെ ഒരു സന്ദർഭത്തിൽ പറഞ്ഞിട്ടുണ്ട് :

പരിശീലനത്തിന്റെ തുടക്കത്തിൽ അദ്ദേഹം റൂജിംഗ് എന്ന അധ്യാപകന്റെ കീഴിൽ പഠിക്കാൻ ചൈനയിലെ ടിയാന്റോങ് പർവ്വതത്തിൽ പോയി. ഒരു ദിവസം ഡോഗൻ സെൻജി, ക്ഷേത്രത്തിലെ പ്രധാന പാചകക്കാരനായി സേവനമനുഷ്ഠിക്കുന്ന ഒരു വൃദ്ധനായ പുരോഹിതനെ കണ്ടു, ജ്വലിക്കുന്ന സൂര്യന്റെ വേനൽ ചൂടിൽ ഉണങ്ങാനായി കൂൺ ഇടുകയാണ്, അദ്ദേഹം തൊപ്പി ധരിക്കുകയും ചെയ്തിട്ടില്ല. ഡോഗൻ സെൻജി വൃദ്ധനായ ആ പാചകക്കാരനെ വിളിച്ച്, "നിങ്ങൾ എന്തിന് ഇപ്പോൾ ഈ ജോലി ചെയ്യണം? ഈ ചൂടത്ത്? സൂര്യന്റെ കിരണങ്ങൾ ഒന്നു ശമിക്കുന്നതുവരെ കാത്തിരിന്നുകൂടെ."

“ഇപ്പോഴല്ലാതെ വേറെ സമയമില്ല” വൃദ്ധ പുരോഹിതൻ മറുപടി പറഞ്ഞു.

“ഈ ജോലി ഇപ്പോഴല്ലെങ്കിൽ ഉചിതമായ സമയം എപ്പോളായിരിക്കും? ആ സമയം ഒരിക്കലും വരില്ല.”

ഡോഗെൻ സിൻജിക്ക് ആ പഴയ പാചകക്കാരന്റെ വാക്കുകൾ ആഴത്തിൽ മതിപ്പുളവാക്കിയതായി പറയപ്പെടുന്നു. ഞങ്ങൾക്ക് ഇപ്പോൾ മാത്രമേയുള്ളൂ, ഞങ്ങൾക്ക് ഇവിടെ മാത്രമേ ഉള്ളൂ എന്ന് അംഗീകരിക്കാൻ നിങ്ങൾ മനസ്സ് വെച്ചാൽ, നിങ്ങൾക്ക് ആത്മീയ പുരോഗതിക്കുള്ള ഒരു തന്ത്രം പഠിക്കാം – അത് നിങ്ങളുടെ ജോലിയെക്കുറിച്ച് ഗൗരവതരമായിരിക്കാൻ നിങ്ങളെ പ്രാപ്തരാക്കും, ഒപ്പം ജീവിതം ആസ്വദിക്കുന്നതിനും.

ആർക്കുവേണമെങ്കിലും ചെയ്യാൻ കഴിയുമെന്ന് കരുതി നിങ്ങൾ ചെയ്ത ജോലി നിങ്ങളുടെ കൈകളിൽ വന്നപ്പോൾ അതിനുണ്ടായ രൂപമാറ്റം, അത് പഴയതിൽനിന്നും വളരെ വ്യത്യാസപ്പെട്ടതായി നിങ്ങൾക്ക് കാണാൻ കഴിയും.

നിങ്ങളുടെ പരമാവധി ചെയ്യാനുള്ള ത്വരയിൽ നിങ്ങൾ ഇവിടെയും ഇപ്പോഴും മുഴുകിയിരിക്കുന്നതായി നിങ്ങൾക്ക് കാണാൻ സാധിയ്ക്കും. അപ്പോൾ നിങ്ങളെ ചുറ്റിപ്പറ്റിയുള്ള ലോകം മുമ്പത്തേതിനേക്കാൾ തികച്ചും വ്യത്യസ്തമായി കാണപ്പെടുന്നു.

കാര്യങ്ങളെ നിങ്ങളുടെ സ്വതസിദ്ധമായ രീതിയിലൂടെ ചെയ്യുമ്പോൾ, ആർക്കും ചെയ്യാൻ കഴിയുന്ന ജോലി നിങ്ങളുടെ പ്രത്യേക രീതിയിൽ നിങ്ങൾക്ക് മാത്രം ചെയ്യാൻ കഴിയുന്ന ജോലിയായി മാറുന്നു.

മറ്റുള്ളവർ ചിന്തിക്കാൻ തുടങ്ങിയേക്കാം അവർക്ക് എങ്ങനെ നിങ്ങളെ പ്രതിഫലിപ്പിക്കുന്ന രീതിയിൽ കാര്യങ്ങൾ ചെയ്യാൻ കഴിയുമെന്നത്.

അങ്ങനെയാണ് നിങ്ങൾ ഒരു മതിപ്പ് ഉണ്ടാക്കുന്നതും ഒരു സാന്നിധ്യം സൃഷ്ടിക്കുന്നതും.

നിങ്ങൾ പൂർണ്ണഹൃദയത്തോടെ സ്വയം പ്രയോഗിക്കുമ്പോൾ,

നിങ്ങൾക്ക് ആ സന്ദർഭം നിറവേറ്റാനും അതിൽ ആനന്ദിക്കാനും സാധിക്കും. സംശയവും ഉത്കണ്ഠയും ഇല്ലാതാകുന്നു, നിങ്ങൾ കാര്യങ്ങൾ കൂടുതൽ നല്ലതായി കാണുന്നു.

പിന്നെ, ഇവിടെയും ഇപ്പോഴും, നിങ്ങൾ തിളങ്ങുന്നു.

നിങ്ങൾ സ്വയം ഇടപെടുന്നിടത്തെല്ലാം നിങ്ങളുടെ പാദങ്ങൾ നിലത്ത് ഉറപ്പിച്ച് വെക്കുക, നിങ്ങൾ തഴച്ചുവളരും.

16

നിങ്ങളുടെ വികാരങ്ങൾക്ക് എതിരായി പോകരുത്

ഇങ്ങനെയാണ് കാര്യങ്ങൾ അനിയന്ത്രിതമാകുന്നത്

നിങ്ങൾ എല്ലായ്പ്പോഴും ഓരോന്നിനെയോർത്ത് വിഷമിക്കുന്നു, അല്ലെങ്കിൽ പെട്ടെന്ന് ദേഷ്യപ്പെടുന്നു. നിങ്ങളുടെ വികാരങ്ങളിൽ കൂടുതൽ നിയന്ത്രണം നേടാൻ എങ്ങനെ കഴിയും?

അതിനായി ഞാൻ നിർദ്ദേശിക്കുന്നത്, നിങ്ങൾ ഒരു സാമട്ടിലേക്ക് വന്നിട്ട് *മുഷിൻ* എന്ന് വിളിക്കുന്ന താൽപര്യമില്ലാത്ത അവസ്ഥ കൈവരിക്കുകയെന്നാണ്.

നിങ്ങൾ മനസ്സില്ലാത്ത അവസ്ഥയിൽ ആയിരിക്കുമ്പോൾ, നിങ്ങളുടെ വികാരങ്ങളാൽ നിങ്ങൾ തളരില്ല. അതിലും കൂടുതൽ, സന്തോഷത്തിനും സങ്കടത്തിനുമിടയിൽ പ്രതീക്ഷയുടെയും നിരാശയുടെയും ഇടയിൽ കേറിയിറങ്ങി നിൽക്കുന്നതിനുപകരം, നിങ്ങളുടെ മാനസികാവസ്ഥ എപ്പോഴും ശാന്തമാണ്.

എന്നിരുന്നാലും, *മുഷിൻ* ഒരു ലളിതമായ ജോലിയല്ല – അത് നേടാൻ വളരെ ബുദ്ധിമുട്ടാണ്. പ്രത്യേകിച്ചും സാസേണിൽ ഇരിക്കുമ്പോൾ, നിങ്ങളുടെ മനസ്സിന് "ശൂന്യമാക്കുക" എന്നതിലേ

ക്കുള്ള ശക്തമായ ഉൾപ്രേരണ ഉണ്ടാകാം, അത് നിങ്ങളെ വലയ്ക്കുന്ന കാര്യമായി മാറുന്നു. നിങ്ങളുടെ ചിന്തകൾ അനിവാര്യമായ ചുറ്റുപാടിൽ മാത്രമേ അവസാനിക്കൂ, "ഒന്നും ചിന്തിക്കരുത്" എന്നതിൽ.

സാസേണിൽ ഇരിക്കുമ്പോൾ, നിങ്ങളുടെ മനസ്സിലേക്ക് ചിന്തകളുടെ കുത്തൊഴുക്ക് തീർച്ചയാണ്.

അതിനെ തടയാൻ ശ്രമിക്കരുത്. നിങ്ങളുടെ കൂടെത്തന്നെ അവ ഒഴുകട്ടെ, അവ ഒഴുകിപ്പോകട്ടെ.

അവ സ്വയം ചിതറിപ്പോകും.

പ്രത്യക്ഷപ്പെടുകയും അപ്രത്യക്ഷമാവുകയും ചെയ്യുന്ന ഈ ചിന്തകളുടെ ഒഴുക്കിന് വഴങ്ങുക. *മുഷിൻ*-ന്റെ മാനസികാവസ്ഥയെ നിങ്ങൾ സമീപിക്കുന്നത് ഇങ്ങനെയാണ്.

നിങ്ങൾ ഒരു കുളത്തിലേക്ക് ഒരു കല്ല് വലിച്ചെറിയുമ്പോൾ, അത് പുറത്തേക്ക് പടരുന്ന തരംഗങ്ങൾ സൃഷ്ടിക്കുന്നു. നിങ്ങളുടെ കൈവെച്ചുകൊണ്ട് വെള്ളത്തിന്റെ അലകളെ ശാന്തമാക്കാൻ നിങ്ങൾ ശ്രമിക്കുകയാണെങ്കിൽ, അത് കൂടുതൽ സങ്കീർണ്ണമായ അലകൾ സൃഷ്ടിക്കും. അങ്ങനെതന്നെ അനുവദിക്കുകയാണെങ്കിൽ തരംഗങ്ങൾ ക്രമേണ ശാന്തമാകുന്നത് നിങ്ങൾ കാണുകയും ഒടുവിൽ ഉപരിതലം വീണ്ടും കണ്ണാടി പോലെയാകുകയും ചെയ്യും.

നിങ്ങളുടെ മനസ്സും വ്യത്യസ്തമല്ല.

ഒരു സെൻഗോ പറയുന്നതുപോലെ, "മേഘം അഹന്തയില്ലാത്തതാണ്, മലയിടുക്കിൽ അത് ഇല്ലാതാവുന്നില്ല."

ഇതിനർത്ഥം മേഘം ഒന്നിലും വലയുന്നില്ല എന്നാണ്; അത് കാറ്റിനോടൊപ്പം രൂപം മാറുന്നു, അത് വിളിക്കപ്പെടുന്നിടത്തേക്ക് പോകുന്നു, ഒരിക്കലും അത് ഒരു മേഘത്തിൽ നിന്ന് മാറുന്നില്ല. ഇത് *മുഷിൻ* പ്രകടമാക്കുന്നു.

എല്ലാത്തരം സാഹചര്യങ്ങളും നാം അനുദിനം അഭിമുഖീകരിക്കുന്നു. നല്ല കാര്യങ്ങളും മോശമായ കാര്യങ്ങളും, നമ്മളെ സന്തോഷിപ്പിക്കുന്ന കാര്യങ്ങളും അതുപോലെ നമുക്ക്

പാലിക്കാൻ സാധിക്കാത്ത കാര്യങ്ങളും. എന്തുതന്നെയായാലും, നാം നമ്മെത്തന്നെ ചങ്ങലകളാക്കാൻ അനുവദിച്ചാൽ അവരാൽ നാം വലിയ കുഴപ്പത്തിലാകും.

"അദ്ദേഹം പറഞ്ഞത് എനിക്ക് വിശ്വസിക്കാനാവുന്നില്ല! എന്തൊരു വിഡ്ഢിത്തം – എനിക്ക് അവനുമായി ഇനി ഒരു ഇടപാടുമില്ല!"

നമ്മുടെ ഹൃദയത്തിൽ ഉയരുന്ന കോപത്തിന്റെ ഈ പൊട്ടിത്തെറികളെ ചെറുക്കാൻ നമ്മൾ പാടുപെടുന്നു. നാം അവയാൽ വിഴുങ്ങപ്പെടുന്നു. അവ നമ്മുടെ മനസ്സിൽ നിറയുമ്പോൾ, പ്രക്ഷുബ്ധത ഉടലെടുക്കുന്നു, വഴങ്ങാൻ വിസമ്മതിക്കുന്നു.

തീർച്ചയായും, മാനുഷിക വികാരങ്ങൾ നമ്മുടെ അസ്തിത്വത്തിന്റെ സത്തയാണ്, അതിനാൽ അവയ്ക്ക് നമ്മെത്തന്നെ ഏൽപ്പിക്കുന്നത് സ്വാഭാവികമാണ്, എന്നാൽ നമ്മൾ അവയെ മറികടക്കാൻ എന്തും ചെയ്യാൻ ശ്രമിക്കുമ്പോൾ നമുക്കതിന് കഴിയും, അവർ എപ്പോഴും നമ്മുടെ മനസ്സിൽ മുന്നിട്ടുനിൽക്കും, നാം ഒരിക്കലും അവരിൽ നിന്ന് ഒഴിഞ്ഞുമാറുകയുമില്ല.

ഭൂമിയിലേക്ക് വലിച്ചെറിയപ്പെടുന്ന ഒരു മരം ഉറക്കുകയും ചലനരഹിതമാകുകയും ചെയ്യുന്നു. കാറ്റ് എങ്ങനെ വീശിയാലും അത് അതേപടി നിലനിൽക്കുന്നു. എന്നിരുന്നാലും, ഒടുവിൽ, കാറ്റ് വേണ്ടത്ര ശക്തമായാൽ, തടി പൊളിയാൻ സാധ്യതയുണ്ട്.

നേരെമറിച്ച്, മുള മൃദുവായതും കാറ്റിൽ വളയുന്നതുമാണ് കൊടുങ്കാറ്റിലും അത് പൊട്ടിപ്പോകില്ല. കൊടുങ്കാറ്റ് ശമിച്ചു കഴിഞ്ഞാൽ, മുള അതിന്റെ സ്വാഭാവിക രൂപത്തിലേക്ക് മടങ്ങുന്നു, ഉയരത്തിലും നിവർന്നും നിൽക്കുന്നു. അത് കാറ്റിന് കീഴടങ്ങുന്നു – കാറ്റ് വീശുമ്പോഴും നിലക്കുമ്പോഴും.

തീവ്രമായ ചിന്തകളോടും വികാരങ്ങളോടും നിസ്സംഗത പുലർത്തേണ്ട ആവശ്യമില്ല. അവ ദൃശ്യമാകുമ്പോഴും അപ്രത്യക്ഷമാകുമ്പോഴും അവയുടെ ഒഴുക്കിന് വഴങ്ങുക.

ഇങ്ങനെയാണ് അവയ്ക്ക് നിയന്ത്രണമില്ലാതെ കഴിയേണ്ടത്.

അവ ശ്രദ്ധയിൽ വന്നാൽ, പിരിമുറുക്കം കുറയാൻ അനുവദിക്കുകയും "ഇപ്പോൾ" എന്നതിൽ ശ്രദ്ധ കേന്ദ്രീകരിക്കുകയും ചെയ്യുക. നിങ്ങളുടെ മനസ്സ് വിശ്രമിക്കും ഒപ്പം അയവുള്ളതായിത്തീരും.

നമ്മളിതാ *മുഷിനി*ലേക്ക് അഥവാ നോ-മൈൻഡെഡ്നെസ്സ് അവസ്ഥയിലേക്ക് എത്തിച്ചേരുന്നു, മനസ്സില്ലാത്ത അവസ്ഥ.

17

നിങ്ങളുടെ സായാഹ്നങ്ങൾ ശാന്തമുള്ളതാക്കുക

വൈകിയ രാത്രികൾ വലിയ തീരുമാനങ്ങൾ എടുക്കാനുള്ള സമയമല്ല

ഞാൻ ചോദിക്കട്ടെ : നിങ്ങളുടെ സായാഹ്നങ്ങൾ ശാന്തമാണോ?

സെൻ പരിശീലനത്തിന്റെ ഒരു ഭാഗം രാത്രിസമയത്തെ സാസെനാണ്.

ചില സോട്ടോ സെൻ ക്ഷേത്രങ്ങളിൽ ഇത് ആരംഭിക്കുന്നത് രാത്രി എട്ടു മണിക്കാണ്. സന്യാസികൾക്ക്, ഉറങ്ങുന്നതിനുമുമ്പ് മനസ്സിനെ ശാന്തമാക്കുന്നത് ഒരു രാത്രികാല ചടങ്ങാണ്.

ഇത് പരിഗണിക്കുക : ഓരോ രാത്രിക്ക് ശേഷം, ജോലി കഴിഞ്ഞ് നിങ്ങൾ ഒരു ബാറിൽ സ്വയം കണ്ടെത്താറുണ്ടോ, നിങ്ങളുടെ ഗ്ലാസ്സിനോട് പരാതിപ്പെടുകയാണോ? നിങ്ങളുടെ പരാധീനതകൾ കുടിച്ചുതീർക്കുന്നത് ഒരു താൽക്കാലിക പരിഹാരമായിരിക്കാം. പക്ഷേ, അത് അത്ര മികച്ചതല്ലെന്ന് നിങ്ങൾക്ക് അടുത്ത ദിവസം തോന്നും, അല്ലേ?

നിങ്ങളുടെ സായാഹ്നങ്ങൾ ശാന്തമാക്കുന്നത് അതിശയ

കരമാംവിധം ബുദ്ധിമുട്ടാണ്. പകൽ സമയത്ത്, ജോലിത്തിരക്ക് നിങ്ങളുടെ ഉത്കണ്ഠ, ആകുലത, ഭയം എന്നിവ മറയ്ക്കുന്നു, എന്നാൽ രാത്രിയിൽ, ഇവ ഉയർന്ന അശാന്തിയിലേക്ക് വലിച്ചെറിയപ്പെടുന്നു.

നിങ്ങളുടെ മനസ്സ് അവയിൽ കുടുങ്ങിയാൽ, അവരെ സ്വതന്ത്ര രാക്കുന്നത് ബുദ്ധിമുട്ടായിരിക്കും. ഇത് രാത്രിയുടെ ഇരുട്ടുമായി ശക്തമായി ബന്ധപ്പെട്ടിരിക്കുന്നുവെന്ന് ഞാൻ കരുതുന്നു, എന്നാൽ കൂടുതൽ ആശങ്ക ജനിപ്പിക്കുക എന്നത് രാത്രിയിലെ ആശങ്കയുടെ മുഖമുദ്രയാണ്, കൂടാതെ സംശയങ്ങൾ പിടിമുറുക്കുകയും ചെയ്യുന്നു.

ഉറക്കമില്ലാത്ത ഒരു രാത്രിക്ക് ശേഷം, നമുക്കെല്ലാവർക്കും പ്രഭാത വെളിച്ചത്തിൽ കാര്യങ്ങൾ തികച്ചും വ്യത്യസ്തമായി തോന്നിയ അനുഭവം ഉണ്ടായിട്ടില്ലേ? നിങ്ങളുടെ പ്രശ്നങ്ങൾ അത്ര ഭയാനകമായി തോന്നുന്നില്ല, നിങ്ങൾ എന്തിനാണ് ഇത്ര വിഷമിച്ചതെന്ന് നിങ്ങൾ ചിന്തിക്കുന്നു.

രാത്രി വൈകി എടുക്കുന്ന തീരുമാനങ്ങൾ പിഴവുകൾക്ക് സാധ്യതയേകുന്നുണ്ട്. എന്തിനധികം, നിങ്ങളുടെ മനസ്സിലെ എല്ലാ ആശങ്കകളും നിങ്ങളുടെ തലച്ചോറിനെ ഉത്തേജിപ്പിക്കുകയും ഉറങ്ങുന്നത് അസാധ്യമാക്കുകയും ചെയ്യുന്നു.

ഇക്കാരണത്താൽ, നിങ്ങളുടെ സായാഹ്നങ്ങൾ ശാന്തമാക്കുന്ന തിനുള്ള ഒരു തന്ത്രമാണ് കഴിയുന്നതും ആ സമയത്ത് തീരുമാന ങ്ങൾ എടുക്കുന്നത് പരമാവധി ഒഴിവാക്കുകയെന്നത്.

ഈ ഉപദേശം അറിയപ്പെടുന്ന ഒരു സാമ്പത്തിക ശാസ്ത്രജ്ഞ നായ വ്യക്തിയുടെ അനുഭവത്തെ അടിസ്ഥാനമാക്കിയുള്ളതാണ്. രാത്രി സമയമായിരുന്നു അദ്ദേഹം ടിവിയിൽനിന്നും ഇന്റർ നെറ്റിൽനിന്നും വിവരങ്ങൾ ശേഖരിക്കുന്നത്. പക്ഷേ, ഒരു ഘട്ടത്തിൽ അദ്ദേഹം അത് നിർത്താൻ തീരുമാനിച്ചു – വൈകു ന്നേരങ്ങളിലെ എല്ലാ വാർത്തകളിൽ നിന്നും വിട്ടുനിന്നു. പ്രഭാത ങ്ങളിൽ അദ്ദേഹത്തിന് മുമ്പത്തേക്കാളും കൂടുതൽ സ്ഥിരതയുള്ള തായി തോന്നി. തീരുമാനങ്ങൾ എടുക്കുന്നതിനെക്കുറിച്ച് കൂടുതൽ വ്യക്തതയും വന്നു.

നിങ്ങൾ വിവരങ്ങൾ ശേഖരിക്കുമ്പോൾ, നിങ്ങൾക്കത് സംസ്കരിക്കാനോ തള്ളിക്കളയാനോ സാധിക്കില്ല.

അത് തടയുക.

വൈകുന്നേരങ്ങളെ ശാന്തമാക്കാൻ ഇത് ഏറ്റവും പ്രധാനപ്പെട്ട വഴികളിൽ ഒന്നാണെന്ന് തോന്നുന്നു.

ശാന്തത പ്രോത്സാഹിപ്പിക്കുന്നതിനുള്ള മറ്റൊരു ഫലപ്രദമായ മാർഗ്ഗം നിങ്ങൾക്ക് സന്തോഷം തോന്നുന്നതും ശാന്തമാക്കുന്നതുമായ കാര്യങ്ങൾ ചെയ്യാൻ സമയം കണ്ടെത്തുക എന്നതാണ് .

തീർച്ചയായും, ഇത് ഓരോ വ്യക്തിക്കും വ്യത്യസ്തമായിരിക്കും. ചില ആളുകൾ ഒരു നോവൽ വായിക്കാനോ ആശ്വാസകരമായ ഒരു കവിതാസമാഹാരത്തിന്റെ പേജുകൾ പരിശോധിക്കാനോ ആയിരിക്കും ഇഷ്ടപ്പെടുന്നത്.

നിങ്ങൾക്ക് സംഗീതം കേൾക്കാൻ താല്പര്യമുണ്ടെങ്കിൽ, രാത്രി അങ്ങനെ ചെയ്യുന്നതിനുള്ള നിങ്ങളുടെ സമയമാക്കുക. നിങ്ങൾക്ക് ക്രാഫ്റ്റിംഗ് അല്ലെങ്കിൽ മറ്റൊരു ഹോബി ഏറ്റെടുക്കാൻ താല്പര്യമുണ്ടെങ്കിൽ, വൈകുന്നേരത്തെ അതിനുള്ള സമയമാക്കുക.

നിങ്ങൾ ചന്ദനത്തിരി അല്ലെങ്കിൽ നിങ്ങളുടെ പ്രിയപ്പെട്ട മെഴുകുതിരി കത്തിച്ച് ഒരു നീണ്ട കുളി നടത്താൻ ഇഷ്ടപ്പെട്ടേക്കാം.

നിങ്ങൾ സന്തോഷത്തിനായി സമയം കണ്ടെത്തുമ്പോൾ, നിങ്ങൾക്ക് സ്വാഭാവികമായും ശാന്തത അനുഭവപ്പെടുകയും കൂടുതൽ സുഖകരമാകുകയും ചെയ്യും. ഉറങ്ങുന്നതിനുമുമ്പ് ഇത് ഒരു സായാഹ്ന ആചാരമാക്കുന്നത് രാത്രികാലത്തെ സാസിനേക്കാൾ കുറഞ്ഞ സെൻ അല്ല. നിങ്ങളുടെ ഉറക്കത്തിന്റെ ഗുണനിലവാരം നിങ്ങൾ മെച്ചപ്പെടുത്തുന്നു, നിങ്ങൾ ഉന്മേഷത്തോടെ ഉണർന്ന് പകലിനെ നേരിടാൻ തയ്യാറാകും.

ഭാഗം മൂന്ന്

മത്സരങ്ങളിൽ നിന്നും മാറിനിൽക്കുക, ബാക്കിയെല്ലാം യഥാസ്ഥാനത്ത് എത്തുകതന്നെ ചെയ്യും

"എല്ലാവർക്കും അവരവരുടെ വ്യക്തിത്വങ്ങളുണ്ട്, ഞാൻ എങ്ങനെയോ, അങ്ങനെയാണ്"

18

ജയവും തോൽവിയും നിശ്ചയിക്കരുത്

ജയിച്ചാലും തോറ്റാലും പ്രശ്നമില്ല

"ഈയിടെ വന്ന് സ്ഥാനക്കയറ്റം ലഭിച്ച അയാളുടെ കീഴിൽ ജോലി ചെയ്യുവാൻ എനിക്ക് ബുദ്ധിമുട്ടുണ്ട്!"

"അയാൾ ഈ മാസത്തെ വകുപ്പുതല റാങ്കിംഗ് പോസ്റ്റ് ചെയ്തു, എന്തുചെയ്യും?"

സാധാരണമായി പ്രകടനത്തെ അടിസ്ഥാനമാക്കിയുള്ള സംവിധാനങ്ങളുടെ കാരണത്താൽ ആധുനിക ജോലിസ്ഥലത്ത് ഏതൊരാളും കൈവരിക്കുന്ന നേട്ടങ്ങളെക്കുറിച്ച് സ്പഷ്ടമായി ബോധവാനായിരിക്കും.

ഇത് നിങ്ങളുടെ ഫലങ്ങൾ മറ്റുള്ളവരുടേതുമായി താരതമ്യം ചെയ്യുന്നതിലേക്ക് നയിക്കുന്നു.

നിങ്ങൾ ഒരു മത്സരത്തിലാണെന്നത് പോലെയാണ്.

തീർച്ചയായും, മത്സരം പ്രചോദനം നൽകും.

എന്നാൽ അതേ സമയം, അത് എല്ലാവരെയും കേവലം വിജയികളോ അല്ലെങ്കിൽ പരാജിതരോ ആയി ചുരുക്കും –

അതിനാൽ കമ്പനിയിൽ നിങ്ങളുടെ കൂടെത്തന്നെ ജോലി ആരംഭിച്ച മറ്റുള്ളവരെക്കാളും കൂടുതൽ നന്നായി നിങ്ങൾ പ്രവർത്തിക്കുകയാണെങ്കിൽ, അപ്പോൾ നിങ്ങൾ ലോകത്തിന്റെ മുകളിലാണ്, എന്നാൽ നിങ്ങളുടെ പ്രകടനം അത്ര മികച്ചതല്ലെങ്കിൽ, നിങ്ങൾ ആകെ കൊട്ടും സംഭ്രമത്തിലേക്ക് വീഴും. ഈ വൈകാരിക വ്യതിയാനങ്ങളുടെ കാരുണ്യത്തിലാണ് നിങ്ങൾ എപ്പോഴും. നിസ്സംശയമായി, ഇത് മത്സരത്തിന്റെ ഒരു വശമാണ്.

ഗണ്യമായ അളവിലുള്ള ജോലിയുടെ സമ്മർദ്ദത്തിന്റെ ഉറവിടം എന്നത് ജയിക്കാനും തോൽക്കാനുമുള്ള അമിതമായ ഊന്നൽ ആണെന്ന് എനിക്ക് തോന്നുന്നു.

അതിലുപരിയായി, നിങ്ങൾ എല്ലായ്പ്പോഴും ചിന്തിക്കുന്നത് ജയവും തോൽവിയും ആണെങ്കിൽ, അത് എന്തു വിലകൊടുത്തും ഒരു വിജയത്തെ നേടുന്ന ഒരു മാനസികാവസ്ഥയെ പ്രോത്സാഹിപ്പിക്കുന്നു. നിങ്ങളുടെ സഹപ്രവർത്തകരുമായി പങ്കിടാൻ ഉദ്ദേശിച്ചിട്ടുള്ള വിവരങ്ങൾ നിങ്ങൾ തന്നെ സൂക്ഷിക്കുന്നതിലേക്ക് നയിക്കുകയും, അവർ തെറ്റുകൾ വരുത്തുമെന്ന് രഹസ്യമായി പ്രതീക്ഷിക്കുകയും ചെയ്യുന്നു.

ഇത് ഖേദകരമാണ്. ആളുകൾ മറ്റുള്ളവരെ വീഴ്ത്താനോ പുറകിൽനിന്ന് കുത്താനോ ഉള്ള അവസരം ബിസിനസ്സ് ലോകത്ത് അസാധാരണമല്ല.

ഈ സമയത്താണ് നമ്മൾ പ്രശ്നങ്ങളിൽ അകപ്പെടാൻ തുടങ്ങുന്നത്.

എന്തുവേണമെങ്കിലും ചെയ്ത് നിങ്ങൾ വിജയിക്കുന്നുവെന്ന് കരുതുക. നിങ്ങളുടെ വിജയം ആഘോഷിക്കുന്നതിൽ നിങ്ങൾക്ക് യാതൊരു മടിയുമില്ലേ? നിങ്ങൾ വിജയിച്ച വഴിയെക്കുറിച്ച് ഒരു കുറ്റബോധവും തോന്നുന്നില്ലേ?

എന്തു വിലകൊടുത്തും വിജയിക്കുന്നത് മോശം വികാരങ്ങൾ അവശേഷിപ്പിക്കുന്നു.

അത് മനുഷ്യപ്രകൃതം മാത്രമാണ്.

ജയിക്കാനും തോൽക്കാനുമുള്ള ഈ അഭിനിവേശം ഉപേക്ഷിക്കേണ്ട സമയമായില്ലേ?

ഒരു സെൻഗോ പറയുന്നു, "എട്ട് വശങ്ങളിലും നിന്ന് കാറ്റ് വീശിയാലും, നിങ്ങളുടെ സ്ഥാനത്ത് നിന്നും അനങ്ങരുത്."

നമ്മുടെ ജീവിതത്തിൽ പലതരം കാറ്റുകൾ നമ്മെ ബാധിക്കുന്നു. ചിലപ്പോൾ നമുക്ക് അനുകൂലമായ കാറ്റ് വീശുന്നു, ചിലപ്പോൾ പ്രതികൂലമായ കാറ്റ് നമ്മുടെ ചുറ്റും വീശുന്നു. എന്നാൽ ഈ ഓരോ കാറ്റിലും നാം അനങ്ങാതെ നിൽക്കുകയാണെങ്കിൽ, പിന്നെ അവയെല്ലാം നമുക്ക് വിവേചിച്ചറിയാം.

നമ്മുടെ പ്രകടനം നമ്മുടെ സഹപ്രവർത്തകരെ മറികടക്കുമ്പോൾ, അത് അനുകൂലമായ കാറ്റ് പോലെ അനുഭവപ്പെടുന്നു. എന്നാൽ നാം സഹപ്രവർത്തകരെക്കാൾ പിന്നിലാകുമ്പോൾ, ഇത് ഒരു പ്രതികൂല കാറ്റായി നമുക്ക് അനുഭവപ്പെടാം. എന്നിരുന്നാലും, ഇത് "ജയം" "തോൽവി" എന്നൊന്നല്ല.

ഇത് വിവിധങ്ങളായ ഇടവിട്ടുള്ള കാറ്റുകളുടെ വീശൽ മാത്രമാണ്. നമ്മൾ അവയെ തികച്ചും പ്രകൃതിയുടെ ഭാഗമായി മാത്രം കാണുക.

ഈ സാഹചര്യങ്ങളെ ആത്മാർത്ഥതയോടെ നേരിടുക എന്നതാണ് അതിനായി ചെയ്യേണ്ടത്.

ഇതിനർത്ഥം കാര്യങ്ങളെ മറ്റൊരാളുടെ വീക്ഷണകോണിൽ നിന്ന് നോക്കുന്നതിനുപകരം, നാം ഉള്ളിലേക്ക് നോക്കണം, നമ്മുടെ സ്വന്തം ഹൃദയത്തിലേക്ക്.

"നിങ്ങളുടെ കഴിവിന്റെ മുഴുവനും ഈ പ്രോജക്റ്റിന് നൽകിയോ?"

"ആ ഘട്ടത്തിൽ കാര്യങ്ങൾ ഉപേക്ഷിക്കുന്നതിനു നിങ്ങൾ തീരുമാനിച്ചു. പക്ഷേ, നിങ്ങൾക്ക് കുറച്ച് കൂടി ചെയ്യാമായിരുന്നു എന്ന് നിങ്ങൾ ചിന്തിക്കുന്നില്ലേ?"

തീർച്ചയായും, ഒരു കാര്യത്തിന് നിങ്ങളുടെ മുഴുവൻ ശക്തിയും നൽകി എന്ന് നിങ്ങൾക്ക് സത്യസന്ധമായി പറയാൻ കഴിയുന്ന

സമയങ്ങളുണ്ടാകാം, നിങ്ങളുടെ എല്ലാ ഊർജ്ജവും അതിൽ ഉൾപ്പെടുത്തി. എപ്പോൾ നിങ്ങൾ പരമാവധി ശ്രമിച്ചുവെന്ന് ആത്മാർത്ഥതയോടെ നിങ്ങൾക്ക് പറയാൻ കഴിയുന്നോ, അതുതന്നെ ധാരാളമാണ്.

ആ സമയങ്ങളിൽ നിങ്ങൾക്ക് നിങ്ങൾ ചെയ്ത ജോലിയിൽ ഒരു സംതൃപ്തി അനുഭവപ്പെടും.

ആ സംതൃപ്തി തന്നെയാണ് ഏറ്റവും പ്രധാനം. അല്ലെങ്കിൽ കുറഞ്ഞത് ഞാനെങ്കിലും അത് അങ്ങനെയാണെന്ന് കരുതുന്നു.

കാരണം, നിങ്ങൾ തൃപ്തരായിരിക്കുന്നിടത്തോളം കാലം, നിങ്ങൾക്ക് ശാന്തതയോടെ ഫലം സ്വീകരിക്കാൻ കഴിയും, അത് എന്തുതന്നെയായാലും. നിങ്ങൾക്ക് സംതൃപ്തമായ അവസ്ഥ നിലനിർത്താൻ കഴിയും, ഏത് കാറ്റ് വീശിയാലും.

അതിനാൽ നിങ്ങളുടെ കാഴ്ചപ്പാട് ബാഹ്യത്തിൽ നിന്ന് അകത്തേക്ക് മാറ്റുക.

ജയത്തിന്റെയും തോൽവിയുടെയും അടയാളങ്ങൾ ഉടൻ മാഞ്ഞുപോകും.

19

സാവധാനത്തിലും, ലളിതമായും, സ്ഥിരതയിലും തുടരുക

മറ്റുള്ളവരുടെ കഴിവുകളിൽ അസൂയപ്പെടുന്നതിന് മുമ്പ് ഇത് ചെയ്യുക

"ഇവിടെ ഞാൻ, ഈ ഒരു പ്രൊജക്റ്റ് പൂർത്തിയാക്കാൻ നിസ്സഹായനാണ്. അതേസമയം, അവൻ മഥിക്കുകയാണ്, ഒന്നിനുപുറകെ ഒന്നായി പുതിയ ആശയങ്ങളിലൂടെ ഇത് ഒന്നുമില്ല എന്ന മട്ടിൽ."

"ഞാൻ വില്പനയുടെ നിശ്ചിതവീതം നിറവേറ്റുന്നതിന് നിരന്തരമായി പോരാട്ടമാണ്. എങ്ങനെയാണ് അവൾക്കിത്ര എളുപ്പം സാധ്യമാകുന്നത്?"

ഇത് നമ്മിൽ പലർക്കും പരിചിതമാണെന്ന് ഞാൻ വിശ്വസിക്കുന്നു. ചില ഘട്ടങ്ങളിൽ, നാമെല്ലാം മറ്റൊരാളുടെ കഴിവുകളാൽ അമ്പരന്നു നില്ക്കുന്നു.

എന്നാൽ അസൂയ നിങ്ങൾക്ക് ഒരു ഗുണവും ചെയ്യുന്നില്ല. അസൂയപ്പെടുന്നതിനുപകരം, നിങ്ങൾ തീർച്ചയായും ചെയ്യേണ്ട ഒരു കാര്യമുണ്ട്.

സഹിഷ്ണത കാണിക്കാനും നിങ്ങളുടെ ജോലി നിങ്ങളുടെ ഏറ്റവും മികച്ച രീതിയിൽ ചെയ്യാനും പഠിക്കുക. ഈ ശീലം വളർത്തിയെടുക്കുന്നത് നിങ്ങളുടെ കഴിവുകളെ മറികടക്കാൻ നിങ്ങളെ പ്രാപ്തരാക്കും. അങ്ങനെയാണ് ഞാൻ അതിനെ കാണുന്നത്.

ബുദ്ധമത ആചാരത്തിന്റെ സാരം കാര്യങ്ങൾ പിന്നെയും പിന്നെയും ചെയ്തുകൊണ്ടേയിരിക്കുക എന്നതാണ്. സെയ്ച്ച എന്ന് വിളിക്കപ്പെടുന്ന പരിശീലന കാലയളവിൽ, സന്യാസിമാർ സ്വയം കഠിനമായ അഭ്യാസത്തിലേക്ക് വിധേയപ്പെടുന്നു, രാത്രിയും പകലും. സെയ്ച്ച നൂറു ദിവസംകൊണ്ടാണ് അവസാനിക്കുന്നത്. സന്യാസിമാർ എല്ലാദിവസവും ഒരേ കാര്യം ആവർത്തിക്കുന്നു – സാസേൺ ഇരിക്കുക, സൂത്രങ്ങൾ ചൊല്ലുക, ജോലികൾ ചെയ്യുക – ഇവയെല്ലാം ശീലങ്ങളായി മാറുന്നു. ഇതിനെ വേണമേങ്കിൽ ശരീരം ഓർക്കുകയും പഠിക്കുകയും ചെയ്യുന്നുവെന്നും ചിന്തിക്കാം.

ഒരു സന്യാസിക്ക് ബുദ്ധമതത്തിന്റെ തിരുവെഴുത്തുകളെകുറിച്ച് അവബോധജന്യമായ ധാരണയുണ്ടെങ്കിൽ പോലും, ആവശ്യമായ പ്രയത്നം നടത്തുന്നതിനെ അദ്ദേഹം അവഗണിക്കുകയാണെങ്കിൽ, തന്റെ പരിശീലനത്തിൽ അദ്ദേഹം പരാജയപ്പെടും – അദ്ദേഹം പ്രബുദ്ധതയിലേക്കുള്ള പാതയിലല്ല.

മേജർ ലീഗ് ബേസ്ബോൾ താരമായ ഇച്ചിറോ സുസുക്കി പറയുന്നത് :

“ഒരു ‘പ്രതിഭ’ക്കും പരിശ്രമമില്ലാതെ വിജയിക്കാൻ കഴിയുമെന്ന് ഞാൻ സമ്മതിക്കുന്നില്ല. ഒരു പ്രതിഭ വിജയിക്കുന്നത് അവരുടെ പരിശ്രമം കൊണ്ടാണെന്ന് ഞാൻ വിശ്വസിക്കുന്നു. ഒരു ബേസ്ബോൾ അടിക്കാനുള്ള എന്റെ കഴിവിന് പരിശ്രമം ആവശ്യമില്ലെന്ന് ആരെങ്കിലും കരുതുകയാണെങ്കിൽ അത് തെറ്റാണ്.”

കഴിവുകളുടെ സമൃദ്ധിയുള്ള ഒരു പ്രൊഫഷണൽ അത്‌ലറ്റായ ഇച്ചിറോ പോലും പറയുന്നത്, പരിശ്രമിക്കാതെ നിങ്ങൾക്ക് ഒരു പ്രഗത്ഭനാകാൻ കഴിയില്ലെന്നാണ്.

നിങ്ങൾ ഇച്ചിറോയെപ്പോലെ അനുഗ്രഹമുള്ളവരായിരിക്കാം – അതിലും കൂടുതൽ – എന്നാൽ, നിങ്ങൾ പരിശ്രമിക്കുന്നില്ലെങ്കിൽ, അപ്പോൾ നിങ്ങളുടെ കഴിവുകൾ ഒരിക്കലും വളരുകയില്ല. പരിശ്രമം കഴിവിനേക്കാൾ കൂടുതൽ കണക്കാക്കുന്നു.

ബുദ്ധമതത്തിലും സമാനമായ ഒരു കഥയുണ്ട്, സെൻ മാസ്റ്റർ ക്യോജെൻ ചികാനെ കുറിച്ചുള്ള ഒരു രസകരമായ സംഭവകഥ, അദ്ദേഹം ടാങ് രാജവംശത്തിന്റെ കാലത്ത് സജീവമായിരുന്നു. പൗരോഹിത്യത്തിൽ പ്രവേശിക്കുന്നതിന് മുമ്പുതന്നെ പണ്ഡിതനും ജ്ഞാനിയായും വാഴ്ത്തപ്പെട്ടിരുന്നു. അദ്ദേഹത്തിന്റെ അധ്യാപകൻ ഉന്നയിച്ച ഒരു കടങ്കഥക്ക് ഉത്തരം നൽകാൻ കഴിയാതെ അയാൾ വല്ലാതെ വിഷമിച്ചു.

നിരാശയിൽ, അറിവിനോടുള്ള സ്വന്തം അഭിനിവേശം തിരിച്ചറിഞ്ഞുകൊണ്ട്, തന്റെ കൈവശമുണ്ടായിരുന്ന സെനിന്റെ എല്ലാ പുസ്തകങ്ങളും അദ്ദേഹം കത്തിച്ചു. തുടർന്ന് നൂറു വയസ്സുവരെ ജീവിച്ചിരുന്ന സെൻ ഗുരുവായ നാൻയോ എച്ചുവിന്റെ ശവകുടീരം പരിപാലിക്കുന്നതിനായി അദ്ദേഹം സ്വയം സമർപ്പിച്ചു.

അദ്ദേഹം എല്ലാ ദിവസവും, ഗുരുവിന്റെ ശവകുടീരം വൃത്തിയാക്കുമായിരുന്നു. എന്നാൽ ഒരു ദിവസം, അദ്ദേഹം തൂത്തുവാരുമ്പോൾ, അദ്ദേഹത്തിന്റെ ചൂൽ ഒരു കഷണം ടൈലിൽ തട്ടുകയും ആ കഷണം തെറിച്ച് ഒരു മുളയിൽ തട്ടി, ഒരു ഞരക്കം മുഴക്കി. ആ ഒരു ചെറുശബ്ദം കേട്ടപ്പോൾ, ക്യോജെൻ സെൻജിക്ക് ജ്ഞാനോദയം ലഭിച്ചു.

ഇതാണ് ഒരേ ജോലി സാവധാനത്തിലും സ്ഥിരമായും കഠിനാധ്വാനം ചെയ്യുന്നതിന്റെ പ്രാധാന്യം.

കഴിവ് ജന്മസിദ്ധമായിരിക്കാം. എന്നാൽ മറ്റൊരാൾക്ക് ലഭിച്ച അനുഗ്രഹം നിങ്ങൾക്കുണ്ടായിരിക്കണമെന്ന് കൊതിക്കുന്നതു കൊണ്ട് പ്രയോജനമില്ല. അല്ലെങ്കിൽ, മറ്റാരെങ്കിലും അവരുടെ കഴിവ് നിങ്ങൾക്ക് പങ്കിടുമെന്നും. അതിനുപകരം, നമ്മൾ എത്രമാത്രം പരിശ്രമിക്കുന്നു എന്നും തീരുമാനിക്കേണ്ടത് നമ്മൾ ഓരോരുത്തരുമാണ്.

വിൽപന കൂട്ടുതൽ നടത്തിയ ആളെ ശ്രദ്ധിക്കരുത്. പകരം, നിങ്ങൾ രാവിലെ ജോലി ആരംഭിക്കുമ്പോൾ, എല്ലാ ദിവസവും സാവധാനത്തിലും സ്ഥിരമായും ചെയ്യുക, ചെക്ക് ഇൻ ചെയ്യാനോ ചില ചിന്തകളോ വിവരങ്ങളോ പങ്കിടാനോ വേണ്ടി മാത്രമോ ഉപഭോക്താവിന് സാരാംശമുള്ള ഒരു ഇമെയിൽ ചെയ്തുകൊണ്ട് തുടങ്ങുക.

നൂറു ദിവസത്തേക്ക് ഇത് ചെയ്യുക, അതിനുശേഷം നിങ്ങൾ ആ ശബ്ദം കേൾക്കുകയും നിങ്ങളുടെ ലക്ഷ്യം അനായാസം മറികടക്കുകയും ചെയ്യും.

20

നന്ദി അനുഭവിക്കുക

നിങ്ങൾ പരിശ്രമമന്യേ നേടുന്നതൊന്നും കൂടുതൽ പ്രാധാന്യമർഹിക്കുന്നില്ല

ജാപ്പനീസ് ജനത പങ്കിട്ട ഒരു പൈതൃകമാണ് *ഒകഗെസമ.* അക്ഷരാർത്ഥത്തിൽ, "ദൈവങ്ങളുടെ നിഴൽ" എന്നാണ് *ഒകഗെസമാ ഡി* എന്ന പദപ്രയോഗം വിവർത്തനം ചെയ്യുന്നത്. പക്ഷേ, അത് പലപ്പോഴും നന്ദി പ്രകടിപ്പിക്കാനാണ് ഏറ്റവും കൂടുതലായി ഉപയോഗിക്കുന്നത്.

ജാപ്പനീസ് ആളുകൾ പരമ്പരാഗതമായി പരിഗണനയെയും നന്ദിയെയും വിലമതിക്കുന്നു. നാടിന്റെ നട്ടെല്ലായ കൃഷിക്ക്, സഹകരണ പ്രവർത്തനം അടിസ്ഥാനപരമാണ്. ജപ്പാന്റെ ചരിത്രത്തിലുടനീളം, വയലുകളെയും നെൽകൃഷിയെയും നിലനിർത്തിയത് – കൂട്ടായ പ്രയത്നവും സേചനവുമാണ് – നിങ്ങളുടെ പക്കൽ ആൾബലം കുറവാണെങ്കിൽ, അയൽക്കാർ സഹായിക്കും. എല്ലായ്പ്പോഴും കാര്യങ്ങൾ ചെയ്തിരുന്നത് ഇങ്ങനെയായിരുന്നു.

എല്ലാറ്റിനും അടിവരയിടുന്നത് നന്ദിയുടെയും അഭിനന്ദനത്തിന്റെയും സങ്കൽപ്പമായിരുന്നു. പക്ഷേ, ആ സംവേദനം ക്രമേണ നഷ്ടപ്പെട്ടു, ഇപ്പോൾ സമൂഹം കൂടുതൽ കൂടുതൽ സ്വാർത്ഥ

താത്പര്യവും സ്വാർത്ഥതയും ഉള്ളവർ ആയിത്തീരുന്നതുപോലെ തോന്നുന്നു.

ബിസിനസ്സ് ലോകത്ത് ഇത് കൂടുതൽ കാണാൻ സാധിച്ചേക്കാം. ടീം വർക്കിന്റെ മനോഭാവത്തോടെ ആളുകൾ അവരുടെ ജോലിയെ സമീപിക്കുന്നത് മുൻപായിരുന്നു, ഓരോരുത്തരും അവരവരുടെ സ്ഥാനത്തിനുള്ളിൽ നിന്നുകൊണ്ട് കഴിവ് പ്രകടിപ്പിക്കുന്നു, ഈ സമീപനത്തെ ഫലാധിഷ്ഠിത സംവിധാനത്തിന്റെ വ്യാപകമായ സ്വാധീനം പൂർണ്ണമായും കീഴടക്കിയതായി തോന്നുന്നു.

"എന്റെ പ്രകടനം മെച്ചപ്പെടുത്തുക എന്നതാണ് എന്റെ മുൻഗണന."

"എനിക്ക് എന്റെ അക്കങ്ങളുടെ എണ്ണം കൂട്ടാൻ കഴിയുമെങ്കിൽ."

ഇത്തരത്തിലുള്ളവ സ്വാർത്ഥതാത്പര്യത്തിലേക്കും വ്യക്തിമാഹാത്മ്യവാദ ചിന്തയിലേക്കും ത്വരിതപ്പെടുത്തുന്നു. ഫലം മറ്റുള്ളവരെ വീഴ്ത്താനോ എതിരാളികളെ പുറകിൽ കുത്താനോ അനുവാദമുള്ള ഒരു തൊഴിൽ സംസ്കാരമാണ് – അത് വ്യക്തിപരമായ വിജയം നൽകുന്നിടത്തോളം കാലം വരെ.

എന്നിരുന്നാലും, ഞാൻ മുമ്പ് പറഞ്ഞതുപോലെ, *ഒകഗെസമ* അല്ലെങ്കിൽ നന്ദി, ജാപ്പനീസ് ജനത പങ്കിടുന്ന ഒരു പാരമ്പര്യമാണ്.

2011 മാർച്ച് 11-ന് ജപ്പാനിൽ ഉണ്ടായ സുനാമിയിൽ പട്ടണങ്ങളും ഗ്രാമങ്ങളും തകർന്നു, പതിനായിരത്തിലധികം പ്രിയപ്പെട്ടവർ നഷ്ടപ്പെട്ടു, ജീവനോപാധികൾ നശിച്ചു. എന്നിട്ടും പീഢിതരിൽ പലരും രക്ഷിക്കാനിറങ്ങിയവർക്ക് നന്ദി പറഞ്ഞു.

ഈ ലോകത്ത് ഇപ്പോഴും നന്മയുണ്ട്.

പരസ്പരാശ്രയത്തിന്റെ ആശയം – നിങ്ങളുടെയും മറ്റുള്ളവരുടെയും പ്രയോജനത്തിനായി നടപടിയെടുക്കുക, സഹവർത്തിത്വത്തിനായി – സെൻ ചിന്താഗതിയുമായി പൊരുത്തപ്പെടുന്നു.

ഒകഗെസമ യഥാർത്ഥത്തിൽ ഒരാളുടെ പൂർവ്വികരെക്കുറിച്ച്

പരാമർശിക്കുന്നു. അത്, ഇന്ന് നമ്മുടെ കൂടെ ഇല്ലാത്തവരോട് നമ്മുടെ നിലനിൽപ്പിന് നമ്മൾ കടപ്പെട്ടിരിക്കുന്നുവെന്നും, നമുക്ക് അവരുടെ സംരക്ഷണം തുടരുന്നുണ്ടെന്ന് സമ്മതിക്കുകയും ചെയ്യുന്നു. നമ്മൾ *ഒകഗെസമ* എന്ന് ഉച്ചരിക്കുമ്പോൾ, ഈ രക്ഷാകർതൃത്വത്തിന് നമ്മൾ നന്ദി പ്രകടിപ്പിക്കുന്നു.

നിങ്ങൾ സ്വതന്ത്രമായി നിലനിൽക്കുന്നതായി നിങ്ങൾക്ക് തോന്നിയേക്കാം, പക്ഷേ നമുക്കെല്ലാവർക്കും മാതാപിതാക്കൾ ഉണ്ട്. നമ്മുടെ ഓരോ മാതാപിതാക്കൾക്കും അവരുടെ മാതാപിതാക്കളുണ്ട്.

പത്ത് തലമുറകൾക്ക് പിന്നോട്ട് പോയാൽ നിങ്ങൾക്ക് 1024 പൂർവ്വികർ ഉണ്ട്; ഇരുപത് തലമുറകളാണെങ്കിൽ ഒരു ലക്ഷത്തിലധികം ഉണ്ട്.

നിങ്ങളുടെ പൂർവ്വികരിൽ ഒരാളെയെങ്കിലും എടുത്തുമാറ്റിയാൽ, നിങ്ങൾ ഇപ്പോൾ ഇവിടെ ഉണ്ടാകില്ല. നിങ്ങൾ ഇന്ന് ജീവനോടെയിരിക്കുന്നത്, അവർക്ക് അതിജീവിക്കാൻ കഴിഞ്ഞതുകൊണ്ടാണ്. നിങ്ങൾ അത് ഇങ്ങനെ ചിന്തിക്കുമ്പോൾ, നിങ്ങൾ ഇപ്പോൾ ഇവിടെയുണ്ടെന്നതിന് നിങ്ങൾക്ക് മാത്രം നന്ദി പറയാൻ കഴിയില്ല നിങ്ങളുടെ പൂർവ്വികർക്ക് നന്ദി പറയണം.

ജോലിയിലും ഇതുതന്നെയാണ് സ്ഥിതി. നിങ്ങൾ എത്ര കഴിവുള്ളവരാണെന്ന് നിങ്ങൾ ചിന്തിച്ചാലും, നിങ്ങൾക്ക് ഒറ്റയ്ക്ക് ചെയ്യാൻ കഴിയുന്നതിന് ഒരു സ്വാഭാവിക പരിധിയുണ്ട്.

നിങ്ങളുടെ സ്വന്തം വിജയത്തിൽ ഒറ്റ ബുദ്ധിയോടെ ശ്രദ്ധ കേന്ദ്രീകരിക്കുക എന്നതിനർത്ഥം നിങ്ങൾക്ക് ഒരിക്കലും വലിയ നേട്ടങ്ങൾക്ക് കഴിയില്ല എന്നാണ്. കാലക്രമേണ, നിങ്ങൾക്ക് സ്വന്തമായി കൈകാര്യം ചെയ്യാൻ കഴിയാത്ത ഒരു ജോലി നേരിടേണ്ടി വരികയും, നിങ്ങളുടെ സ്വാർത്ഥതാൽപ്പര്യത്തിന്റെ വിഡ്ഢിത്തം തിരിച്ചറിയുകയും ചെയ്യും. അത് സംഭവിക്കുമ്പോൾ, മതിലിൽ ഇടിക്കുന്നതുപോലെയായിരിക്കും.

നിങ്ങൾ ചെയ്യുന്ന ഏത് ജോലിക്കും മറ്റുള്ളവർ പിന്തുണയ്ക്കുന്ന

എന്നതിന് നന്ദിയുള്ളവരായിരിക്കാൻ പഠിക്കുക. നിങ്ങൾ സ്വയം കരസ്ഥമാക്കിയ ഒരു കരാർ പോലും നിങ്ങളുടെ അധ്വാനത്തിന്റെ മാത്രം ഫലമല്ല. ചർച്ചക്ക് ആവശ്യമായ സ്ഥൂലവസ്തുക്കൾ തയ്യാറാക്കാൻ നിങ്ങളെ സഹായിച്ചവർ ഉണ്ടായിരുന്നില്ലേ? ഒരുപക്ഷേ കമ്പ്യൂട്ടർ പരിജ്ഞാനം ഉള്ള ആരെങ്കിലും നിങ്ങളുടെ അവതരണത്തിൽ നിങ്ങളെ സഹായിച്ചോ? ആരെങ്കിലും നിങ്ങളുടെ ഫോൺ കോളുകൾ കൈകാര്യം ചെയ്യുകയോ അല്ലെങ്കിൽ നിങ്ങൾ ചർച്ച ചെയ്യുന്ന ക്ലയന്റിൽ നിന്ന് സന്ദേശങ്ങൾ സ്വീകരിക്കുകയോ ചെയ്തോ? നിങ്ങളുടെ ക്ലയന്റ് സന്ദർശിക്കുമ്പോൾ ഓഫീസിൽ ചായ വിളമ്പിയ ആളുടെ കാര്യമോ?

ഈ ആളുകളെല്ലാം നന്ദി അർഹിക്കുന്നതുകൊണ്ടാണ് നിങ്ങൾക്ക് ഈ ഇടപാട് അവസാനിപ്പിക്കാൻ കഴിഞ്ഞത്. നിങ്ങൾക്ക് മറ്റുള്ളവരോട് നന്ദി പ്രകടിപ്പിക്കാൻ കഴിയുമ്പോൾ, നിങ്ങളുടെ ശ്രമങ്ങളിൽ നിങ്ങളെ സഹായിക്കാൻ നിങ്ങളുടെ ചുറ്റുമുള്ള ആളുകൾ സന്തോഷിക്കും. ഒപ്പം അത്തരത്തിലുള്ള പിന്തുണയുള്ളവർക്ക് ഇതിലും വലിയ ലക്ഷ്യങ്ങൾ കൈവരിക്കാൻ കഴിയും.

21

ശരിയായ വാക്കുകൾ ഉപയോഗിക്കുക

വാക്കുകൾക്ക് ഭയങ്കര ശക്തിയുണ്ട്

മോശം വാർത്തകൾ വേഗത്തിൽ സഞ്ചരിക്കുന്നുവെന്ന് പഴഞ്ചൊല്ല് പറയുന്നു, എന്നാൽ കുശുകുശുപ്പും പരദൂഷണവും വേഗത്തിൽ പ്രചരിക്കുകയും ചെയ്യുന്നു.

കുശുകുശുപ്പിനും പരദൂഷണത്തിനും എപ്പോഴും വില കൊടുക്കേണ്ടി വരും.

നിങ്ങൾ ആളുകളോട് മറ്റുള്ളവരെക്കുറിച്ച് പരദൂഷണം പറയുകയോ മോശമായ കാര്യങ്ങൾ പറയുകയോ ചെയ്യുന്നിടത്തോളം, ഒരു ഘട്ടത്തിൽ നിങ്ങളോടും അങ്ങനെ തന്നെ ചെയ്യും.

അത് മാത്രവുമല്ല, നിങ്ങൾ ഏത് മുതലാളിയുടെ പേരിൽ പരാതിപ്പെട്ടുവോ, നിങ്ങൾ പരദൂഷണം പറഞ്ഞ കാര്യങ്ങൾ അയാൾ മനസ്സിലാക്കുകയും അത് ബന്ധത്തെ അസ്വാഭാവികമാക്കുകയും നിങ്ങളുടെ സ്ഥാനം അപകടപ്പെടുത്തുകയും ചെയ്യുന്നു.

സെനിൽ നാം "ദയാപരമായ സംസാരത്തെ" കുറിച്ച് സംസാരിക്കുന്നു. മറ്റുള്ളവരോട് ആർദ്രമായി പെരുമാറുകയും,

അവരോട് വാത്സല്യത്തോടെ സംസാരിക്കുകയും വേണമെന്ന് നാം പ്രസംഗിക്കുന്നു.

"ദയയുള്ള സംസാരം ഉത്ഭവിക്കുന്നത് സ്നേഹനിർഭരമായ മനസ്സിൽ നിന്നാണ്, സ്നേഹമുള്ള മനസ്സിന്റെ അടിസ്ഥാനം കരുണയാണ്. ദയയുള്ള സംസാരത്തിന് ലോകത്തെ മാറ്റാനുള്ള ശക്തിയുണ്ടെന്ന് നാം പഠിക്കണം."

ഡോഗൻ സെൻജിയുടെ മാതൃകാസൃഷ്ടിയായ ഷോബോജെൻ സോയിൽ നിന്നുള്ള ഉദ്ധരണിയാണിത്. നിങ്ങൾ ഇത് ഹൃദയത്തിൽ എടുക്കുമെന്ന് ഞാൻ പ്രതീക്ഷിക്കുന്നു – മറ്റുള്ളവരോട് അനുകമ്പയോടെ സംസാരിച്ചുകൊണ്ട്, നമ്മുടെ ദയയുള്ള സംസാരത്തിന് സ്വർഗ്ഗത്തെയും ഭൂമിയെയും ചലിപ്പിക്കാനുള്ള കഴിവുണ്ട്.

തീർച്ചയായും, സൗഹൃദപരമായ തമാശകൾ ഉണ്ടാക്കുന്നതിൽ തെറ്റൊന്നുമില്ല – വാസ്തവത്തിൽ, പിരിമുറുക്കം ഇല്ലാതാക്കാനോ മാനസികാവസ്ഥ ലഘൂകരിക്കാനോ ഇവയ്ക്ക് കഴിയും.

തീർച്ചയായും, ആർക്കും നൂറു ശതമാനം നല്ല ഗുണങ്ങളല്ല എല്ലാസമയത്തും ഉണ്ടാവുക – എല്ലാവരുടെയും മനസ്സിൽ വെറുപ്പിനുള്ള ബീജം ഉണ്ട്. മാത്രവുമല്ല, ആരും നൂറുശതമാനം മോശവുമല്ല.

നിങ്ങളുടെ കാഴ്ചപ്പാട് മാറ്റി മറ്റുള്ളവരുടെ നല്ല അംശങ്ങൾ അന്വേഷിക്കുക – അവരുടെ വീണ്ടെടുക്കൽ ഗുണങ്ങൾ – അവരെ സ്തുതിക്കുക. മിക്ക ആളുകളും, പ്രശംസിക്കുമ്പോൾ, വ്രണപ്പെടുത്താൻ ആഗ്രഹിക്കുന്നില്ല, പകരം അവർ ഒരു അഭിനന്ദനം നൽകും.

എന്നാൽ അതിൽ പ്രധാനമാണ് എളുപ്പവഴി സ്വീകരിച്ച് ആരെയും മുഖസ്തുതിപ്പെടുത്താൻ കഴിയുമെന്ന് കരുതാതിരിക്കുന്നത്. ഇതാണ് ആദ്യത്തെ നിയമം.

നിങ്ങൾ അത് ശരിക്കും അർത്ഥമാക്കുന്നില്ലെങ്കിൽ പ്രശംസ അർത്ഥശൂന്യമാണ്. ഒരാളെക്കുറിച്ച് നിങ്ങളെ ശരിക്കും ആകർഷിച്ചതെന്താണെന്ന് നിങ്ങൾ കണ്ടുപിടിക്കണം. എന്നാൽ

മിക്കപ്പോഴും നാം അഭിനന്ദനങ്ങൾ നൽകുന്നതിൽ അത്ര മികവുള്ളവരല്ല. ഗോഥെ പറഞ്ഞതുപോലെ : "എന്തുകൊണ്ട് ഇത്തരം അപവാദങ്ങൾക്ക് അവസാനമുണ്ടാകുന്നില്ല? മറ്റുള്ളവരുടെ ഏറ്റവും ചെറിയ നേട്ടം അവർ അംഗീകരിക്കുമ്പോൾ സ്വന്തം അന്തസ്സ് കുറയുന്നു എന്ന് ആളുകൾ കരുതുന്നതായി തോന്നുന്നു."

മറ്റൊരാളെ പുകഴ്ത്തുന്നതുകൊണ്ട് എന്തെങ്കിലും നഷ്ടപ്പെടുന്നു വെന്ന തോന്നൽ നിങ്ങൾക്ക് ലജ്ജാകരമാണ്. പക്ഷേ, ഇങ്ങനെ തോന്നലുള്ള ധാരാളം ആളുകൾ ഉണ്ടെന്നതിൽ സംശയമില്ല.

യഥാർത്ഥ അഭിനന്ദനങ്ങൾ കൈമാറുന്ന ഒരു ബന്ധം, അതിൽ രണ്ട് ആളുകൾ തമ്മിൽ പരസ്പരം ശക്തി തിരിച്ചറിയുകയും അത് ആത്മീയമായി സമ്പന്നമാകുകയും ചെയ്യുന്നു.

ഈ വിചിത്രമായ മാനസികരോഗവും അഹംഭാവം നിറഞ്ഞ വഴികളും നമുക്ക് ഉപേക്ഷിക്കാം.

ചൈനീസ് ചരിത്രകാരൻ സിമ ക്വിയാൻ പറഞ്ഞതുപോലെ, "ഒരു ജ്ഞാനി പരദൂഷണം പറയുന്നില്ല, ഒരു സൗഹൃദം അവസാനിച്ചതിനു ശേഷവും."

എത്ര പ്രശംസനീയം. ഞാനും അതുതന്നെയാണ് ലക്ഷ്യമിടുന്നത്.

22

യുവാക്കൾ ചുമതല ഏറ്റെടുക്കട്ടെ

നിങ്ങളുടെ ഊഴവും തീർച്ചയായും വരും

വ്യാപാരത്തിലേർപ്പെട്ട ഭൂരിഭാഗം ആളുകളും പറയുന്നത് മുൻനിരയിൽ ആയിരിക്കേണ്ടത് പ്രധാനമാണ് എന്നാണ്.

തീർച്ചയായും, ജോലിയെ ആശ്രയിച്ച്, ജോലിയുടെ സ്വഭാവം പോലെ അത് എവിടെയാണെന്ന് വ്യത്യാസപ്പെടുന്നു, എന്നാൽ ഏത് സാഹചര്യത്തിലും, പ്രധാന ആശയം ഒന്നുതന്നെയാണ് : നിങ്ങളുടെ സാന്നിധ്യം ശക്തമായി അനുഭവപ്പെടുന്നുണ്ടെന്ന് ഉറപ്പാക്കുക.

സാങ്കേതിക നവീകരണത്തിന്റെ വേഗതയിൽനിന്ന് നമുക്കറിയാവുന്നതുപോലെ, കച്ചവടക്കരുക്കൾ വികസിച്ചു കൊണ്ടേയിരിക്കും, പുതിയതിന്റെ ഒരു ഘോഷയാത്ര തന്നെ എപ്പോഴും ഉണ്ടായിരിക്കും.

നിങ്ങൾ ഏത് തരത്തിലുള്ള ജോലിയാണ് ചെയ്യുന്നത് എന്നതിനെ ആശ്രയിച്ച്, മുൻനിരയിൽ തുടരുന്നതിന് സാങ്കേതികവിദ്യ പലപ്പോഴും ആവശ്യമാണ്, അതിനാൽ അതിൽ പ്രാവീണ്യം നേടുക.

സാങ്കേതികതയെപ്പറ്റി നൈസർഗ്ഗികമായി അറിവില്ലാത്ത ആളുകൾക്ക് ഇത് ബുദ്ധിമുട്ടായിരിക്കും.

യഥാർത്ഥത്തിൽ, പേഴ്സണൽ കമ്പ്യൂട്ടറുകൾ ആദ്യമായി അവതരിപ്പിച്ചപ്പോൾ, അവ ഉപയോഗിക്കുന്നതിൽ സമർത്ഥരാകുക എന്ന ആവശ്യംകൊണ്ട് ചിലർക്ക് സമ്മർദ്ദത്തിന്റെ ഉറവിടമായി മാറുകയും, അതിനാൽ മധ്യവയസ്കർക്കും മുതിർന്ന ജീവനക്കാർക്കും സ്വതന്ത്ര നാഡീവ്യൂഹത്തിനുള്ള അസുഖങ്ങളും പിടിപ്പെട്ടു. ഈ അവസ്ഥക്ക് ഒരു പേരുപോലും ലഭിച്ചു : സാങ്കേതിക-ആകുലത എന്ന പേരിൽ അറിയപ്പെട്ടു.

എന്നാൽ, നിങ്ങളുടെ ശക്തമായ സാന്നിധ്യം കാണിക്കുന്നതിന് വൈദഗ്ധ്യം പ്രകടിപ്പിക്കുന്നത് ഒരു മാർഗ്ഗമല്ല. നിങ്ങൾക്ക് താഴെ വൈദഗ്ധ്യമുള്ള താരങ്ങളുണ്ടെങ്കിൽ അവർക്ക് ഉചിതമായ ജോലികൾ ഏൽപ്പിക്കാൻ ഇത് സഹായിക്കുന്നു; നിങ്ങൾക്ക് ഇല്ലാത്ത കഴിവുകൾ ആവശ്യംവേണ്ട ചുമതലകൾക്കായി, അവ നേടിയവരെ നിങ്ങൾക്ക് സംഘത്തിൽ ചേർക്കാൻ കഴിയും.

ആളുകളെ ചുമതലപ്പെടുത്താൻ അനുവദിക്കുന്നതിലൂടെ, നിങ്ങൾക്ക് മറ്റുള്ളവരെ പരിശീലിപ്പിക്കാനും ഒപ്പം ലക്ഷ്യ ബോധമുള്ള ടീമുകളെ നിർമ്മിക്കുവാനും കഴിയും. ഇത് നിങ്ങൾക്ക് ജോലി ചെയ്യാനും ബിസിനസ്സ് ലോകത്ത് ശക്തമായ സാന്നിധ്യം ഉറപ്പിക്കാനുമുള്ള ഒരു വഴിയായി എനിക്ക് തോന്നുന്നു.

മുൻനിരയിൽ നിന്ന് പിൻവാങ്ങാൻ ധൈര്യപ്പെടുന്നതിലൂടെ, നിങ്ങളുടെ അനുഭവത്താൽ നിങ്ങൾക്ക് പദ്ധതി തയ്യാറാക്കാൻ കഴിയുകയും സംഘത്തിന്റെ പുരോഗതി നിരീക്ഷിക്കുമ്പോൾ ആവശ്യമായ ഉപദേശം നൽകാനും ആവശ്യമെങ്കിൽ കോഴ്സ് വഴിതിരിക്കാനും സാധിക്കും – എല്ലാം നിങ്ങളുടെ സാന്നിധ്യം പ്രകടിപ്പിക്കാനുള്ള മികച്ച അവസരമായി തോന്നുന്നു.

സെനിൽ നമുക്ക് *കാൻകോസുയി* എന്ന വാക്കുണ്ട്, അതിനർത്ഥം "പഴയ തോലുളി" എന്നാണ്.

അറ്റം ജീർണ്ണിച്ചതും കൂടുതൽ കാലം ഉപയോഗിക്കാത്തതുമായ ഒരു തോലുളിയെ ഇത് സൂചിപ്പിക്കുന്നു. മൂർച്ചയുള്ള മുനയുള്ള ഒരു പുത്തൻ തോലുളി ഉപയോഗിച്ച് വേഗത്തിലും എളുപ്പത്തിലും ഒരു

ദ്വാരം ഉണ്ടാക്കാൻ കഴിയും. എന്നാൽ ഇത് പരിക്കിനും കാരണമാകും.

ജീർണ്ണിച്ച മുനയുള്ള ഒരു പഴയ തോലുളി ഉപയോഗിച്ച് ദ്വാരങ്ങൾ തുളച്ചുകയറുന്നതിനെക്കുറിച്ചാണ് നിങ്ങൾ ചിന്തിക്കുന്നതെങ്കിൽ അത് പ്രായോഗികമല്ല. എന്നിരുന്നാലും, ഉറപ്പിക്കാം ഇത് ആരെയും ഉപദ്രവിക്കില്ല, അതിന് അതിന്റേതായ പ്രത്യേക ആകർഷണം ഉണ്ടുതാനും.

ആളുകൾ പ്രായമാകുമ്പോൾ, അവരും പഴയതുപോലെ മൂർച്ചയുള്ളവരല്ലാതാകും. പുതിയ വൈദഗ്ധ്യങ്ങൾ പഠിക്കാൻ അവർക്ക് അത്ര പെട്ടെന്ന് സാധിക്കണമെന്നില്ല. എന്നാൽ അവർക്ക് വർഷങ്ങളോളം നീണ്ടുനിൽക്കുന്ന അനുഭവത്തിന്റെ ആഴവും വൈവിധ്യവും ഉണ്ട്.

അനുഭവപരിചയം കുറവുള്ള ആളുകൾക്ക് ഇടപെടലുകളിൽ എത്ര എളുപ്പത്തിൽ ബുദ്ധിമുട്ടുകളെ നേരിടാൻ കഴിയും? വിഷമകരമായ സാഹചര്യങ്ങൾ കൈകാര്യം ചെയ്യാൻ അവർക്ക് കഴിയുമോ? ഇത്തരം സാഹചര്യങ്ങൾ അറിയാത്തവരെ വഴിതെറ്റിക്കാൻ വഴിയൊരുക്കുന്നവയാണ്.

അപ്പോഴാണ് പഴയ തോലുളി ഉപയോഗപ്രദമാകുന്നത്.

"എന്റെ അനുഭവത്തിൽ എങ്ങനെയെന്ന് ഞാൻ പറയാം..." നിങ്ങളുടെ നല്ല സമയത്തിനായി കാത്തിരുന്നുകൊണ്ടു നിങ്ങൾ പറയുന്നു.

പക്വതയോടെ വരുന്ന പരിഷ്കൃത കഴിവുകളെ മാതൃകയാക്കാൻ പഴയ തോലുളിക്ക് കഴിയും.

23

നിങ്ങളുടെ സാഹചര്യങ്ങളെ സ്വീകരിക്കുക, അതെന്തായിരുന്നാലും

അവ നിങ്ങൾക്ക് അനുകൂലമാണോ പ്രതികൂലമാണോ എന്നത് പരിഗണിക്കാതെ തന്നെ

"എന്ത്? ഒരു പ്രാദേശിക സെയിൽസ് ഓഫീസിലേക്ക് മാറ്റമോ? ഞാൻ തന്നെ എന്തുകൊണ്ട്?"

"എനിക്ക് മാത്രം എങ്ങനെയാണ് ഇത്തരം കാര്യങ്ങൾ സംഭവിക്കുന്നത്?"

അപ്രതീക്ഷിതമായ ഒരു സാഹചര്യം നേരിടേണ്ടിവരുമ്പോൾ, ആരായാലും അങ്ങനെ പ്രതികരിക്കാൻ സാധ്യതയുണ്ട്.

ഇത് ഒരു പ്രാദേശിക സ്ഥലംമാറ്റം പോലെയുള്ള ഒരു പ്രധാന മാറ്റമല്ലെങ്കിൽപോലും, ചിലപ്പോൾ സെയിൽസിൽ നില്ക്കാൻ ആഗ്രഹിക്കുന്ന ഒരാളെ ജനറൽ ഡിപ്പാർട്ട്മെന്റിൽ നിർത്തുക അല്ലെങ്കിൽ തന്ത്രപരമായ ആസൂത്രണം ഉപയോഗിച്ച് അയാളെ അക്കൗണ്ടിംഗിലേക്ക് വിടുക – ഇതുപോലുള്ള ഉദാഹരണങ്ങൾ നീരസവും ദുഃഖവും ജനിപ്പിക്കുന്നു.

നമ്മുടെ ജീവിത സാഹചര്യങ്ങൾ നിരന്തരം മാറിക്കൊണ്ടി

രിക്കുന്നു. ബുദ്ധിമുട്ടുള്ള സാമ്പത്തിക കാലഘട്ടങ്ങളിൽ, പ്രത്യേകിച്ചും നമ്മുടെ തൊഴിൽ സാഹചര്യങ്ങൾ വലിയ മാറ്റങ്ങൾക്ക് വിധേയമാകാൻ സാധ്യതയുണ്ട്. എന്നാൽ അത് പ്രതീക്ഷിക്കേണ്ടതാണ്.

"എല്ലാം കടന്നുപോകും" എന്ന വാചകം എല്ലാവർക്കും പരിചിതമാണ്, വാസ്തവത്തിൽ അത് ബുദ്ധമത ഗ്രന്ഥത്തിൽ നിന്നാണ് വന്നത്.

ഈ ലോകത്തിലെ എല്ലാ വസ്തുക്കളും എല്ലായ്പോഴും മാറിക്കൊണ്ടിരിക്കുന്നു എന്നാണ് അർത്ഥമാക്കുന്നത്, ഒരു നിമിഷംപോലും ഒന്നും അതേപടി നിലനിൽക്കില്ല. നാം ശാശ്വതമായ പരിവർത്തനത്തിന്റെ അവസ്ഥയിലാകുന്നു.

നല്ല മാറ്റങ്ങൾ നമ്മൾ എളുപ്പത്തിൽ അംഗീകരിക്കുന്നു എന്നതാണ് വസ്തുതയെങ്കിലും മോശമായവ സ്വീകരിക്കാൻ പാടുപെടുകയും ചെയ്യുന്നുവെന്ന് പറയപ്പെടുന്നു.

എന്നാൽ, നമ്മൾ എത്ര നിരുത്സാഹപ്പെടുത്തിയാലും, എത്ര വിഷമിച്ചാലും സാഹചര്യങ്ങൾ മാറില്ല. നേരെമറിച്ച്, അത് ഒരാളുടെ നിഷേധാത്മക വികാരങ്ങൾ വർദ്ധിപ്പിക്കുകയും, അങ്ങനെ നീരസവും ദുഃഖവുംകൊണ്ടുള്ള ഒരു വലയം സൃഷ്ടിക്കുകയും ചെയ്യുന്നു, അത് ഒരു മാനസിക മരണത്തിലേക്ക് നമ്മെ നയിക്കുന്നു.

ഇങ്ങനെയല്ല ചിന്തിക്കേണ്ടത്.

ഏത് സാഹചര്യവും അനുകൂല സന്ദർഭമാക്കാൻ നിങ്ങൾക്ക് കഴിവുണ്ട് – അതിൽനിന്ന് നിങ്ങൾ നേടുന്ന അനുഭവം ഭാവിയിലേക്ക് ഒരു പ്രേരകശക്തിയായി മാറും, പുരോഗതിയിലേക്ക്; അത് നിങ്ങളെ പോഷിപ്പിക്കുന്നതായിത്തീരും...

പാനാസോണിക് സ്ഥാപകനായ കൊനോസുകെ മാറ്റ്സുഷിത പറയുന്നതനുസരിച്ച്, "നിങ്ങളുടെ സാഹചര്യങ്ങൾ അനുകൂലമാണോ പ്രതികൂലമാണോ എന്നത് പരിഗണിക്കാതെ തന്നെ, അവയിലൂടെ മാന്യമായി നീങ്ങുക എന്നതാണ് പ്രധാന കാര്യം."

വാസ്തവത്തിൽ ശരിക്കും ഒരു ജ്ഞാന വചനം തന്നെയാണ്.

നിങ്ങൾ മാന്യമായി ജീവിക്കുമ്പോൾ, സാഹചര്യങ്ങൾ നല്ലതോ ചീത്തയോ എന്നൊന്നില്ല.

ഏതവസ്ഥയിലായാലും നമ്മൾ അതിനെ സ്വയം ആലിംഗനം ചെയ്യുകയല്ലാതെ മറ്റൊന്നും ചെയ്യാനില്ല.

നിങ്ങൾ പ്രാദേശിക വില്പനയിലാണ് എത്തിച്ചേരുന്നതെങ്കിൽ, ബന്ധങ്ങളുടെ ഒരു ശൃംഖല കെട്ടിപ്പടുക്കുന്നതിനുള്ള ഒരു അവസരമായി ഇതിനെ കരുതുക. ബന്ധം കെട്ടിപ്പെടുത്തുന്നതിൽ നിങ്ങൾക്ക് ശ്രദ്ധ കേന്ദ്രീകരിക്കാൻ കഴിയും, ഒപ്പം ഓരോ ഉപഭോക്താവിനും ബോധപരമായ ശ്രദ്ധ നൽകാനും കഴിയും. നിങ്ങളുടെ കാഴ്ചപ്പാട് വേഗത്തിൽ മെച്ചപ്പെടുത്തുക.

വ്യവസായം എന്തുതന്നെയായാലും, വളരെയേറെ ആളുകളുമായി വിശ്വാസത്തെ അടിസ്ഥാനമാക്കിയുള്ള ബന്ധങ്ങൾ ഒരു ശക്തമായ ഉപകരണവും മൂല്യവത്തായ സ്വത്താണ്.

അതുപോലെ, അക്കൗണ്ടിംഗിൽ കഠിനാധ്വാനം ചെയ്യുന്നതിലൂടെയും ബുക്ക് കീപ്പിംഗിനെ കുറിച്ചുള്ള അറിവ് ശേഖരിക്കുന്നതിലൂടെയും, ഇത് നിങ്ങളെ ഭാവിയിൽ നന്നായി സഹായിക്കില്ലേ?

അക്കൗണ്ടിംഗിനെക്കുറിച്ചുള്ള ഉറച്ച അറിവ് പിന്തുണക്കുന്ന ബിസിനസ്സ് പ്ലാനുകളും ചെലവ് ബോധവൽക്കരണവും ദീർഘകാലാടിസ്ഥാനത്തിൽ പ്രായോഗികമാകാനുള്ള സാധ്യത കൂടുതലാണ്.

"എല്ലാ ദിവസവും ഒരു നല്ല ദിവസമാണ്" എന്ന് സെനിൽ നാം പറയുന്നു.

ജീവിതം നല്ല ദിവസങ്ങളുടെ തുടർച്ചയായി വരുന്നതാണെന്ന് ഇതിനർത്ഥമില്ല. ചില ദിവസങ്ങൾ സൂര്യപ്രകാശമുള്ള ദിവസങ്ങളോ മഴയുള്ള ദിവസങ്ങളോ ഉണ്ടായിരിക്കും. ചിലപ്പോൾ നിങ്ങൾക്ക് ആ സൗമ്യമായ സൂര്യപ്രകാശം ആസ്വദിക്കാൻ കഴിയും, മറ്റുസമയങ്ങളിൽ നിങ്ങൾക്ക് തണുത്ത കാറ്റ് സഹിക്കേണ്ടി വരും. എന്നാൽ എന്തുതന്നെയായാലും, ആ ദിവസം ജീവിച്ചതിന്റെ അനുഭവം നിങ്ങൾക്ക് അമൂല്യമായി തന്നെ ലഭിക്കും,

അത് നിങ്ങളുടെ അസ്തിത്വത്തിന് വിലപ്പെട്ടതാണ്. എല്ലാ ദിവസവും മഹത്തരമാണെന്നാണ് ഇതിന്റെ സെൻ വ്യാഖ്യാനം, അതിനാൽ എല്ലായ്പ്പോഴും നല്ലത് കണ്ടെത്താനാകും.

നിങ്ങളുടെ സാഹചര്യങ്ങൾ നിങ്ങളുടെ ജീവിതത്തെ സ്വാധീനിക്കരുത്.

നിങ്ങളുടെ സാഹചര്യങ്ങളെ നിങ്ങൾ എങ്ങനെ കാണുന്നു എന്നതിനെ ആശ്രയിച്ചിരിക്കും നിങ്ങളുടെ ജീവിതവും.

24

ഇന്നത്തെ കാര്യങ്ങൾ ഇന്നുതന്നെ ചെയ്യുക

ജീവിതം വിജയകരമായി മുന്നോട്ട്
നീങ്ങുന്നതിന്റെ രഹസ്യം

"ഞാൻ തിരക്കിലാണ്."

"ആവശ്യത്തിന് സമയമില്ല."

"ഇത് എല്ലായ്പ്പോഴും ക്ലോക്കിനെതിരായ ഒരു ഓട്ടമാണ്."

പല ബിസിനസ്സുകാർക്കും ഇങ്ങനെ തോന്നുന്നു.

പല സമൂഹങ്ങളിലും, അമിത ജോലി സാധാരണമാണ്, അതിനാൽ പകൽ മതിയായ സമയമില്ലായെന്ന് പലപ്പോഴും തോന്നാറുണ്ട്.

ഇങ്ങനെ ജോലി പൂർത്തിയാകാതെ പോകുന്നു. നിങ്ങൾ ധിക്കാരപരമായോ അല്ലെങ്കിൽ "അതിനെന്താ, ഇപ്പോഴെന്തു ചെയ്യാനാവും" എന്ന മനോഭാവത്തിലോ ഇരിക്കുന്നു.

"എല്ലാ ജോലിയും ഇന്ന് ചെയ്തുതീർക്കാൻ സാധ്യമല്ല, അതിനാൽ ബാക്കിയുള്ളത് ഞാൻ നാളെ ചെയ്യാം, അല്ലെങ്കിൽ പിന്നീടെപ്പോഴെങ്കിലും ആകാം..."

എന്നാൽ ഇത് നിങ്ങളുടെ സമയം കൂടുതൽ പരിമിതപ്പെടുത്തുന്നു. ഇന്ന് നിങ്ങൾ ചെയ്യേണ്ടതായ കാര്യങ്ങൾ നാളത്തേക്ക് മാറ്റിവെക്കുകയാണെങ്കിൽ നാളെ ആരംഭിക്കുന്നത് അത്രയും ഞെരക്കത്തോടെയാകാം.

ഇത്തരത്തിലുള്ള കാര്യങ്ങൾ ആവർത്തിച്ച് സംഭവിക്കുമ്പോൾ, നിങ്ങൾ വൈകുകയോ അല്ലെങ്കിൽ സമയം തീർന്നുപോകുകയോ സംഭവിക്കുന്നു. ആത്യന്തികമായി നിങ്ങൾക്ക് മാനസിക ഇടം ഇല്ലാതാകുന്നു, തുടർന്ന് നിങ്ങൾ അക്ഷമനും പ്രകോപിതനും ആയിത്തീരുന്നു.

"സമയവും വേലിയേറ്റവും ആർക്കും വേണ്ടി കാത്തിരിക്കില്ല" എന്ന ചൊല്ല് നിങ്ങൾ കേട്ടിട്ടുണ്ടാകും.

സമയം ഒരിക്കലും ആളുകളുടെ സമയപ്പട്ടികയെ ഉൾക്കൊള്ളുന്നില്ല - വേലിയേറ്റവും അപ്രതീക്ഷിതമാണ്, അത് നമ്മെ ഒന്നിനും അനുവദിക്കുന്നില്ല.

ഇത് ബുദ്ധമതത്തിലെ നശ്വരത എന്ന ആശയത്തിന് സമാനമാണ്.

ഈ ലോകത്ത് ഒന്നും ഒരു നിമിഷംപോലും അതേപടി നിലനിൽക്കില്ല; എല്ലാം എപ്പോഴും മാറിക്കൊണ്ടിരിക്കുന്നു. സമയം ഇതിനകം നീങ്ങിക്കഴിഞ്ഞു. ഇനി ഒരിക്കലും തിരിച്ചുവരില്ല.

ഇത് വ്യക്തമാണെന്ന് തോന്നിയേക്കാം, പക്ഷേ, അതിന്റെ വ്യക്തത നിങ്ങളുടെ അവബോധത്തിനപ്പുറം അതിനെ എത്തിക്കുന്നു. അത് നിങ്ങളുടെ മനസ്സിന്റെ മുൻനിരയിൽ നിലനിർത്തേണ്ടത് പ്രധാനമാണെന്ന് ഞാൻ കരുതുന്നു.

ഇന്ന് ചെയ്യേണ്ടത് ഇന്ന് തന്നെ ചെയ്യുക. ഘടികാരത്തിനെതിരായ ഓട്ടം ഒഴിവാക്കുന്നതിനോ അല്ലെങ്കിൽ സമയത്താൽ കെട്ടിയിടപ്പെടുന്നുവെന്ന് തോന്നുന്നതൊഴിവാക്കുന്നതിനോ ഫലപ്രദമായ തന്ത്രം മറ്റൊന്നുമില്ല.

റിൻസായി സ്കൂൾ ഓഫ് സെൻ ബുദ്ധിസത്തിന്റെ പുനഃസ്ഥാപകൻ എന്നാണ് ഹക്കുയിൻ എകാകു അറിയപ്പെടുന്നത്,

ഹക്കുയിൻ സെൻജിയുടെ ഗുരുവും ഷോജു ഹെർമിറ്റേജിലെ വൃദ്ധനായും അറിയപ്പെടുന്നത് ഡോക്യോ ഏറ്റൻ ആയിരുന്നു. ഡോക്യോ ഏറ്റന്റെ കർശന നിയന്ത്രണത്തിന് കീഴിലെ പരിശീലനത്താൽ, ഹക്കുയിൻ സെൻജിക്ക് ബോധോദയം നേടാൻ കഴിഞ്ഞു. ഇവ ഡോക്യോ ഏറ്റന്റെ വാക്കുകളായിരുന്നു : "ഗുരുതരമായ കാര്യങ്ങൾക്ക് ഇന്നു മാത്രമേ പ്രസക്തിയുള്ളൂ."

ഏറ്റവും പ്രധാനപ്പെട്ട കാര്യങ്ങൾ പോലും ഇന്ന് മാത്രമാണ് ഇവിടെയുള്ളത് എന്നർത്ഥം – അതായത്, ഓരോ നിമിഷത്തിലും ശുദ്ധമായ മനസ്സോടെ വസിക്കുക.

ഓരോ നിമിഷത്തിലും ശുദ്ധമായ മനസ്സോടെ വസിക്കുക – ഇത്, ഞാൻ വിശ്വസിക്കുന്നു, അത് അർത്ഥമാക്കുന്നത് ചെയ്യേണ്ട കാര്യങ്ങൾ മാത്രം ചെയ്യുക എന്നതാണ്.

ഇന്ന് നമ്മൾ ചെയ്യേണ്ട കാര്യങ്ങൾ അവ എത്ര വേദനാജനകമാണെങ്കിലും അവ ചെയ്യാൻ വേറെ സമയമില്ലായെന്നും ഇത് ഇപ്പോഴാണെന്നും – അങ്ങനെയാണ് നാം അവയെ മറികടക്കേണ്ടതെന്നും ഡോക്യോ ഏറ്റനും പഠിപ്പിച്ചു. നമ്മൾ ഈ യുക്തി പിന്തുടരുകയാണെങ്കിൽ, നമ്മൾ അത്തരം കാര്യങ്ങൾ നാളെ വരെ നിർത്തിവക്കുമ്പോൾ, അത് ബുദ്ധിമുട്ടുള്ള കാര്യങ്ങളെ കൂടുതൽ ബുദ്ധിമുട്ടാക്കുന്നു.

കാലതാമസം വരുത്തുന്നത് എന്തുതന്നെയായാലും ജോലി ചെയ്യാതെ നിങ്ങൾക്ക് രക്ഷപ്പെടാൻ സാധിക്കുമെന്ന് അർത്ഥമാക്കുന്നില്ല. നിങ്ങൾ ഇപ്പോഴും അത് ചെയ്യേണ്ടതുണ്ട്. നിങ്ങളുടെ സമയവും കൂടുതൽ നിയന്ത്രിതമായി മാറുന്നു.

നിങ്ങൾ ചെയ്യേണ്ട ജോലിയ്ക്ക് എത്ര അധ്വാനം ആവശ്യമാണെന്നോ എളുപ്പമാണെന്നോ വിലയിരുത്തരുത് – ഒരു വിധിപ്രകാരമുള്ള ക്രമത്തിൽ ചുമതലകൾ പൂർത്തിയാക്കുക. അതെന്റെ സ്വന്തം ശൈലിയാണ്.

ഞാൻ ഒരു ബുദ്ധക്ഷേത്രത്തിലെ പ്രധാന പുരോഹിതനാണ്, അതിനാൽ എന്നെ എപ്പോഴാണ് ശവസംസ്കാരത്തിന് വിളിക്കുക

എന്ന് എനിക്കറിയില്ല. തീർച്ചയായും, ശവസംസ്കാരം ഏറ്റവും ഉയർന്ന വിളിയാണ്. ആ സമയത്ത് മറ്റൊരു ജോലിയും ചെയ്യാൻ കഴിയില്ല. കാര്യങ്ങൾ പാതിവഴിയിൽ ഉപേക്ഷിക്കുന്നത് തടസ്സപ്പെടുത്തുന്നതാവാം, കാരണം അതിന്റെ ഒഴുക്ക് തടസ്സപ്പെടുമ്പോൾ അവരെ തിരികെ എടുക്കാൻ പ്രയാസമാണ്.

അതുകൊണ്ടാണ്, ഞാൻ ഒരു ദീർഘകാല പദ്ധതിയിൽ പ്രവർത്തിക്കുമ്പോൾ, ഞാൻ എന്നോട് പറയുന്നത്, "ഇന്ന് ഞാൻ ഇത്രയും ചെയ്യും," എന്നിട്ട് ഞാൻ എനിക്കായി നിശ്ചയിച്ചിട്ടുള്ള ഏത് ലക്ഷ്യവും പൂർത്തിയാക്കിയിട്ടുണ്ടെന്ന് ഉറപ്പാക്കുന്നു.

പ്രധാന പുരോഹിതൻ എന്നതിന് പുറമേ, ഞാൻ ഒരു സെൻ ഗാർഡൻ ഡിസൈനർ കൂടിയാണ്, ഞാൻ പുസ്തകങ്ങൾ എഴുതുന്നു, ഞാൻ സർവ്വകലാശാലകളിൽ പഠിപ്പിക്കുന്നു... അങ്ങനെ എല്ലാത്തരം കാര്യങ്ങളും ഞാൻ ചെയ്യേണ്ട കാര്യങ്ങളുടെ പട്ടികയിൽ ഉണ്ട്. ആളുകൾ പലപ്പോഴും എന്നോട് പറയും, "ഇരുപത്തിനാല് മണിക്കൂർ മതിയാവില്ല." പക്ഷേ, എനിക്ക് ഒരിക്കലും അങ്ങനെ തോന്നിയിട്ടില്ല – സമയത്തിനായി എനിക്ക് സമ്മർദ്ദം തോന്നുന്നില്ല.

ഇന്നത്തെ കാര്യങ്ങൾ ഇന്ന് ചെയ്യുക.

ഇപ്പോൾ, നിങ്ങളുടെ മുന്നിലുള്ള കർത്തവ്യങ്ങൾ എന്തുകൊണ്ട് പൂർത്തിയാക്കിക്കൂടാ?

25

മൈതാനം വിട്ട് ഓടരുത്

പരാജയമെന്നാൽ നിങ്ങളുടെ ജീവിതം അവസാനിച്ചു എന്നല്ല അർത്ഥമാക്കുന്നത്

ആരും പരാജയപ്പെടാൻ ആഗ്രഹിക്കുന്നില്ല. എന്നാൽ ജോലിയിൽ പരാജയപ്പെടുമെന്ന ഭയം നിങ്ങളെ ഭീരുവാക്കും. പുതിയ വെല്ലുവിളികൾ ഏറ്റെടുക്കാനുള്ള നിങ്ങളുടെ സന്നദ്ധത നിങ്ങൾ ഇല്ലാതാക്കുന്നു, "സുരക്ഷിത"ത്തിന് മുൻഗണന നൽകുന്നതിലൂടെ നിങ്ങളുടെ ഉൾപ്രേരണ ഇല്ലാതാവുകയും വളരാനുള്ള അവസരങ്ങൾ നഷ്ടപ്പെടുകയും ചെയ്യുന്നു.

കുതിക്കും മുമ്പ് നോക്കു, എന്ന് പഴഞ്ചൊല്ല് പറയുന്നു. പക്ഷേ നോക്കിയതിന് ശേഷം ചാടാതിരിക്കുകയാണെങ്കിൽ, അല്ലെങ്കിൽ നിങ്ങൾക്ക് സ്വയം കുതിച്ചുയരാൻ കഴിയുന്നില്ലെങ്കിൽ, നീ നിന്നെ ത്തന്നെ തടഞ്ഞുനിർത്തുന്നു. പരാജയം ഒഴിവാക്കാനാവാത്തതാണ്. നിങ്ങളുടെ പരാജയം മറയ്ക്കാൻ ശ്രമിച്ചാൽ, നിങ്ങൾ രഹസ്യ സ്വഭാവമുള്ളയാളാകും, ഇത് പരാജയത്തേക്കാൾ മോശമാണ് : ഒരു ചെറിയ പരാജയം മറച്ചുവെക്കാനുള്ള ശ്രമം അതിനെ വലിയ ഒന്നാക്കി മാറ്റും.

സാഹചര്യങ്ങൾ എന്തായാലും, ഏറ്റവും നല്ല പ്രതികരണം

ക്ഷമാപണം ആണ് – ഉടനടി പരസ്യമായി. നിങ്ങളുടെ പരാജയം മറച്ചുവെക്കാൻ നിങ്ങൾക്ക് കഴിഞ്ഞാലും അത് അതിന്റെ വസ്തുതയെ മാറ്റില്ല. അപ്പോൾ നിങ്ങൾ ഒരു പുതിയ തുടക്കം ലഭിക്കാൻ ശ്രമിക്കുമ്പോൾ, തിരുത്തൽ നടപടികൾ സ്വീകരിക്കുക യല്ലാതെ നിങ്ങൾക്ക് മറ്റ് മാർഗ്ഗമില്ല.

നിങ്ങളുടെ പരാജയം ഉടനടി സമ്മതിക്കേണ്ടത് അത്യാവശ്യ മാണെന്ന് ഞാൻ കരുതുന്നു, കാരണം ഉൾപ്പെട്ടിരിക്കുന്ന എല്ലാവർക്കും മുഴുവൻ ചിത്രവും അറിയേണ്ടതുണ്ട്. അതുവഴി, പരാജയം മറച്ചുവെച്ചാലും, അല്ലെങ്കിൽ അത് വെളിച്ചത്തുവരുമ്പോൾ, തങ്ങൾ പങ്കാളികളാണെന്ന് ആർക്കും തോന്നേണ്ടതില്ല.

പരാജയം നിങ്ങളുടെ ജീവിതം അവസാനിച്ചു എന്നല്ല അർത്ഥമാക്കുന്നത്. പരാജയം സമ്മതിക്കേണ്ട ആവശ്യമില്ല – വീണ്ടും അത് സംഭവിക്കാൻ അനുവദിക്കരുതെന്ന് നിങ്ങൾ തീരുമാനിക്കുന്നു.

സെനിൽ നാം പറയുന്നു, “എല്ലാം ശൂന്യതയിൽ നിന്നുത്ഭവി ച്ചതാണ്.” അതിനർത്ഥം നമ്മളോരോരുത്തരും ജനിച്ചത് ഒന്നുമില്ലാതെയാണ് എന്നതാണ്, അത് നമ്മുടെ യഥാർത്ഥ അവസ്ഥയാകുമ്പോൾ വസ്തുക്കളോട് താല്പര്യം ഉണ്ടാക്കുന്നതിൽ യാതൊരു പ്രയോജനവുമില്ല.

നിങ്ങളുടെ ജോലി നഷ്ടപ്പെടാൻ ആഗ്രഹിക്കാത്തത് ഒരു അഭിനിവേശമാണ്. നിങ്ങൾക്ക് നിങ്ങളുടെ ജോലി നഷ്ടപ്പെട്ടാൽ, സ്വയം പിന്തുണക്കാൻ നിങ്ങൾ ഒരു പുതിയ മാർഗ്ഗം കണ്ടെത്തേണ്ടതുണ്ട്, എന്നാൽ ഇങ്ങനെയൊരവസ്ഥ ഇല്ലാത്ത കാലംവരെ ഇതിനെക്കുറിച്ച് വിഷമിക്കേണ്ടതില്ല. നിങ്ങളാൽ നിങ്ങളുടെ കമ്പനിയുടെ പ്രശസ്തിയ്ക്ക് ക്ഷതമേൽക്കുകയാണെങ്കിൽ അല്ലെങ്കിൽ ധാരാളം നഷ്ടങ്ങൾ വരുത്തുകയോ ചെയ്താൽ, ഇത് മറ്റൊരു വിഷയമാണ്. പക്ഷേ, ഒന്നു-രണ്ട് ചെറിയ തെറ്റുകൾ നിങ്ങളുടെ പിരിച്ചുവിടലിലേക്ക് നയിക്കാൻ സാധ്യതയില്ല.

അങ്ങനെ ചെയ്താൽ പോലും, അത് നിങ്ങളെ നിങ്ങൾ

ആരംഭിച്ചിടത്തേക്ക് തന്നെ തിരികെയെത്തിക്കുന്നു എന്നുമാത്രം. ഒന്നുമില്ലായ്മയുടെ നിങ്ങളുടെ യഥാർത്ഥ അവസ്ഥയിലേക്ക്. കൂടാതെ എല്ലാവരും വീണ്ടും ആരംഭിക്കാനുള്ള ശക്തിയാൽ അനുഗ്രഹിക്കപ്പെട്ടവരാണ്.

കമ്പനിയുമായോ നിങ്ങൾക്കുള്ള നിലവിലെ സ്ഥാനമായോ ഉള്ള അഭിനിവേശം നിങ്ങൾ ഉപേക്ഷിക്കുകയാണെങ്കിൽ, പരാജയത്തെ ഭയപ്പെടാൻ ഒരു കാരണവുമില്ലെന്ന് നിങ്ങൾ മനസ്സിലാക്കും. ഒപ്പം നിങ്ങൾക്ക് ജോലിയിൽ കൂടുതൽ സജീവമായിരിക്കാൻ കഴിയും – നിങ്ങൾ കൂടുതൽ മികച്ചവരാകാം സ്വയം പ്രകടിപ്പിക്കുന്നതിലും നിങ്ങളുടെ കഴിവുകൾ പുറത്തെടുക്കുന്നതിലും.

ജപ്പാൻ എയർലൈൻസിന്റെ സിഇഒ ആയി ചുമതലയേൽക്കുകയും അതിന്റെ പാപ്പരത്തത്തിന് ശേഷമുള്ള പുനർനിർമ്മാണത്തിന് നേതൃത്വം നൽകുകയും ചെയ്ത കസുവോ ഇനാമോറി, ഒരു സെൻ പുരോഹിതൻ കൂടിയാണ്. അദ്ദേഹം ഒരിക്കൽ പറഞ്ഞു : "പരാജയം എന്നൊന്നില്ല. നിങ്ങൾ സ്വയം വെല്ലുവിളിക്കുകയാണെങ്കിൽ നിങ്ങൾക്ക് പരാജയപ്പെടാൻ കഴിയില്ല. നിങ്ങൾ ഉപേക്ഷിക്കുമ്പോൾ മാത്രമാണ് നിങ്ങൾ പരാജയപ്പെടുന്നത്."

നമ്മുടെ യഥാർത്ഥ അവസ്ഥ ഓർത്തിരിക്കേണ്ടത് പ്രധാനമാണ്, "എല്ലാം ഒന്നുമില്ലായ്മയിൽ നിന്നും വരുന്നു." നിങ്ങൾ പരാജയത്തെ ഭയപ്പെടാതെ സ്വയം വെല്ലുവിളിക്കുന്നത് തുടരുമെന്ന് ഞാൻ പ്രതീക്ഷിക്കുന്നു.

26

കൂടുതൽ സഹിഷ്ണുത പുലർത്തുക

നിങ്ങൾ നിങ്ങളായിരിക്കുക, മറ്റുള്ളവർ
അവരായിത്തന്നെയിരിക്കട്ടെ

"എത്രയധികം മനുഷ്യർ, അത്രയും വ്യത്യസ്ത ചിന്തകൾ" എന്ന ചൊല്ലുണ്ട്. ഒരു പത്ത് ആളുകളുള്ള കൂട്ടത്തിൽ, പത്ത് വ്യത്യസ്ത കഥാപാത്രങ്ങളും അഭിപ്രായങ്ങളും ഉണ്ടാകും.

ഇത് നാം ജോലി ചെയ്യുന്ന ഓഫീസിലെ ആളുകളിലും തുടരുന്നു. മേലുദ്യോഗസ്ഥരോ കീഴുദ്യോഗസ്ഥരോ ആകട്ടെ – എല്ലാവർക്കും വ്യത്യസ്ത അഭിപ്രായങ്ങളും സ്വഭാവങ്ങളുമുണ്ട്. ജീവിതത്തെക്കുറിച്ചുള്ള വ്യത്യസ്ത വീക്ഷണങ്ങൾ പരാമർശിക്കേണ്ടതില്ലല്ലോ.

നമ്മുടേതിൽ നിന്ന് വ്യത്യസ്തമായ ജീവിത തത്വചിന്തയുള്ള ആളുകളോട് ചേർന്ന് ഇടയ്ക്കിടെ നിരാശപ്പെടുക സ്വാഭാവികമാണ്.

ഉദാഹരണത്തിന്, കുടുംബ അധിഷ്ഠിതനായ ഒരു മാനേജറിനെ സങ്കല്പിക്കുക. മറ്റുള്ളവർ ഓരോ ദിവസത്തെയും കഠിനമായ ജോലിയിലാകുമ്പോൾ, അദ്ദേഹം തന്റെ കുടുംബത്തിന് മുൻഗണന നൽകി വൈകിട്ട് നേരത്തെ തന്നെ ഓഫീസ്

വിട്ടുപോയെന്ന് അവർ പരാതിപ്പെട്ടേക്കാം. ഈ പെരുമാറ്റത്തെ അവർ "മാനേജീരിയൽ" ആയി കാണണമെന്നില്ല.

മറ്റൊരു മാനേജർ തന്റെ കീഴുദ്യോഗസ്ഥരെ അവർ നിസ്സാരമായി കാണുന്ന സാമൂഹികവൽക്കരണത്തിന്റെ പേരിൽ വിമർശിച്ചേക്കാം. ഭാവിക്ക് വേണ്ടിയുള്ള സമ്പാദ്യത്തെക്കുറിച്ച് അവരെ ഉപദേശിക്കുന്നു.

അല്ലെങ്കിൽ ജോലിയെ ദൈവമായി കാണുന്ന ഒരു ബോസ്, തന്റെ അലസന്മാരായ തൊഴിലാളികളെ നോക്കി മൂക്കു ചൊറിയുകയോ, കണ്ണുരുട്ടി കാണിക്കുകയോ ചെയ്യാം.

പക്ഷേ, ഞാൻ അത് വീണ്ടും പറയാം – "എത്രയധികം മനുഷ്യർ, അത്രയും വ്യത്യസ്ത ചിന്തകൾ". എല്ലാതരത്തിലുമുള്ള മനുഷ്യരെ നിങ്ങൾക്ക് കാണാം. മറ്റുള്ളവരുടെ ജീവിത തത്വശാസ്ത്രം എന്താണെന്നത് പരിഗണിക്കാതെ തന്നെ, തങ്ങളുടെ രീതികളാണ് ശരിയെന്ന് ധരിക്കുന്നവർ. തീർച്ചയായും, ഈ രീതി നിങ്ങളുടെ ജോലിയെ പ്രതികൂലമായി ബാധിക്കുന്നുവെങ്കിൽ, നിങ്ങൾക്ക് അവരെ വിളിച്ച് കാര്യങ്ങളുടെ ഗൗരവം ബോധിപ്പിക്കാം. അല്ലാത്ത പക്ഷം, അടിസ്ഥാനതത്വം എന്നത് വിവിധ വീക്ഷണങ്ങൾ അംഗീകരിക്കുക എന്നതാണ്.

ഇത് മനസ്സിലാക്കാനുള്ള കഴിവില്ലായ്മയാണ് എനിക്ക് ജോലി സ്ഥലത്ത് പരസ്പരകലഹത്തിന് കാരണമാകുന്നത്.

സ്വയം ചോദിക്കുക : നിങ്ങൾക്ക് മേലുദ്യോഗസ്ഥരോ കീഴുദ്യോഗസ്ഥരോ ആയുള്ള നിങ്ങളുടെ നിരാശയുടെ മൂലകാരണം നിങ്ങളുടെ മൂല്യങ്ങൾ അവരിൽ അടിച്ചേൽപ്പിക്കുന്നതുമായി എന്തെങ്കിലും ബന്ധമുണ്ടോ?

മറ്റുള്ളവരുടെ കാഴ്ചപ്പാടുകളെ സ്വീകരിക്കുക. അങ്ങനെ ചെയ്താൽ അസംതൃപ്തി ഇല്ലാതാകുകയും കൂടുതൽ അല്ലലില്ലാത്തവനും ലഘുഹൃദയനാകാനും നിങ്ങളെ പ്രാപ്തരാക്കുകയും ചെയ്യുന്നു.

എന്തിനധികം, പരസ്പരമുള്ള ബലവും ബലഹീനതയും അംഗീകരിക്കാൻ ഇത് നിങ്ങളെ അനുവദിക്കും.

നിങ്ങളുടെ കമ്പനിയുടെ ആസൂത്രണ വിഭാഗത്തിൽ നിങ്ങൾ ജോലി ചെയ്യുന്നുവെന്നും, നിങ്ങളാണ് സ്ട്രാറ്റജി പ്രൊപ്പോസലുകൾ തയ്യാറാക്കി അവ സഹപ്രവർത്തകരുടെ മുന്നിൽ അവതരിപ്പിക്കേണ്ടതെന്നും കരുതുക. അപ്പോൾ ഇനിപ്പറയുന്ന സാഹചര്യം ഉണ്ടാകാം :

"ആ പ്രമേയം പൂർത്തിയാക്കാൻ ഞാൻ എല്ലു മുറിയുവോളം സ്വയം പ്രവർത്തിച്ചു, ആ പയ്യൻ വന്ന് എന്റെ ജോലിയെ അടിസ്ഥാനമാക്കി അവന്റെ അവതരണം നടത്തുകയും എല്ലാ ക്രെഡിറ്റും നേടുകയും ചെയ്യുന്നു – ഇത് നന്ദിയില്ലാത്ത ജോലിയാണ്."

എന്നാൽ അതിനെക്കുറിച്ച് ഇങ്ങനെ ചിന്തിക്കുക : നിങ്ങളുടെ ജോലി തന്നെയാണ് നിർദ്ദേശങ്ങൾ തയ്യാറാക്കുകയെന്നത്, അതിനാൽ നിങ്ങൾ നിങ്ങളുടെ ഊർജ്ജം അതിൽ കേന്ദ്രീകരിക്കുകയും അവതരണങ്ങൾ സുഗമമായി സംസാരിക്കുന്ന സഹപ്രവർത്തകന് നിങ്ങൾ വിട്ടുകൊടുക്കുകയും ചെയ്യുകയെന്നത്. നിങ്ങളുടെ പ്രവൃത്തിയുടെ അംഗീകാരം മറ്റൊരാൾ എടുക്കുമ്പോൾ നിങ്ങൾക്ക് ദേഷ്യം വരും. അപ്പോൾ നിങ്ങൾ ഇത് പറഞ്ഞാലോ? "ആ പ്രൊപ്പോസൽ എനിക്ക് വിട്ടേക്കുക. ഞാൻ ആ ജോലി വളരെ നന്നായി ചെയ്യും, നിങ്ങളുടെ ഭാഗത്ത്, നിങ്ങൾ അത് ഒരു മികച്ച അവതരണത്തിലൂടെ കൈകാര്യം ചെയ്യുക."

ഇപ്രകാരം ജോലികൾ പരസ്പരം വിഭജിച്ച്, രണ്ടു കൂട്ടരും അവരവരുടെ ഗുണങ്ങളുടെ ബലത്തിൽ മുന്നോട്ട് കുതിക്കാനും, തങ്ങളുടെ ബലഹീനതകളെ പുറകിലാക്കി, നിങ്ങളുടെ ജോലി ആസ്വദിക്കാൻ കൂടുതൽ പ്രാപ്തരാക്കുന്നു.

നിങ്ങളുടെ കമ്പനിയുടെ സെയിൽസ് ഡിവിഷനിൽ, ചില ആളുകൾ മികച്ച ഇടപാടുകളിലേക്ക് നയിക്കുന്ന വിശദമായ കണക്കുകൂട്ടലുകളിൽ മികവ് പുലർത്തുന്നു, മറ്റുള്ളവർ ഉപഭോക്തൃ ബന്ധങ്ങളിൽ വളരെ ഫലപ്രദമാണ്.

പരസ്പരം ശക്തിയും ബലഹീനതയും തിരിച്ചറിയുന്നത്

ജോലിയുടെ യോജിപ്പുള്ള വിഭജനം സാധ്യമാകുന്നു, എല്ലാവർക്കും കൂടുതൽ കാര്യക്ഷമമായും ഉൽപാദനക്ഷമമായും പ്രവർത്തിക്കാൻ കഴിയും. ഇത് ആത്യന്തികമായി നിങ്ങൾക്ക് ഗുണം ചെയ്യും.

ഒരു കാര്യം കൂടി ചേർക്കാൻ ഞാൻ ആഗ്രഹിക്കുന്നു : എനിക്ക് ഒരു കർശനമായ നിയമമുണ്ട്. ഞാൻ ആരുടെ കൂടെ ജോലി ചെയ്യുന്നുവോ അവരോട് സഹിഷ്ണുത പുലർത്തുന്ന മനോഭാവം എനിക്കുണ്ട്, അതിനാൽ കാര്യങ്ങൾ സുഗമമായി നടക്കുന്നു.

എഡോ കാലഘട്ടത്തിൽ ജീവിച്ചിരുന്ന കൺഫ്യൂഷ്യൻ പണ്ഡിതനും പുരാതന ചൈനീസ് ഹെർബൽ സസ്യശാസ്ത്രജ്ഞനു മായ കൈബറ എക്കൻ ഇങ്ങനെ പറഞ്ഞു :

"ഋഷിമാർ, ജ്ഞാനികളായിരിക്കെ, തങ്ങളോടുതന്നെ നീതിയുള്ളവരായിരിക്കണം മറ്റുള്ളവരോടൊപ്പമല്ല. സാധാരണ ക്കാർ, സാധാരണക്കാരായതിനാൽ മറ്റുള്ളവരോട് ക്ഷമിക്കുന്നവർ ആയിരിക്കണം, തങ്ങളോടല്ല."

നിങ്ങൾ ഈ തത്വം ഹൃദയത്തിൽ എടുക്കുകയാണെങ്കിൽ, നിങ്ങളുടെ ജോലിസ്ഥലത്ത് നിങ്ങളുടെ മുകളിലും താഴെയുള്ളവരു മായുള്ള ബന്ധത്തിൽ വിഷമിക്കേണ്ട കാര്യമില്ല. നിങ്ങൾക്ക് എളുപ്പത്തിലും ആത്മവിശ്വാസത്തിലും തുടരാൻ കഴിയും.

27

ഒഴുക്കിനനുസരിച്ച് പോകുക

ഏകാന്തത നല്ലതാണ്, പക്ഷേ ഒറ്റപ്പെടൽ ശരിയല്ല

"ഒരു മനുഷ്യന് ധാരാളം എതിരാളികൾ ഉണ്ട്" എന്നൊരു പറച്ചിലുണ്ട്. അത് ഒരു നിശ്ചിത പ്രായത്തിലുള്ള ആളുകൾക്ക് പരിചയം കൂടുതലായിരിക്കാം. ലോകം വളരെ കഠിനമായ സ്ഥലമാണ് എന്ന് പറയുന്നത് അമൂർത്തമായി തോന്നാം, എന്നാൽ ഇതിനിടയിലും ശത്രുക്കളെ ഉണ്ടാക്കി ചുറ്റിനടക്കുന്ന ആളുകളും ഉണ്ട്.

സ്വന്തം അജണ്ട ആക്രമണാത്മകമായി മുന്നോട്ട് കൊണ്ടുപോകുന്ന ജോലിസ്ഥലത്തുള്ള ആളുകളെപ്പോലെ. ഇതിന് തീർച്ചയായും ഒരു പ്രത്യേക വൈദഗ്ധ്യം ആവശ്യമാണ്, എന്നാൽ അതിലൂടെ ഹേതുവായ ഉരസലുകളെ അവഗണിക്കുന്നു, അവൻ സൃഷ്ടിച്ച കലഹം അവന്റെ പാതയിൽ ഒരു തടസ്സമായി എന്നെങ്കിലും പ്രത്യക്ഷപ്പെടും എന്ന് ചിന്തിക്കാതിരിക്കാൻ എനിക്കാവുന്നില്ല.

നിങ്ങൾ ഇതിനു മുൻപ് ഏറ്റെടുത്തതിലും വലിയ പ്രൊജക്റ്റിൽ പ്രവർത്തിക്കുകയാണെന്ന് വിചാരിക്കുക, അതിന് ഒരു ടീമിനെ ഒരുമിച്ച് ചേർക്കുന്നതിന് നിങ്ങൾക്ക് കഷ്ടിച്ച് സാധിച്ചു. കാരണം നിങ്ങൾ എല്ലായിടത്തും എതിരാളികളെ കാണുന്നു. നിങ്ങളുടെ

സഹപ്രവത്തകർ പറയുന്നത് കേൾക്കേണ്ടിവന്നു, "നിങ്ങൾ ആഗ്രഹിക്കുന്ന രീതിയിൽ അത് ചെയ്തില്ലെങ്കിൽ നിങ്ങൾ തൃപ്തനാകാൻ പോകുന്നില്ല, എങ്കിൽ എന്തുകൊണ്ട് അത് സ്വയം ചെയ്തുകൂടാ? ഞങ്ങൾ സമ്പൂർണ്ണ സഹകരണത്തെക്കുറിച്ച് കേൾക്കാൻ ആഗ്രഹിക്കുന്നില്ല."

എന്നാൽ, കമ്പനി ടീമുകളുടെ ഒരു ശേഖരമായി സജ്ജീകരിച്ചിരിക്കാം. ഉപരിതലത്തിൽ എങ്കിലും സഹകരണം വാഗ്ദാനം ചെയ്യുന്ന എല്ലാം ചെയ്യാൻ കഴിയുന്ന ജൂനിയർ ജീവനക്കാർ നിങ്ങളെ ചുറ്റിപ്പറ്റിയേക്കാം, അതിനാൽ ഇത് പുരോഗതി കൈവരിക്കുന്നതായി സങ്കൽപ്പിക്കാൻ എളുപ്പമാണ്.

നേതാക്കൾ സ്വഭാവത്താൽ ഒറ്റപ്പെട്ടവരാണെന്ന് അവർ പറയുന്നു. പക്ഷേ, അവരെ അങ്ങനെ സ്വയം ഒറ്റപ്പെടുത്തരുത്. അവർ അങ്ങനെ ചെയ്യുമ്പോൾ, അവർക്ക് അവരുടെ പ്രവർത്തനങ്ങൾ നടത്താൻ കഴിയില്ല, തുടർന്ന് അക്ഷമയും പ്രകോപനവും അണികളിൽ വേരൂന്നുന്നു.

നിങ്ങൾ നയിക്കാനും പ്രചോദിപ്പിക്കാനുമുള്ള ഒരു സ്ഥാനത്താണെങ്കിൽ എപ്പോഴെങ്കിലും അതിന് നിങ്ങളുടെ നിയന്ത്രണത്തിന് അപ്പുറമുള്ള ഒരു ഒഴുക്കുണ്ട്. അതിനൊപ്പം പോകുക. ജലം ഒരിക്കലും പാറയുമായി യുദ്ധം ചെയ്യുന്നില്ല; ഇത് അല്പം വ്യത്യസ്തമായ ഒരു ചലനം എടുക്കുകയും നീങ്ങിക്കൊണ്ടിരിക്കുകയും ചെയ്യുന്നു. അത് അതിന്റെ ലക്ഷ്യത്തിലേക്ക് തെറ്റാതെ ഒഴുകുന്നത് തുടരുന്നു, ഒടുവിൽ സമുദ്രത്തിലേക്ക് ചേർന്നു ശൂന്യമാകപ്പെടുന്നു.

"പ്രവാഹത്തിനൊപ്പം പോകുന്നത് നല്ലതാണെന്ന് തോന്നുന്നു. പക്ഷേ, അത് എന്നെയും എന്റെ ലക്ഷ്യങ്ങളെയും എവിടെ ഉപേക്ഷിക്കും?"

അങ്ങനെയാണോ നിങ്ങൾ കാര്യങ്ങൾ കാണുന്നത്?

ഒഴുക്കിനൊപ്പം പോകുന്നത് സ്വയം കൊണ്ടുപോകാൻ അനുവദിക്കുന്നതിന് തുല്യമല്ല. ഒഴുക്കിന്റെ ദിശ അളക്കുക, അത് എത്ര വേഗത്തിൽ പോകുന്നുവെന്ന് കണക്കിലെടുക്കുക. തുടർന്ന്,

അതിനെതിരെ തള്ളുന്നതിനുപകരം, നിങ്ങളുടെ സ്വന്തം ഉള്ളിൽ തോന്നലുണ്ടായ രീതിയിൽ ഒപ്പം പോകുക. അതിനർത്ഥം ഒഴുക്കിനൊപ്പം പോകാനാണ് എന്ന് കരുതാനാണ് എനിക്കിഷ്ടം.

സെനിൽ നമ്മൾ "വഴക്കമുള്ള മനസ്സിനെ"ക്കുറിച്ച് സംസാരിക്കുന്നു. വഴക്കവും സ്വീകാര്യതയുമാണ് നമ്മളെ പഠിപ്പിക്കുന്നത്. അചഞ്ചലമായ ദൃഢനിശ്ചയം പുറമെ പ്രശംസനീയവും ശക്തവുമായി തോന്നാം. പക്ഷേ, ഇത് മാനസിക അസ്ഥിരതയും കാഠിന്യവുമായി ബന്ധപ്പെട്ടിരിക്കുന്നു.

ആ പ്രവണത ഇടുങ്ങിയ വീക്ഷണത്തിലേക്ക് നയിക്കുന്നു, നടപടി മന്ദഗതിയിലാകുന്നു. അതല്ലേ സ്തംഭനത്തിന് കാരണമാകുന്നത്? അതിലും മോശം, ജൂനിയർ ജീവനക്കാർ പുറം തിരിഞ്ഞേക്കാം, ഇതിന്റെ നിരാശയാൽ മുതലാളി അദ്ദേഹത്തിന്റെ കാൽ തറയിൽ ആഞ്ഞ് ചവിട്ടാൻ ഇടയാകുന്നു.

എന്തുകൊണ്ട് വഴക്കമുള്ള മാനസികാവസ്ഥ നിലനിർത്താൻ പരിശീലിച്ചുകൂടാ, വെള്ളം പോലെയാകുക, ഒഴുക്കിനൊപ്പം പോയിക്കൂടാ?

28

സംസാരിക്കാൻ വേണ്ടി മാത്രം സംസാരിക്കരുത്

പകരം "ഹൃദ്യമായ നിശബ്ദത" തിരഞ്ഞെടുക്കുക

ഈ വിഭാഗത്തിൽ, നിശബ്ദതയുടെ സമ്മാനത്തെക്കുറിച്ചാണ് സംസാരിക്കാൻ ഞാൻ ആഗ്രഹിക്കുന്നത്.

"സമർത്ഥനായിരിക്കുന്നതുപോലെ വാചാലനുമാകുന്നു." എന്ന് ആരെയെങ്കിലും വിശേഷിപ്പിച്ചത് നിങ്ങൾ കേട്ടിട്ടുണ്ടോ എന്ന് ഞാൻ അത്ഭുതപ്പെടുന്നു. സംസാരത്തിലും പ്രവർത്തിയിലും ഒരേപോലെ കൂടിയ പ്രാവീണ്യത്തെയും അതുപോലെ തന്ത്രപരവും തെറ്റുകൾ വരുത്താത്തതുമായ ആളെയാണ് ഇങ്ങനെ സൂചിപ്പിക്കുന്നത്. അവരെ വർണ്ണിക്കാനുള്ള മറ്റൊരു മാർഗ്ഗം ലോകാടിസ്ഥാനത്തിലുള്ളതാണ്.

വാക്കാൽ നന്നായി ആശയവിനിമയം നടത്താനുള്ള കഴിവ് അത് ബന്ധങ്ങൾ കെട്ടിപ്പടുക്കുന്നതിനും അതുപോലെ ജോലിയിൽ വിജയം നേടുന്നതിനും പ്രധാനമാണ്.

ആകർഷകമായ സംസാരരീതിയിലൂടെ ആളുകളെ ആകർഷിക്കാൻ കഴിയുന്നത് വ്യക്തിപ്രഭാവത്തിന്റെ ഒരു ഘടകമാണ്. ജോലിസ്ഥലത്ത്, നിങ്ങൾ സംസാരിക്കുന്ന

രീതിക്ക് നിങ്ങളുടെ വിജയമോ പരാജയമോ നിർണ്ണയിക്കാൻ കഴിയും.

കാര്യക്ഷമമായ ഒരു വാഗ്മി അല്ലാതിരുന്നാൽ അത് നിങ്ങളുടെ സംസാരത്തിന്റെ ആത്മവിശ്വാസം ഇല്ലാതാക്കും. പുസ്തക ശാലകളിൽ നിങ്ങൾക്ക് പൊതുഭാഷണങ്ങളുമായി ബന്ധപ്പെട്ട ശീർഷകങ്ങൾ ധാരാളം ലഭ്യമാണ്.

മറ്റൊരു സമീപനമാണ് സെൻ പഠിപ്പിക്കുന്നത്.

നമ്മുടെയിടയിൽ പറയാറുണ്ട്, "ജ്ഞാനോദയം വാക്കുകളിലോ എഴുത്തിലോ ആശ്രിതമല്ല, ആത്മീയ ഉണർവ്വ് അവബോധജന്യമായ വിവേചനത്തിലൂടെ മാത്രമേ നേടാനാകൂ." ഏറ്റവും പ്രധാനപ്പെട്ടത് അക്ഷരങ്ങളിലോ പേജിലോ പ്രകടി പ്പിക്കാൻ കഴിയില്ല – ബുദ്ധമതത്തിന്റെ സത്ത പഠിപ്പിക്കലുകൾ, തിരുവെഴുത്തുകൾക്കോ പ്രബോധനങ്ങൾക്കോ മുകളിലാണ്.

ഇത് സെനിന്റെ അടിസ്ഥാന തത്വമാണെന്നുപോലും നിങ്ങൾക്ക് പറയാം.

ഞാൻ ഡിസൈൻ ചെയ്യുന്ന സെൻ ഗാർഡനുകൾ, പ്രത്യേകിച്ച് ഡ്രൈ ഭൂപ്രകൃതി ഉദ്യാനങ്ങൾ എന്ന് വിളിക്കപ്പെടുന്നവ, പ്രധാനമായും പാറകളും വെളുത്ത മണലും ചേർന്നതാണ്. പാറകൾ എവിടെ ക്രമീകരിക്കണം, അവയിൽ എത്ര എണ്ണം ഉപയോഗി ക്കണം എന്നും, ഏത് തരം തരംഗ പാറ്റേണുകളാണ് ചരലിൽ ഒരുമിച്ച് ചേർക്കേണ്ടതെന്നും തീരുമാനിക്കണം.

തീർച്ചയായും ഇവ പ്രധാനപ്പെട്ട തീരുമാനങ്ങളാണ്. പക്ഷേ, ഉണങ്ങിയ ലാൻഡ്സ്കേപ്പ് ഗാർഡന്റെ വിട്ടുകളഞ്ഞ ഭാഗങ്ങളും അത്രമാത്രം പ്രധാനമാണ് – അതായത് ശൂന്യമായ ഇടം.

അഗാധമായ നിശ്ചലത, ഒരു സെൻ ഉദ്യാനത്തിനുമുന്നിൽ നിൽക്കുമ്പോൾ നിങ്ങൾ അനുഭവിക്കുന്ന വിശാലമായ ശാന്തത, പാറകൾ, മണൽ, ശൂന്യമായ ഇടം എന്നിവക്കിടയിൽനിന്ന് ഉരുത്തി രിഞ്ഞ പ്രതിധ്വനിയാണ്. ആ രൂപകല്പനയിൽ പ്രതിനിധാനം ചെയ്യേണ്ടത്, ആ ശൂന്യമായ ഇടത്തിൽനിന്നും അന്തർലീനമായ ശക്തിയാണ്.

പരമ്പരാഗത ജാപ്പനീസ് പ്രകടന കലയായ നോഹ് നാടകത്തിൽ, നിശബ്ദ വിരാമത്തിന് വലിയ പ്രാധാന്യം കൈവരുന്നു. പ്രേക്ഷകർ ഇതിന്റെ പ്രാധാന്യം മനസ്സിലാക്കി, ഈ ശാന്തമായ നിമിഷങ്ങളിൽ ശ്വാസം അടക്കിപ്പിടിക്കുന്നു.

മറ്റൊരു ഉദാഹരണം *രാകുഗോ*യുടെ കഥപറച്ചിൽ കലയാണ്, സൂത്രവാക്യങ്ങളുടെ മഹത്വം വർദ്ധിപ്പിക്കുന്നതിന് താൽക്കാലിക വിരാമം കൊടുക്കുന്നു.

നിശബ്ദതക്ക് അതിശയകരമായ ആവിഷ്കാര ശക്തിയുണ്ട്.

ചില സമയങ്ങളിൽ അത് വാക്കുകളേക്കാൾ കൂടുതൽ വികാരങ്ങൾ അല്ലെങ്കിൽ ആഴത്തിലുള്ള വൈകാരികത പോലും അറിയിക്കും.

ഇനി തൊഴിൽപരമായ സാഹചര്യങ്ങളിൽ, നിങ്ങളുടെ കമ്പനിയുടെ ഉൽപ്പന്നത്തിന്റെ ഗുണങ്ങളെക്കുറിച്ച് വിശദീകരിക്കുമ്പോൾ, വാക്കുകളുടെ പെരുമഴപോലെ സുഗമമായും ഒഴുക്കോടെയും സംസാരിക്കുന്നതിനുപകരം, നിങ്ങളുടെ ഉപഭോക്താവിന്റെ ആവശ്യങ്ങൾ എന്തൊക്കെയാണ് എന്ന് ശ്രദ്ധാപൂർവ്വം കേൾക്കുന്നത് കൂടുതൽ പ്രയോജനകരമാണെന്ന് കരുതുക, അവർ എന്താണ് ആവശ്യപ്പെടുന്നത് എന്നറിയുമ്പോൾ അത് അനുകൂലമായ ഒരു മതിപ്പ് ഉണ്ടാക്കുന്നു.

സെയിൽസ് പിച്ചുകൾ ഇതിനെ ഘടകമാക്കുന്നില്ല. അനിവാര്യമായും അവ ഒരു "ഹാർഡ് സെൽ" ആയി പുറത്തു വരുന്നു.

ഉപഭോക്താവ് കേൾക്കുന്നതെല്ലാം ആനുകൂല്യങ്ങളുടെയും നേട്ടങ്ങളുടെയും സാധാരണ പാരായണമാണ്. നിങ്ങൾ അവരെ ശ്രദ്ധിക്കുന്നില്ലെന്ന് അവർക്കറിയാം.

ക്ലയന്റ് നിങ്ങളുടെ ഹാർഡ് സെല്ലിൽ പിടിച്ചുകഴിഞ്ഞാൽ, ഏറ്റവും കൂടുതൽ കഴിവുള്ള വാഗ്മി പോലും വിജയിക്കില്ല. എന്റെ അഭിപ്രായത്തിൽ സുഗമമായ സംസാരം ഉപരിതലത്തിൽ പോറലുകൾമാത്രം ഉണ്ടാക്കുന്നു.

മറുവശത്ത്, നിങ്ങൾ മറ്റുള്ളവരെ കേൾക്കുമ്പോൾ തീർച്ചയായും നിങ്ങളുടെ ഉൽപ്പന്നങ്ങൾ എന്തെങ്കിലും വാഗ്ദാനം ചെയ്യാൻ സാധിക്കും. അത് എന്താണ് സൂചിപ്പിക്കുന്നത്? ഒരാൾക്ക് ഒരാളോടുള്ള ആത്മാർത്ഥത. യഥാർത്ഥ വിൽപ്പനക്കാർ, ഫലം കാണുന്നവർ, ഇതാണ് മികച്ച മാർഗ്ഗമെന്ന് അറിയുന്നു.

ഈ ആളുകൾ ശ്രദ്ധയോടെ കേൾക്കുന്നുണ്ടെന്ന് ഉപഭോക്താക്കൾക്ക് മനസ്സിലാക്കാൻ കഴിയും, അവരുടെ ആവശ്യങ്ങളും ബുദ്ധിമുട്ടുകളും വിലകൽപ്പിക്കുന്നു. ഇങ്ങനെ വരുമ്പോൾ, പലപ്പോഴും അത് വിശ്വാസബോധം വളർത്തുന്നു. "ഈ വ്യക്തി പറയുന്നത് ഞാൻ വിശ്വസിക്കുന്നു." കൂടാതെ "അവർ അത് പറഞ്ഞാൽ, അത് സത്യമായിരിക്കണം," എന്ന് അവർ കരുതുന്നു. എന്തിനധികം, അവർ നിങ്ങളിൽനിന്ന് മാത്രം സാധനങ്ങൾ വാങ്ങാൻ ആഗ്രഹിക്കുന്നു.

ഇത് വിൽപ്പനയിൽമാത്രം ഒതുങ്ങുന്നില്ല. ഏതൊരു ജോലി കാര്യത്തിലും വിശ്വാസമാണ് ഏറ്റവും പ്രധാനം.

സുഗമമായി സംസാരിക്കുന്ന ആളായാൽ ഒരു ദൂരം മാത്രമേ നിങ്ങൾക്ക് എത്താൻ സാധിക്കൂ, അതേസമയം ഹൃദ്യമായ നിശബ്ദത വിശ്വാസം വളർത്തുന്നു. ഏറ്റവും മിനുക്കിയ വാഗ്മി ആകാൻ പ്രയാസമാണ്, അതിനാൽ അങ്ങനെ ആകേണ്ട ആവശ്യമില്ല ശരിയല്ലേ?

നിശബ്ദതയുടെ മഹത്വം തെളിയിക്കുന്ന ഒരു സെൻ കഥയുണ്ട് :

വിമൽകീർത്തി ഒരു ബുദ്ധമത സാധാരണക്കാരനായിരുന്നു, ഒരു സംഭാഷണത്തിൽ ബോധിസത്വൻ മൗനത്തോടെ മറുപടി പറഞ്ഞു, ഇതിനെയാണ് "വിമൽകീർത്തിയുടെ ഇടിമുഴക്കം നിറഞ്ഞ നിശബ്ദത" എന്ന് അറിയപ്പെടുന്നത്.

ഇടിമുഴക്കംപോലെ ശക്തമായ ആഘാതം നിശബ്ദതയ്ക്കും ഉണ്ടാക്കാനാകും.

അതിനാൽ, നിങ്ങൾ സംസാരിക്കാൻ ഭയപ്പെടുന്നുവെങ്കിൽ, ആവശ്യമില്ലാതെ ആശങ്കപ്പെടേണ്ട!

29

നിങ്ങളുടെ ശ്വസനം ക്രമീകരിക്കുക

നിരാശയും ആശങ്കയും ലഘൂകരിക്കുന്ന സെൻ ശ്വസനരീതി

ജോലി ചെയ്യുമ്പോൾ വെല്ലുവിളികളെ നേരിടാൻ നമുക്ക് ധാരാളം ഊർജ്ജം ലഭിക്കുന്ന സമയങ്ങളുണ്ട്. എന്നാൽ, മറ്റു ചില സമയങ്ങളിൽ നാം സ്വയം ശോഷിച്ചും പ്രചോദനം കുറഞ്ഞതായും കാണുന്നു.

വിജയിക്കുമ്പോൾ നാം സന്തോഷത്താൽ നിറയുന്നു. എന്നാൽ, നമ്മുടെ ബോസ് ശാസിക്കുമ്പോൾ പല്ല് കടിക്കുന്നു അല്ലെങ്കിൽ എന്തെങ്കിലും നമ്മുടെ നിയന്ത്രണത്തിൽനിന്ന് തെറ്റിപ്പോവുകയും നമ്മെ രോഷാകുലരാക്കുകയും ചെയ്യുന്നു.

ഈ മാനസിക വ്യതിയാനങ്ങൾ നമ്മുടെ സ്വഭാവത്തെയും ബാധിക്കുന്നു. എപ്പോഴാണോ നമ്മുടെ വികാരങ്ങൾ വളരെ തീവ്രമാകുന്നത്, അവ ഒരു പ്രശ്നമായി മാറുകയും അത് നമുക്ക് ചുറ്റുമുള്ളവർക്ക് ഇതുപോലുള്ള തെറ്റായ ധാരണ നൽകാനും കാരണമാകുന്നു :

“ആ മനുഷ്യൻ വളരെ എളുപ്പത്തിൽ ആത്മനിയന്ത്രണം വിടുന്നു. അതിനാൽ അവനെ പ്രോത്സാഹിപ്പിക്കാതിരിക്കുന്നതാണ് നല്ലത്.”

"അവളോട് ഒന്നും പറയാൻ കഴിയില്ല – അവൾ എളുപ്പത്തിൽ ക്ഷോഭിക്കുന്നവളാണ് – അവൾ പറയുന്നത് അത്രയും ഗൗരവമായി എടുക്കാതിരിക്കുന്നതാണ് നല്ലത്."

ശാന്തവും നിശബ്ദവുമായ മനസ്സ് വളർത്തിയെടുക്കേണ്ടതിന്റെ പ്രാധാന്യത്തെയാണ് "സാധാരണ മനസ്സാണ് ഏറ്റവും നല്ല വഴി" എന്ന ഒരു സെൻ പ്രയോഗത്തിലൂടെ ഊന്നിപ്പറയുന്നത്. നമ്മുടെ വികാരങ്ങളുടെ തീവ്രത കുറക്കുകയെന്ന് അത് നമ്മെ പഠിപ്പിക്കുന്നു.

ഇതിനുള്ള വഴി നിങ്ങളുടെ ശ്വസനത്തിലൂടെയാണ്.

നമ്മുടെ ദേഹഭാവം, ശ്വാസോച്ഛ്വാസം, മനസ്സ് എന്നിവയെ സമന്വയിപ്പിക്കുന്നതിനെക്കുറിച്ചാണ് സെനിൽ പറയുന്നത്. ഈ ക്രമത്തിൽ, നമ്മുടെ ശരീരം, പിന്നെ നമ്മുടെ ശ്വാസോച്ഛ്വാസങ്ങൾ, ഒടുവിൽ നമ്മുടെ മാനസികാവസ്ഥ എന്നിവയിൽ ഒരു യോജിപ്പ് ഉണ്ടാക്കുന്നു.

ഇത് ഒരു വിശുദ്ധ ത്രിത്വമാണ് – ഇവയോരോന്നും മറ്റുള്ളവയുമായി ആഴത്തിൽ ബന്ധപ്പെട്ടിരിക്കുന്നു. അതിനാൽ, നമ്മുടെ ശ്വസനം ക്രമീകരിക്കുന്നതിന്, ആദ്യം നമ്മൾ നമ്മുടെ ശരീരത്തെ നിയന്ത്രിക്കണം, നാം നമ്മുടെ ദേഹഭാവം ക്രമീകരിക്കണം, പിന്നെ നമ്മൾ ശ്വാസം ശരിയാക്കണം; അപ്പോൾ നമ്മുടെ മനസ്സ് സ്ഥിരമാകും.

ദേഷ്യത്തിൽ നിങ്ങളുടെ കവിളുകൾ വീർക്കുമ്പോൾ, ആദ്യം, ഒരു ദീർഘശ്വാസം എടുക്കുക.

നിങ്ങളുടെ ടാൻഡനിൽ ശ്രദ്ധ കേന്ദ്രീകരിക്കുക – നിങ്ങളുടെ പൊക്കിളിൽ നിന്ന് ഏഴോ എട്ട് സെന്റീമീറ്റർ താഴെയുള്ള പോയിന്റ് – പൂർണ്ണമായി ശ്വാസം വിടുക, നിങ്ങളുടെ മധ്യഭാഗത്തുള്ള വായു എല്ലാം പുറന്തള്ളുക. പൂർണ്ണമായ ശ്വാസോച്ഛ്വാസം പ്രധാനമാണ്. "ശ്വാസോച്ഛ്വാസം" എന്നതിന്റെ ജാപ്പനീസ് പദം, 呼吸 (കൊക്യൂ), എന്നതിന്റെ പ്രതീകം "ശ്വാസം വിടുന്നു" എന്ന കഥാപാത്രത്തിന് മുമ്പായി "ശ്വസിക്കുന്നു" എന്നത് വരുന്നു – ഉച്ഛ്വാസം ശ്വസനത്തിന് മുമ്പ് വരുന്നു. പൂർണ്ണമായി ശ്വാസം

വിട്ടുകഴിഞ്ഞാൽ, ശ്വസനം സ്വാഭാവികമായും യാന്ത്രികമായും പിന്തുടരുന്നു.

ഇത്തരത്തിലുള്ള ഉദര ശ്വസനത്തിന്റെ ആവർത്തനം സുഗമമാക്കുന്നതിന് – നിങ്ങളുടെ നാഭിയിൽ നിന്ന് ശ്വസിക്കുക – നിങ്ങളുടെ നട്ടെല്ല് നേരെയാക്കുക നിങ്ങളുടെ ദേഹഭാവം നേരെയാക്കുക. നിങ്ങൾ മുന്നോട്ട് ചാഞ്ഞിരിക്കുകയോ കുനിഞ്ഞിരിക്കുകയോ ആണെങ്കിൽ നിങ്ങൾക്ക് നിങ്ങളുടെ വയറുപയോഗിച്ച് ശ്വസിക്കാൻ കഴിയില്ല. നിങ്ങൾ നിങ്ങളുടെ നാഭിയിൽനിന്ന് ശ്വസിക്കാൻ പരിശീലിക്കുമ്പോൾ എന്ത് മാനസിക പിരിമുറുക്കമുണ്ടായാലും നിങ്ങളുടെ തോളുകൾ അയയുകയും, നിങ്ങൾ എന്ത് മാനസിക പിരിമുറുക്കത്തിലായിരുന്നാലും അത് ഒഴിയുകയും, പെട്ടെന്ന് നിങ്ങൾക്ക് കൂടുതൽ ആശ്വാസം ലഭിക്കുകയും ചെയ്യും.

ആളുകളുമായി ഇടപഴകുന്നത് എളുപ്പമാണെന്ന് ഇപ്പോൾ നിങ്ങൾ കണ്ടെത്തിയേക്കാം. ഒരുപക്ഷേ നിങ്ങൾ കുറച്ചുകൂടി മിതഭാഷിയാകുകയും, കൂടുതൽ നിഷ്പക്ഷതയോടുകൂടി കാര്യങ്ങൾ നിരീക്ഷിക്കാനും കഴിയും. ഒരുപക്ഷേ, ഓരോ ചെറിയ കാര്യത്തെ കുറിച്ചും ഇത്രയേറെ വലിച്ചുനീട്ടുന്നത് എത്ര വിഡ്ഢിത്തമാണെന്ന് നിങ്ങൾ കാണും.

നേരത്തെ ഞാൻ ഇറ്റാബാഷി സെൻജിയെ പരാമർശിച്ചു, ഞാൻ അദ്ദേഹത്തെ വീണ്ടും ഉദ്ധരിക്കാം :

“കോപം നിങ്ങളുടെ തലയിൽ എത്താൻ അനുവദിക്കരുത്.”

നാം നമ്മുടെ കോപം നമ്മിൽ തന്നെ സൂക്ഷിക്കുമ്പോൾ, നമ്മുടെ വയറ്റിൽ ഒതുക്കുമ്പോൾ, നമുക്ക് നമ്മുടെ തീവ്രമായ വികാരങ്ങൾ നിയന്ത്രിക്കാനും പറയേണ്ടാത്ത കാര്യങ്ങൾ പറയാതിരിക്കാനും കഴിയും – അല്ലെങ്കിൽ വൈകാതെ ആ കോപം സ്വാഭാവികമായും ഇല്ലാതാകും.

ഇറ്റാബാഷി സെൻജി സ്വയത്തോട് പറയുമായിരുന്നു, “മിസ്റ്റർ നന്ദി, മിസ്റ്റർ നന്ദി, മിസ്റ്റർ നന്ദി,” തന്റെ കോപത്തെ നിയന്ത്രിക്കാൻ പ്രതിവിധിയായി ഉപയോഗിക്കുമായിരുന്നു.

ശാന്തമായ മനസ്സ് നിലനിർത്തുന്നതിന് ഇത് തികഞ്ഞ രീതിയാണെന്ന് തോന്നുന്നില്ലേ?

നാമെല്ലാവരും ഒരു മന്ത്രമോ മന്ത്രോച്ചാരണമോ കൈയിൽ സൂക്ഷിക്കുന്നത് നല്ല ആശയമാണ് – നിങ്ങൾക്ക് ഏറ്റവും നന്നായി പ്രവർത്തിക്കുന്നതെന്തും, പ്രിയപ്പെട്ട വാക്ക് അല്ലെങ്കിൽ വാക്യം അല്ലെങ്കിൽ നിങ്ങളെ ആശ്വസിപ്പിക്കുന്ന അല്ലെങ്കിൽ സാന്ത്വനിപ്പിക്കുന്ന എന്തെങ്കിലും. തീർച്ചയായും, നിങ്ങൾക്ക് "സാധാരണ മനസ്സാണ് ഏറ്റവും നല്ല വഴി" എന്ന സെൻഗോ ചൊല്ലാം.

അത് ദേഷ്യത്തിന് മാത്രമല്ല. നിങ്ങളുടെ പോസിറ്റീവ് വികാരങ്ങൾക്കായി ഉപയോഗിക്കാം, സന്തോഷകരമായ അവസരങ്ങളിൽ അല്ലെങ്കിൽ എപ്പോഴാണോ നിങ്ങളുടെ വികാരങ്ങൾ ഇളകിമറിയുന്നത് അപ്പോൾ ഉപയോഗിക്കാം. നിങ്ങൾ എങ്ങനെ നിങ്ങളുടെ സന്തോഷം ക്രമീകരിക്കുന്നുവെന്നതും പ്രധാനമാണ് – അമിതമായ ആവേശം ആളുകളുടെ പുരികം ഉയർത്തുകയേയുള്ളൂ. ഇതിനെക്കുറിച്ച് ഒന്നാലോചിച്ചു നോക്കൂ, മറ്റൊരു പഴഞ്ചൊല്ല് ഇപ്രകാരം പറയുന്നു :

"വിജയത്തിൽ, നിങ്ങളുടെ വിനയം ഓർക്കുക, തോൽവിയിൽ, നിങ്ങളുടെ സമരവീര്യം ഓർക്കുക."

ശാന്തവും നിശബ്ദവുമായ മനസ്സ് വളർത്തിയെടുക്കാൻ ശ്രമിക്കാം.

30

വീടിനുള്ളിലെ "വായു" മാറ്റുക

അതിരാവിലെ നിങ്ങൾ ഉണരുമ്പോൾതന്നെ
ആദ്യം ഇത് ചെയ്യുക

നിങ്ങളുടെ ജീവിതത്തിൽ ശാന്തതയും സമാധാനബോധവും വളർത്തുന്നതിന് നിരവധി വ്യവസ്ഥകൾ ഉണ്ടെന്ന് ഞാൻ വിശ്വസിക്കുന്നു. അവയിലൊന്ന് "സ്വന്തമായി ഒരു മുറി" ആണ്. നിങ്ങൾക്ക് സ്വന്തമെന്ന് വിളിക്കാൻ കഴിയുന്ന ഒരു ഇടമുണ്ടോ?

നമ്മളിൽ ജോലി ചെയ്യുന്നവർക്ക്, അത് നമ്മുടെ ജോലിസ്ഥലമായിരിക്കാം – നമ്മൾ ദിവസത്തിൽ എട്ട് മണിക്കൂറെങ്കിലും ചിലവഴിക്കുന്ന എവിടെയാണെങ്കിലും – അത് നമ്മുടെ ഇടമാണെന്ന് തോന്നുന്നു. പക്ഷേ, സ്വന്തമായി ഒരു മുറി എന്ന ആശയത്തിന് കുറച്ചുകൂടി സൂക്ഷ്മതയുണ്ട്.

മിക്ക ജോലിസ്ഥലങ്ങളും ഉന്മാദവും ഉന്മേഷദായകവും വികാരഭരിതവുമാണ് ഒപ്പം മനസ്സ് തകർക്കുന്നതും – നിങ്ങൾക്ക് അനായാസത അനുഭവപ്പെടാത്ത തരത്തിലുള്ള ഇടം. ആശ്ചര്യപ്പെടാനില്ല, കാരണം കമ്പനിക്ക് അകത്തും പുറത്തുമുള്ള ആളുകളെല്ലാം മത്സരിക്കുന്നതാണ് ബിസിനസ്സ്.

എന്തിനധികം, കോർപ്പറേറ്റ് കുറയ്ക്കലുകൾ, പിരിച്ചുവിടലുകൾ,

റിമോട്ട് വർക്ക് ക്രമീകരണങ്ങൾ എന്നിവ കണക്കിലെടുക്കുമ്പോൾ, അത് എപ്പോൾ നഷ്ടപ്പെടുമെന്ന് നിങ്ങൾക്കറിയില്ല.

വീട്ടിൽ ഒരുപാട് സമയം ചെലവഴിക്കുന്ന നമ്മൾക്ക്, ജോലിയും സ്വസ്ഥതയും ഇല്ലാത്തപ്പോൾ വീട് ഒരിക്കലും സമാധാനപരമായ സ്ഥലമായിരിക്കില്ല. നിങ്ങളുടെ കുടുംബത്തോടൊപ്പം ഗുണനിലവാരമുള്ള സമയം ചെലവഴിക്കുന്നത് പലപ്പോഴും ബുദ്ധിമുട്ടാണ്, കൂടാതെ പല കുടുംബങ്ങളും പരസ്പരം എല്ലാവരുമായും സംഭാഷണം പോലും നടത്തുക പ്രയാസമാണ്, എല്ലാവരോടും കൂടെ ഭക്ഷണം കഴിക്കാനും സ്വന്തം കാര്യം ചെയ്യാനുംവേണ്ടി മാത്രം.

ചില ആളുകൾക്ക്, അവർ ജോലി കഴിഞ്ഞ് വീട്ടിലേക്ക് മടങ്ങുമ്പോൾ കുടിക്കാനോ കഴിക്കാനോ ആയി നിർത്തുന്ന ബാറോ റസ്റ്റോറന്റോ ആണ് അവരുടെ ഇടം.

എനിക്ക് അത് മനസ്സിലാക്കാൻ കഴിയും. എന്നാൽ അവർ അതിൽ നിന്ന് ഒരു പ്രത്യേക ആനന്ദം നേടിയാലും, അത് അല്പം സങ്കടകരമാണ്.

സെനിൽ നമുക്ക് ഒരു പഴഞ്ചൊല്ലുണ്ട്, “വീട്ടിലേക്ക് മടങ്ങുക, സുഖമായി ഇരിക്കുക.”

ലളിതമായി പറഞ്ഞാൽ, നിങ്ങൾ വീട്ടിലേക്ക് മടങ്ങി, ശാന്തമായി വിശ്രമിക്കുമ്പോൾ, അവിടുത്തെ അന്തരീക്ഷം നിങ്ങളുടെ മനസ്സിനെ അനായാസത ആകർഷിക്കാൻ സഹായിക്കും.

സെൻ അനുസരിച്ച്, വീട് എന്നത് നമുക്കെല്ലാവർക്കുമുള്ള ബുദ്ധന്റെ സ്വഭാവത്തെ സൂചിപ്പിക്കുന്നു – അവിടെയാണ് നമുക്ക് നമ്മുടെ യഥാർത്ഥ വ്യക്തികളാകാൻ കഴിയുന്നത്. മറ്റൊരു രീതിയിൽ പറയുകയാണെങ്കിൽ, വീട് നമ്മിലെ ബുദ്ധന്റെ സ്വഭാവം കണ്ടെത്തുന്നതിന്റെ സന്തോഷത്തെ പ്രതിനിധീകരിക്കുന്നു.

അതാണ് യഥാർത്ഥത്തിൽ വീട് ആയിരിക്കേണ്ടത് – നിങ്ങളാകാൻ ഏറ്റവും അനുയോജ്യമായ സ്ഥലം.

ചിലപ്പോൾ ഇതിനോട് പൊരുത്തപ്പെടാൻ നിങ്ങൾക്ക് വീട് പുനഃക്രമീകരിക്കേണ്ട ആവശ്യമുണ്ടായേക്കാം?

നിങ്ങൾ ഇത് ഒരു തരത്തിലുള്ള പുനരുദ്ധാരണമാണെന്ന് കരുതിയേക്കാം, എന്നാൽ സെനിന്റെ അടിസ്ഥാന തത്വങ്ങളിലൊന്ന് അനുസരിച്ച് ഇത് ശരിക്കും ഇടവുമായുള്ള നിങ്ങളുടെ ബന്ധത്തിന്റെ മാറ്റത്തെക്കുറിച്ചാണ് പ്രതിപാദിക്കുന്നത്.

നിങ്ങൾ രാവിലെ എഴുന്നേൽക്കുമ്പോൾ നിങ്ങളുടെ കുടുംബത്തെ ശോഭനമായി അഭിവാദ്യം ചെയ്യുക, ഒപ്പം അവരോട് നന്ദി പ്രകടിപ്പിക്കുക.

ആദ്യം, അവർ ആശയക്കുഴപ്പത്തിലാകുകയും നിങ്ങൾക്ക് എന്താണ് സംഭവിച്ചതെന്ന് ആശ്ചര്യപ്പെടുകയും ചെയ്തേക്കാം. എന്നാൽ ഒരാഴ്ചയോ പത്തു ദിവസങ്ങൾക്ക് ശേഷമോ, അവർ മയപ്പെടുകയും, മാത്രമല്ല നിങ്ങൾ സൃഷ്ടിക്കുന്ന പുതിയ ഇടത്തെ അഭിനന്ദിക്കുകയും ചെയ്യും.

ഹയാകുജോ ഏകായിയെക്കുറിച്ച് ഒരു കഥയുണ്ട് : അദ്ദേഹം സെൻ ആശ്രമങ്ങളെ നിയന്ത്രിക്കുന്ന നിയമങ്ങളുടെ ഉത്ഭവത്തെക്കുറിച്ചുള്ള എല്ലാ വിവരങ്ങളും മനസ്സിലാക്കിയിരുന്നു, ഇതിനെ ഹയാകുജോ ഷിങ്കി എന്ന് വിളിക്കപ്പെടുന്നു.

ഒരിക്കൽ ഒരു സന്യാസി ഹയാകുജോയോട് ചോദിച്ചു, "ഏറ്റവും അത്ഭുതകരമായ കാര്യം എന്താണ്?"

ഹയാകുജോ സെൻജി പ്രതികരിച്ചു, "ഞാൻ ഈ മഹത്തായ കൊടുമുടിയിൽ ഒറ്റക്ക് ഇരിക്കുന്നു."

അദ്ദേഹം ഉദ്ദേശിച്ചത് സാസണിൽ ഇരിക്കുക എന്നതാണ് അദ്ദേഹത്തിന് ഏറ്റവും കൂടുതൽ ആശ്വാസകരമായത് എന്നാണ്.

ഹയാകുജോ സെൻജി പ്രധാന പുരോഹിതനായി ഉണ്ടായിരുന്ന സ്ഥലമായിരുന്നു ആ മഹത്തായ കൊടുമുടി – അതായത്, അതൊരു സെൻ ക്ഷേത്രമായിരുന്നു. സെൻ സന്യാസിമാർക്ക്, ക്ഷേത്രമാണ് അവരുടെ വീട്. അത് അവർക്ക് വലിയ സുരക്ഷ നൽകുന്നു, ഇതിൽ കൂടുതൽ അവർ കൃതജ്ഞരാ

യിരിക്കാൻ ഇടയില്ല. അവർക്ക് ആത്മജ്ഞാനം കൈവന്നതിനാലാണെന്ന് നിങ്ങൾ പറഞ്ഞേക്കാം.

അതിനാൽ, വീട് വലിയ സുരക്ഷയുള്ള സ്ഥലമാണ്. അങ്ങനെ ഓരോന്നിലും ഓരോ ദശാബ്ദം കടന്നുപോകുന്നു. എപ്പോഴാണ് നിങ്ങളുടെ കരിയർ അവസാനിപ്പിക്കുന്നതെന്ന് ചിന്തിക്കുക. നിങ്ങൾ ഓരോ ദിവസത്തെയും ഭൂരിഭാഗവും സമയം വീട്ടിൽ ചെലവഴിക്കുകതന്നെ ചെയ്യും.

ആ വീട് സമാധാനപരമായ സ്ഥലമാണെങ്കിൽ, അന്തരീക്ഷം ഉന്മേഷദായകമാണെങ്കിൽ, അപ്പോൾ നിങ്ങളുടെ ജീവിതം ആ ഗുണങ്ങൾ സ്വീകരിക്കും.

അതിനാൽ, ഇവിടെയും ഇപ്പോളും നിങ്ങളുടെ അടിത്തറ പാകാൻ ആരംഭിക്കുക.

ഞാൻ അത് വീണ്ടും പറയാം : സെനിന് അടിസ്ഥാനപരമായത് പരിശീലനമാണ്.

ഭാഗം നാല്

ബന്ധങ്ങൾ മെച്ചപ്പെടുത്തുന്നതിനുള്ള ആശ്ചര്യകരമായ നുറുങ്ങുകൾ

എങ്ങനെ നല്ല ബന്ധങ്ങൾ ഉണ്ടാക്കാം,
മോശമായവ എങ്ങനെ ഉപേക്ഷിക്കാം

31

നിങ്ങളുടെ ബന്ധത്തെ വിലമതിക്കുക

നിങ്ങൾ ഈ ആളുകളെ കണ്ടുമുട്ടുന്നത് യാദൃശ്ചികമായിട്ടല്ല

നിങ്ങളുടെ ഈ ജീവിതകാലയളവിൽ നിങ്ങൾ എത്ര പേരെ കണ്ടുമുട്ടുമെന്ന് നിങ്ങൾ കരുതുന്നു?

അവ എല്ലാ ആകൃതിയിലും വലുപ്പത്തിലും വരുന്നു. കൂടാതെ അവ സന്ദർഭത്തിലും വ്യത്യാസപ്പെടും – കുടുംബം, വിദ്യാഭ്യാസം, പ്രാദേശികം, ജോലിയുമായി ബന്ധപ്പെട്ടത് തുടങ്ങിയവ.

എന്നിരുന്നാലും, നമ്മൾ കണ്ടുമുട്ടുന്ന ആളുകളുടെ എണ്ണം അങ്ങേയറ്റം പരിമിതപ്പെട്ടിരിക്കുന്നു, അതും ഏഴ് ബില്യണിലധികം ജനസംഖ്യയുള്ള ലോകത്ത്. പക്ഷേ എന്നിട്ടും, ആ ഏഴു ബില്യണിലധികം ആളുകളിൽ കുറച്ചുപേരെ കണ്ടുമുട്ടാൻ കഴിഞ്ഞത്, അതെല്ലാം അത്ഭുതങ്ങളല്ലാതെ മറ്റൊന്നുമല്ല.

നിങ്ങൾ ഒരു അത്ഭുതമായി കരുതുന്ന ഒരു കൂടിക്കാഴ്ച ഉണ്ടായിട്ടുണ്ടോ?

ആകസ്മികതയോ യാദൃശ്ചികതയോ ആണ് നാം ആരെയാണ്

കണ്ടുമുട്ടുന്നതെന്ന് നിർണ്ണയിക്കുന്നതെന്ന് നിങ്ങൾ ചിന്തിച്ചേക്കാം. എന്നാൽ, നിങ്ങൾ ഒരാളെ കണ്ടുമുട്ടുമ്പോൾ, അവിടെ ഒരു ബന്ധത്തിന്റെ ഇടമുണ്ട്. ബുദ്ധമതത്തിൽ, ഞങ്ങൾ ഈ ബന്ധങ്ങളെ *ഇന്നൻ* എന്ന് വിളിക്കുകയും വളരെ പ്രധാനമായി കണക്കാക്കപ്പെടുകയും ചെയ്യുന്നു.

നിങ്ങളുടെ ജീവിതത്തിനിടയിൽ വന്നുപോകുന്ന ആൾക്കൂട്ടങ്ങൾക്കിടയിൽ, നിങ്ങൾ ബന്ധങ്ങൾ സ്ഥാപിക്കുന്നവർ പ്രത്യേകതയുള്ളവരാണ്. ഇത് *ഇന്നൻ* കാരണമാണ് – കാരണ കർമ്മവും അവസ്ഥ കർമ്മവും യോജിച്ചിരിക്കുന്നു.

വസന്തത്തിന്റെ വരവോടെ പൂക്കൾ വിരിയുന്നു. എന്നാൽ, എല്ലാ പൂക്കളും അങ്ങനെ ഒരേ സമയത്തിൽ വിരിയില്ല, ഒരേ മരത്തിൽ പോലും.

വീർത്തു നിൽക്കുന്ന മുകുളങ്ങൾ മാത്രം വസന്തത്തിന്റെ ആ നേർത്ത കുളിർ കാറ്റ് ഏറ്റുപിടിക്കുകയും അങ്ങനെ അവ വിരിയുകയും ചെയ്യുന്നു.

വസന്തത്തിന്റെ കാറ്റ് എല്ലാ മുകുളങ്ങളിലും ഒരേ രീതിയിൽ വീശുന്നുണ്ടെങ്കിലും, ഇപ്പോഴും മുറുകെ കെട്ടിയിരിക്കുന്ന മുകുളങ്ങൾ കാറ്റിനെ പിടിക്കുകയോ പൂക്കുകയോ ചെയ്യില്ല.

അവർക്ക് ചെയ്യാൻ കഴിയുന്നത് കാറ്റ് അവരെ തഴുകി പോകുമ്പോൾ അതും ആസ്വദിച്ച് ശാഖയിൽ ഇരിക്കുക എന്നതാണ്.

പ്രഭാവം ഉണ്ടാകുന്നതിനായി (ഈ സാഹചര്യത്തിൽ പൂവിടുന്നത്), അതിനു കാരണം (അതായത്, മുകുളങ്ങളുടെ വീക്കം) ഉണ്ടായിരിക്കുകയും അതായത് വസന്തത്തിന്റെ കാറ്റ് പ്രയോജനപ്പെടുത്തുന്നതിന് അനുയോജ്യമായ സാഹചര്യങ്ങളും കാരണങ്ങളും ഉണ്ടായിരിക്കുകയും അതുവഴി ഒരു ബന്ധം രൂപീകരിക്കാനും കഴിയണം.

ഇന്നിന്റെ ഈ കർമ്മത്തിനനുസരിച്ചാണ് ലോകത്തിലെ എല്ലാ ബന്ധങ്ങളും സംഭവിക്കുന്നത് – ഇതാണ് ബുദ്ധമതത്തിന്റെ അടിസ്ഥാനപരമായ അടിത്തറ.

മറ്റുള്ളവരുമായുള്ള നമ്മുടെ കണ്ടുമുട്ടലുകൾ ഈ രീതിയിൽ നാം കാണുന്നുവെങ്കിൽ, ഒരുപക്ഷേ യാദൃശ്ചികതകളൊന്നുമില്ല, ഒന്നും യാദൃശ്ചികമല്ല, ഈ അത്ഭുതങ്ങൾ ബുദ്ധന്റെ തന്നെ ദാനമാണ്.

അങ്ങനെയാണെങ്കിൽ, നമുക്ക് നമ്മുടെ കൂടിക്കാഴ്ചകൾ ഒന്നും നിസ്സാരമാക്കാൻ കഴിയില്ല. ആളുകളുമായുള്ള നമ്മുടെ ബന്ധത്തെ നാം നന്ദിയോടെ അംഗീകരിക്കണം.

നമ്മുടെ ജീവിതത്തിലേക്ക് വരുന്നവരുടെ സ്വാധീനത്തെക്കുറിച്ച് സെനിൽ പറയുന്നുണ്ട്.

ഈ കണ്ടുമുട്ടലുകളാൽ സൃഷ്ടിക്കപ്പെട്ടതാണ് എല്ലാം. അതിനാൽ നാം കണ്ടുമുട്ടുന്ന ആളുകളെയും അവരെ കണ്ടുമുട്ടുന്ന സ്ഥലങ്ങളെയും ആ കൂടിക്കാഴ്ചകൾ എടുക്കുന്ന രൂപങ്ങളെയും വിലമതിക്കുക.

ഇച്ചി-ഗോ ഇച്ചി-ഇ എന്ന ചൊല്ല് സെനുമായി ആഴത്തിൽ ബന്ധപ്പെട്ടിരിക്കുന്നു, ഇതിന് ചായ ചടങ്ങുമായി ബന്ധമുണ്ട്.

ഇത് ജപ്പാന് പുറത്തുപോലും അറിയപ്പെടുന്ന ഒരു വാചകമാണ്. അതിന്റെ വിവർത്തനം ഒരു രീതിയിൽ "ജീവിതത്തിൽ ഒരിക്കൽ" എന്നാണ്. അതിനർത്ഥം ഓരോ കണ്ടുമുട്ടലും നിങ്ങൾ നിധിയായി സൂക്ഷിക്കണം എന്നാണ്, കാരണം നിങ്ങൾ ഒരിക്കലും ആ വ്യക്തിയെ വീണ്ടും കണ്ടുമുട്ടാനിടയില്ല – ഇതായിരിക്കാം അവർ നിങ്ങൾക്കൊപ്പം ഉണ്ടായിരിക്കേണ്ട ഒരേയൊരു അവസരം – അതിനാൽ ഒരുമിച്ച് ആ സമയം പരമാവധി പ്രയോജനപ്പെടുത്തുക.

നിങ്ങൾ ഈ മനോഭാവം സ്വീകരിക്കുകയാണെങ്കിൽ, നിങ്ങൾ എല്ലാ കണ്ടുമുട്ടലും വിലമതിക്കാൻ തുടങ്ങുമെന്നും കൂടാതെ നിങ്ങൾ കണ്ടുമുട്ടുന്ന എല്ലാവരോടും നന്ദിയുള്ളവരായിരിക്കുകയും ചെയ്യുമെന്ന് ഞാൻ കരുതുന്നു.

"ഈ വ്യക്തിയെ കണ്ടുമുട്ടിയത് എത്ര അത്ഭുതകരമാണ്."

“അവരോടൊപ്പം സഞ്ചരിച്ചതിൽ ഞാൻ എത്ര നന്ദിയുള്ളവനാണ്.”

നിങ്ങളുടെ ജീവിതത്തിലേക്ക് വരുന്ന ജനങ്ങളുമായി കൂടുതൽ ആഴത്തിലുള്ള ബന്ധം സ്ഥാപിക്കാൻ ഇത് നിങ്ങളെ സഹായിക്കും.

32

നല്ല ബന്ധങ്ങൾ സ്ഥാപിക്കുക

നിങ്ങളുടെ ജീവിതത്തിൽ നല്ല ആളുകളുമായുള്ള ബന്ധം എങ്ങനെ സൃഷ്ടിക്കാം?

നിങ്ങൾ നല്ല ബന്ധങ്ങൾ സ്ഥാപിക്കുന്നുണ്ടോ?

അതോ നിങ്ങൾ മോശമായവ ഉണ്ടാക്കിയെടുക്കുകയാണോ?

നാമെല്ലാവരും ശുദ്ധമായ സൗന്ദര്യവുമായി ജനിച്ചവരാണ്, കണ്ണാടിപോലെ തിളങ്ങുന്ന ഒരു ഹൃദയത്തോടെ. ഞാൻ നേരത്തെ പറഞ്ഞതുപോലെ, "പ്രാണനുള്ള എല്ലാ ജീവജാലങ്ങൾക്കും ബുദ്ധപ്രകൃതിയുണ്ട്" എന്നാണ് ബുദ്ധമതം പഠിപ്പിക്കുന്നത്. ഒരു നവജാതശിശുവിന് സ്വാർത്ഥതാൽപര്യങ്ങളോ ബന്ധങ്ങളോ മിഥ്യാധാരണകളോ ഇല്ല.

എന്നാൽ, പിന്നീട് നാം വിവിധ ആളുകളിലേക്കും സാഹചര്യങ്ങളിലേക്കും തുറന്നുകാട്ടപ്പെടുകയും, അനുഭവങ്ങൾ ശേഖരിക്കപ്പെടുകയും ചെയ്യുമ്പോൾ നമ്മുടെ മനസ്സ് മേഘാവൃതമാകുന്നു. നാം ആളുകളുമായി എങ്ങനെ ബന്ധം സ്ഥാപിക്കുന്നു എന്നത് നമ്മെ വളരെയധികം സ്വാധീനിക്കുന്നു.

ആളുകൾ അവരുടെ സമ്പർക്കങ്ങളാൽ പരസ്പരം ബന്ധപ്പെട്ടിരിക്കുന്നു.

നിങ്ങൾ ഒരു നല്ല ബന്ധം ഉണ്ടാക്കിയാൽ, അത് നിങ്ങളെ അടുത്തതിലേക്ക് ബന്ധിപ്പിക്കും, അത് കൂടുതൽ നല്ല ബന്ധങ്ങളെ ആകർഷിക്കും.

ഉദാഹരണത്തിന്, നിങ്ങൾ ഒരാളുമായി ബന്ധം സ്ഥാപിക്കു മ്പോൾ, ആ വ്യക്തിയിലൂടെ നിങ്ങൾക്ക് അതിശയകരമായ മറ്റൊരാളെ കണ്ടുമുട്ടാം, അങ്ങനെ അവർ നിങ്ങളെ മറ്റൊരു വ്യക്തിക്ക് പരിചയപ്പെടുത്തുകയും അങ്ങനെ അവരുമായി ഒരു നല്ല ബന്ധം സ്ഥാപിക്കുകയും ചെയ്യും.

ഇത് ക്രിയാത്മകമായി ശക്തിപ്പെടുത്തുന്ന ഒരു ചക്രമായി മാറും, അത് നിങ്ങൾക്ക് പ്രയോജനകരമാണ്, ഈ വ്യക്തിബന്ധ ങ്ങൾ നിങ്ങളെ നല്ല ബന്ധങ്ങളുടെ ശൃംഖല മെച്ചപ്പെടുത്താൻ സഹായിക്കുന്നു.

മറുവശത്ത്, നിങ്ങൾ ഒരു മോശം ബന്ധം ഉണ്ടാക്കുക യാണെങ്കിൽ, അതിനു നേരെ വിപരീതമായി സംഭവിക്കാം. നിങ്ങൾ മോശം ബന്ധങ്ങളുടെ ഒരു ചക്രം രൂപപ്പെടുത്തും – നിങ്ങൾ അറിയുന്നതിന് മുമ്പ്, നിങ്ങളുടെ ജീവിതം കുഴഞ്ഞുമറിയുന്നു.

നല്ല ബന്ധങ്ങൾ ഉണ്ടാക്കാൻ, തയ്യാറെടുപ്പ് ആവശ്യമാണ്.

എന്നാൽ ഏത് തരത്തിലുള്ള തയ്യാറെടുപ്പാണ്?

നിങ്ങൾക്ക് ചെയ്യാൻ കഴിയുന്ന ഒരു കാര്യം, നിങ്ങൾക്ക് കഴിയുന്നത്ര ഇടപഴകുക എന്നതാണ്, നിങ്ങൾ ചെയ്യുന്നത് എന്താണെന്നത് പ്രധാനമല്ല. ഇത് ലളിതമാണെന്ന് നിങ്ങൾക്ക് തോന്നിയേക്കാം, എന്നാൽ അതിൽ മുഴുകാനായി എടുക്കുന്ന അസാധാരണമായ പരിശ്രമത്തിൽ നിങ്ങൾ ആശ്ചര്യപ്പെടും.

പ്രകൃതമനുസരിച്ച്, മനുഷ്യർ ഏറ്റവും കുറഞ്ഞ പ്രതിരോധ ത്തിന്റെ പാത തേടുന്നു. നിങ്ങൾ അല്പം മന്ദഗതിയിലാകാൻ തുടങ്ങുമ്പോൾ, നിങ്ങൾ വഴുവഴുപ്പുള്ള ചരിവിലാകുകയും, നിങ്ങൾ ചെയ്യുന്ന എല്ലാ കാര്യങ്ങളിലും പ്രശ്നങ്ങൾ നേരിടുന്നത് കണ്ടേക്കാം.

താമസിയാതെ, ആളുകൾ പറഞ്ഞുതുടങ്ങും, “ആ പയ്യൻ – നീ

എന്ത് അവനോട് ചെയ്യാൻ ആവശ്യപ്പെട്ടാലും, അവൻ അത് കുഴപ്പത്തിലാക്കുന്നു."

നിങ്ങൾ ഒരു കുഴപ്പക്കാരനായി കാണപ്പെട്ടുകഴിഞ്ഞാൽ, ആരും അവരുടെ കൂട്ടായ പ്രവർത്തനത്തിൽ നിങ്ങളെ ഉൾപ്പെടുത്തില്ല.

നിങ്ങൾ എത്ര നല്ല ബന്ധങ്ങൾക്കായി ശ്രമിച്ചിട്ടും കാര്യമില്ല, അവ അവ്യക്തമായി തുടരും, നിങ്ങൾക്ക് മോശം ബന്ധങ്ങൾ ഒഴിവാക്കാനും സാധിക്കില്ല, തീർച്ച.

മോശം ബന്ധങ്ങളാൽ ചുറ്റപ്പെട്ടതിനാൽ, നിങ്ങളുടെ ആത്മാവ് നിങ്ങൾക്ക് മേഘാവൃതമായി അനുഭവപ്പെടും, നിങ്ങൾക്ക് സ്ഥിരത നഷ്ടപ്പെടും, നിങ്ങൾ ഉത്കണ്ഠ, ആകുലത, ഭയം എന്നിവയാൽ മൂടപ്പെടും.

"ഓരോ ചുവടും പഠിക്കാനുള്ള സ്ഥലമാണ്" എന്ന ഒരു സെൻഗോ ഉണ്ട്.

ഇത് എനിക്ക് പ്രിയപ്പെട്ടതാണ് – നാം എവിടെ പോയാലും നമുക്ക് പഠിക്കാൻ ചിലതുണ്ട്, നാം ചെയ്യുന്നതെന്തും നമുക്കുള്ള പരിശീലനമാകാം എന്നതാണ് ഇതിന്റെ ആശയം.

എല്ലാത്തിനും അച്ചടക്കം ആവശ്യമാണെന്ന് സെൻ പഠിപ്പിക്കുന്നു, അതിനാൽ സാസൻ പരിശീലിക്കുന്നതിലും ഭക്ഷണം കഴിക്കുന്നതിലും, വൃത്തിയാക്കുന്നതിലും, മുഖം കഴുകുന്നതിൽപോലും നാം ഒരേപോലെ ശ്രദ്ധ അർപ്പിക്കണം.

ഇത് ജോലിയുടെ കാര്യത്തിലെടുത്താൽ, നിങ്ങളുടെ എല്ലാ ശ്രദ്ധയും വലിയ പ്രോജക്ടുകളിൽ മാത്രം നൽകുന്നതും ചെറിയ പദ്ധതികളിൽ ശ്രദ്ധ ചെലുത്താത്തതും ന്യായമല്ല.

ഈ രീതിയാണ് മോശം ബന്ധങ്ങൾ കൊണ്ടുവരുന്നത്.

നിങ്ങളുടെ മുമ്പിലുള്ള ജോലിയിൽ നിങ്ങൾ പരമാവധി ശ്രമിക്കണം. അങ്ങനെ ചെയ്യുന്നതിലൂടെ സ്വാഭാവികമായും നല്ല ബന്ധങ്ങൾ ഉണ്ടാകും.

കുറച്ചുകാണപ്പെട്ടതോ അവഗണിക്കപ്പെട്ടതോ ആയ ഒരു പ്രോജക്റ്റിൽ നിങ്ങൾ മനസാക്ഷിയോടെ പ്രവർത്തിക്കുക യാണെങ്കിൽ മറ്റ് ആളുകൾ നിങ്ങളെ ശ്രദ്ധിക്കും.

അധികം താമസിയാതെ, വരാനിരിക്കുന്ന പദ്ധതിയിൽ നിങ്ങളുടെ മേലുദ്യോഗസ്ഥൻ നിങ്ങളോട് അവരുടെ ടീമിൽ ചേരാൻ ആവശ്യപ്പെട്ടേക്കാം. ഇത് അവരുമായുള്ള നിങ്ങളുടെ ബന്ധം കൂടുതൽ ആഴത്തിലാക്കാനും നല്ല ബന്ധങ്ങളുടെ ഒരു ചക്രം ആരംഭിക്കാനും സഹായിക്കും.

33

മറ്റുള്ളവർക്ക് വഴങ്ങുക

ഉറച്ച ബന്ധങ്ങൾക്കായുള്ള മികച്ച രഹസ്യം,
"ആദ്യം താങ്കൾ"

ഒരു ഗാർഡൻ ഡിസൈനർ എന്ന നിലയിലുള്ള എന്റെ ജോലി പലപ്പോഴും എന്നെ മറ്റ് രാജ്യങ്ങളിലേക്ക് കൊണ്ടുപോകുന്നു, ഒപ്പം ഞാൻ എപ്പോഴും ശ്രദ്ധിക്കുന്ന ഒരു കാര്യം, ഓരോ രാജ്യത്തിനും യഥാർത്ഥത്തിൽ അതിന്റേതായ സ്വന്തം ദേശീയ സ്വഭാവമുണ്ട് എന്നതാണ്.

ഉദാഹരണത്തിന്, ചൈനയിൽ ആരും ഒരിക്കലും റോഡിൽ മറ്റ് കാറുകൾക്കായി വഴങ്ങുന്നില്ലെന്ന് തോന്നുന്നു. ആരെങ്കിലും ഒരു പാതയിൽ കയറാൻ ആഗ്രഹിക്കുമ്പോൾ, അവർ മുന്നോട്ട് നീങ്ങുന്നു, ഒടുവിൽ ബലപ്രയോഗത്തിലൂടെ കടന്നുപോകുന്നു. റോഡുകൾ ഒരു യുദ്ധഭൂമിയുടെ പ്രതീതിയാണ്.

എല്ലാവരും എപ്പോഴും സ്വയം അവകാശവാദത്തിന് ശ്രമിക്കുന്നുവെന്ന പ്രതീതിയാണ് ഇത് നൽകുന്നത്. ചൈനയിൽ ഇത് വളരെ നല്ലതായിരിക്കാം – നിങ്ങൾ അതിന്റെ ദേശീയ സ്വഭാവം സംസ്കാരത്തിന്റെ ആവശ്യങ്ങൾക്ക് അനുയോജ്യമാണെന്ന് പറഞ്ഞേക്കാം.

ജപ്പാനിൽ, നേരെമറിച്ച്, നിങ്ങൾ നിരന്തരം സ്വയം സമുന്നതനായിരുന്നാൽ, അത് നിങ്ങളുടെ ജോലിയിലും ബന്ധങ്ങളിലും പ്രകടമാകും.

നിശ്ചയദാർഢ്യം മറ്റൊരു കാര്യമാണ്, എന്നാൽ സ്വയം നീതികരിച്ചുകൊണ്ടുള്ള ആക്രമണം തികച്ചും വ്യത്യസ്തമാണ്, അത് നിങ്ങളുടെ ചുറ്റുമുള്ളവരുടെ പിന്തുണ നേടാൻ പ്രയാസം ഉണ്ടാക്കുന്നു.

"ആ പയ്യൻ, അവൻ ചുമതലയേറ്റെടുക്കാതെ ഒരു കാര്യവും ചെയ്യില്ല. അവനെ എല്ലാം തന്നെത്താൻ ചെയ്യാൻ അനുവദിക്കുക."

നിങ്ങൾക്ക് സഹകരണവും സഹപ്രവർത്തനവും ആവശ്യ മായി വരുമ്പോൾ ആളുകൾ നിങ്ങളോട് പുറംതിരിഞ്ഞ് നിൽക്കുന്നതിലേക്ക് ഇത് നയിച്ചേക്കാം.

"ആദ്യം താങ്കൾ" എന്ന് പറയാനുള്ള കഴിവ് നിങ്ങൾക്കു ള്ളപ്പോൾ, ഏറ്റവും മികച്ച സ്ഥാനം രണ്ടാം സ്ഥാനമെന്ന് ഞാൻ കരുതുന്നു. ആദ്യം പോകുന്നയാൾ പിന്നീട് വഴിക്ക് പുറത്താണ്. തൽക്കാലം, നിങ്ങൾക്ക് ശ്രദ്ധ കേന്ദ്രീകരിക്കാനും അല്ലെങ്കിൽ സ്വയം മെച്ചപ്പെടുത്തുവാനും ജോലി ക്രമീകരണത്തിനും, അറിവ് നേടുന്നതിൽ ശ്രദ്ധിക്കുവാനും സമയമുണ്ട്.

ശക്തമായ രണ്ടാം സ്ഥാനം, നിങ്ങളെ മുന്നിലേക്ക് തള്ളിവിടുന്നു, ഒന്ന് അനങ്ങുകപോലും ചെയ്യാതെ. ഇതാണ് ഏറ്റവും നല്ല സ്ഥലം. സ്വയം ഒന്നാമതെത്തുന്നവർക്ക് നേരെ വിപരീതമായി, ഇവിടെ നിങ്ങളെ മുന്നിൽ സ്വയം കണ്ടെത്തുന്നതുവരെ നിങ്ങളെ തടയപ്പെടാനുള്ള സാധ്യത കുറവാണ്.

പകരം, നിങ്ങൾക്ക് സഹായഹസ്തം നീട്ടുന്നതിന് മറ്റുള്ളവർക്ക് സന്തോഷമുണ്ടെന്ന് നിങ്ങൾ കാണും. നിങ്ങൾക്കറിയുന്നതിനുമുമ്പ്, നിങ്ങൾ നേതൃത്വപരമായ കഴിവുകൾ നേടിയിരിക്കുന്നു, നിങ്ങൾ ഇപ്പോഴും "ആദ്യം താങ്കൾ" എന്നതിന് ശേഷമുള്ള രണ്ടാം സ്ഥാനത്താണെങ്കിൽ പോലും.

ജോലിക്ക് പുറത്തുള്ള സാഹചര്യങ്ങളിൽ, "ആദ്യം താങ്കൾ"

എന്ന മാനസികാവസ്ഥ നിങ്ങൾക്ക് ചുറ്റുമുള്ള കാര്യങ്ങളെ പ്രകാശിപ്പിക്കുകയും മറ്റുള്ളവരെ സന്തോഷിപ്പിക്കുകയും ചെയ്യുന്നു.

ട്രെയിനിൽ യാത്ര ചെയ്യുമ്പോൾ നിങ്ങളെപ്പോലെ ഒരേ സമയം സീറ്റ് ക്ലെയിം ചെയ്യാൻ മറ്റൊരാൾ ശ്രമിക്കുമ്പോൾ, കൂടാതെ നിങ്ങളിലാരും വഴങ്ങാതെ വരുമ്പോൾ, അന്തരീക്ഷം പിരിമുറുക്കവും അസ്വസ്ഥവുമാകുന്നു. എന്നാൽ, നിങ്ങൾ "താങ്കൾ ഇരിക്കൂ" എന്ന് പറഞ്ഞാൽ, നിങ്ങൾക്ക് നന്ദിയും ആത്മാർത്ഥമായ പുഞ്ചിരിയും ലഭിക്കും.

അല്ലെങ്കിൽ സുഹൃത്തുക്കളുമൊത്ത് എന്തെങ്കിലും കഴിച്ചു-കുടിക്കാൻ പോകുമ്പോൾ, നിങ്ങൾ നിങ്ങളെത്തന്നെ സേവിക്കുന്നതിന് പകരം "ആദ്യം താങ്കൾ" എന്ന ചിന്ത പ്രകടിപ്പിക്കുമ്പോൾ നിങ്ങൾ ദയയും സന്മനസ്സും ഉള്ള ഒരു പ്രശസ്തി വികസിപ്പിക്കും.

ആദ്യം പോകാനുള്ള അവസരം ലഭിച്ചതിൽ മിക്ക ആളുകളും സന്തുഷ്ടരാണ്, സ്ഥാനത്തിനായി ചതിക്കാതിരിക്കുന്നത് നിങ്ങളെ നല്ലവരായി പ്രതിഫലിപ്പിക്കുന്നു. നിങ്ങൾ ലാളിത്യവും ആത്മവിശ്വാസവും ഉള്ളതായി കരുതുക; അതിനേക്കാൾ ആകർഷകമായ മറ്റെന്താണ് ഉള്ളത്?

"സൗമ്യമായ മുഖം, സ്നേഹമുള്ള വാക്കുകൾ" എന്നൊരു സെൻ വാചകമുണ്ട്.

ഇരുപത്തിയൊന്നാം അധ്യായത്തിൽ ഞാൻ ഇതിനകം ദയയുള്ള സംസാരത്തെപ്പറ്റി ചർച്ച ചെയ്തിട്ടുണ്ട്; സൗമ്യമായ മുഖം വ്യത്യസ്തമാണ്. ബുദ്ധമത ഗ്രന്ഥമായ *അളവറ്റ ജീവിതത്തിന്റെ ദൈർഘ്യമേറിയ സൂത്രം* എന്നറിയപ്പെടുന്ന ഗ്രന്ഥത്തിൽ നിന്നാണ് ഈ വാചകം വരുന്നത്. മറ്റുള്ളവരോട് ശാന്തമായ പുഞ്ചിരിയോടെയും പരിഗണനയോടെയുള്ള അഭിപ്രായങ്ങളോടെയും ഇടപഴകാൻ അത് നമ്മെ പഠിപ്പിക്കുന്നു.

ശാന്തമായ പുഞ്ചിരിയും പരിഗണനാപരമായ അഭിപ്രായങ്ങളും – ഇവ രണ്ടും ആത്മീയദാനത്തിന്റെ ഏഴ് സമ്മാനങ്ങൾ എന്നതിൽ ഉൾപ്പെടുത്തിയിട്ടുണ്ട്. നമ്മൾ "സൗമ്യമായ മുഖം,

സ്നേഹമുള്ള വാക്കുകൾ" എന്നിവകൂടി മുൻപറഞ്ഞതിനോട് (ശാന്തമായ ഒരു പുഞ്ചിരി) കൂടെ അതുപോലെ പിന്നീടുള്ളതും (പരിഗണനയുള്ള പരാമർശങ്ങൾ) പ്രയോഗത്തിൽ വരുത്തിയാൽ, നമ്മൾ ഒരേസമയം ഏഴിൽ രണ്ട് ആത്മീയ ദാനങ്ങൾ വാഗ്ദാനം ചെയ്യുന്നു.

"ആദ്യം താങ്കൾ" എന്ന വാചകം "സൗമ്യമായ മുഖം, സ്നേഹമുള്ള വാക്കുകൾ" എന്നിവ ഉപയോഗിച്ച് മറ്റുള്ളവർക്ക് വഴങ്ങുന്നതിന് ഉദാഹരണമാണ്. "സൗമ്യമായ മുഖം, സ്നേഹമുള്ള വാക്കുകൾ" എല്ലാ ദിവസവും പ്രയോഗത്തിൽ വരുത്തുന്നതിലൂടെ, നാം നമ്മുടെ ചുറ്റുപാടുകളെ പ്രകാശിപ്പിക്കുന്നു, സന്തോഷം പരത്തുന്നു, നമ്മുടെ അനായാസബോധം വർദ്ധിപ്പിക്കുന്നു. അതാണ് ഏറെക്കുറെ വിശ്വസിക്കാൻ നല്ലത്.

ദിവസങ്ങളുടെ സഞ്ചയമാണ് ജീവിതം. ഓരോ ദിവസവും കൂടുതൽ എളുപ്പകരമായത് കണ്ടെത്തുന്നതിലൂടെ സംതൃപ്തമായ ജീവിതം സൃഷ്ടിക്കുന്നതിലേക്ക് ഒരുപാട് ദൂരം പോകുന്നു.

നിങ്ങളുടെ മാർഗ്ഗനിർദ്ദേശ തത്വങ്ങളിൽ "ആദ്യം താങ്കൾ" എന്ന് ചേർക്കാൻ ഞാൻ നിങ്ങളോട് അഭ്യർത്ഥിക്കുന്നു.

34

യുക്തി പ്രയോഗിക്കരുത്

മുഖം രക്ഷിക്കേണ്ടത് എല്ലാവർക്കും പ്രധാനമാണ്

തങ്ങളുടെ ബന്ധങ്ങൾ അപ്രതീക്ഷിത വഴികളിലൂടെ തകർത്തുവെന്ന് പലരും പറയുന്നത് ഞാൻ കേട്ടിട്ടുണ്ട്.

എന്താണ് അവർ ഇതുകൊണ്ട് ഉദ്ദേശിക്കുന്നത്?

എന്നാൽ ആദ്യം നമുക്ക് ഒരു "കാര്യലാഭം" എന്ന ആശയം പരിഗണിക്കാം - എല്ലാവർക്കും പ്രയോജനകരമായ ഒരു സാഹചര്യം. ഈ വാചകം എപ്പോഴാണ് ഉപയോഗത്തിൽ വന്നതെന്ന് എനിക്ക് കൃത്യമായി ഉറപ്പില്ല. പക്ഷേ, അത് ജനകീയമാക്കിയത് ലോകപ്രശസ്ത എഴുത്തുകാരനായ സ്റ്റീഫൻ ആർ കോവിയുടെ കൃതിയായ *ദി സെവൻ ഹാബിറ്റ്സ് ഓഫ് ഹൈലി എഫക്റ്റിവ് പീപ്പിൾ* എന്നതിലൂടെയാണെന്ന തോന്നുന്നു.

ഇത് ജാപ്പനീസ് ആശയമായ "മുഖം രക്ഷിക്കുന്നു" എന്ന ആശയത്തോട് അടുത്ത് ബന്ധപ്പെട്ടതാണ്. ബിസിനസ്സിലും വ്യക്തിപരമായ ബന്ധങ്ങളിലും നാം അത് മനസ്സിൽ സൂക്ഷിക്കുന്നത് നന്നായിരിക്കും.

നിങ്ങൾ ശരിയാണെന്ന് ശഠിക്കുകയും മറ്റുള്ളവരെ ശ്രദ്ധിക്കാൻ വിസമ്മതിക്കുകയും ചെയ്യുന്ന പ്രവണത നിങ്ങൾക്കു

ണ്ടെങ്കിൽ, നിങ്ങളുടെ ബന്ധങ്ങൾ കൂടുതൽ വഷളാകാനും എല്ലാം തകരാനും അധികം താമസിക്കില്ല.

"നിനക്കൊന്നുമറിയില്ല, നിങ്ങൾ പറയുന്നതെല്ലാം മണ്ടത്തരമാണെന്ന് നിങ്ങൾക്ക് മനസ്സിലാകുന്നില്ല. ഇത് അങ്ങനെയൊന്നുമല്ല!"

നിങ്ങൾ ഇങ്ങനെയുള്ള വിശ്വാസം സൂക്ഷിക്കുകയാണെങ്കിൽ, അല്ലെങ്കിൽ നിങ്ങളുടെ അഭിപ്രായം മറ്റുള്ളവരിൽ അടിച്ചേൽപ്പിക്കുക വഴി നിങ്ങൾ ഒരിക്കലും സുഹൃത്തുക്കളെ ഉണ്ടാക്കാൻ പോകുന്നില്ല.

നിങ്ങൾ ഒരു വാദത്തെ ന്യായീകരിക്കുമ്പോൾ അത് "യുക്തിപരമായ" സ്ഥാനമാണെന്ന് പറയുമ്പോൾ, നിങ്ങൾ സംസാരിക്കുന്ന വ്യക്തിയേക്കാൾ നിങ്ങൾ സ്വയമേവ ഉയർന്ന തലത്തിലേക്ക് എത്തിയിരിക്കുകയാണ്. ഇത് വിശ്വാസത്തിന്റെയും ധാരണയുടെയും ഒരു ബന്ധം വളർത്തിയെടുക്കുന്നില്ല.

അതിശയകരമെന്നു പറയട്ടെ, ഇത് ചെയ്യുന്ന ധാരാളം ആളുകൾ ഉണ്ട്.

ഇത് വായിച്ച് ഇങ്ങനെ ചിന്തിക്കുന്നവർക്കായി, "നിങ്ങൾ ഇപ്പോൾ പരാമർശിച്ചതുപോലെ, ഞാനാണ് എപ്പോഴും ശരിയെന്ന് നിർബന്ധിച്ചേക്കാം അല്ലെങ്കിൽ കാര്യങ്ങൾ എന്റെ വഴിയിലാണെന്ന് ഞാൻ എപ്പോഴും ശഠിച്ചേക്കാം." നിങ്ങൾ തിരിച്ചറിയാത്ത വഴികളിലൂടെ, നിങ്ങളുടെ ബന്ധങ്ങളെ നിങ്ങൾ കുഴപ്പത്തിലാക്കിയേക്കാം, നിങ്ങൾ അഗാധമായി ഖേദിക്കുന്ന തരത്തിലുള്ള പെരുമാറ്റത്തിന്റെ അപകടസാധ്യതകൾ പ്രവർത്തിപ്പിക്കുകയും ചെയ്യുന്നു.

എന്തിലും ആത്മവിശ്വാസമുള്ള ആളുകളെ നിങ്ങൾക്ക് എല്ലായിടത്തും കണ്ടെത്താൻ കഴിയുകയും അവർ പറയുന്നത് ശരിയാണെന്ന് കരുതുകയും ചെയ്യുന്നു. എന്നാൽ ആരുടെയെങ്കിലും അഭിപ്രായങ്ങളോ അല്ലെങ്കിൽ ആശയങ്ങളോ നിങ്ങളുടേതിൽ നിന്ന് വ്യത്യസ്തമാണെങ്കിൽ, അവ പൂർണ്ണമായി വിട്ടുകളയുന്നത് അപകടമാണ്.

മറ്റുള്ളവരുടെ അഭിപ്രായങ്ങളോ ചിന്താരീതികളോ അംഗീകരിക്കുന്നതിലൂടെയും വിലകൊടുക്കുന്നതിലൂടെയും, നമ്മൾ അവരോട് യോജിക്കുന്നില്ലെങ്കിലും, നമ്മുടെ ആത്മാവിന്റെ ഔദാര്യം ഒരാളെക്കൊണ്ട് അനുഭവിപ്പിക്കാൻ നമുക്ക് കഴിയുമോ? അങ്ങനെ ചെയ്യുന്നതിലൂടെ നമ്മുടെ സ്ഥാനം ശക്തിപ്പെടും. മുഖം രക്ഷിക്കാനും അനാവശ്യമായ സംഘർഷം ഒഴിവാക്കാനും ഇത് എല്ലാവരെയും പ്രാപ്തരാക്കുന്നു.

തെറ്റുപറ്റാത്ത ആശയമോ അഭിപ്രായമോ ഒന്നുമില്ല. കാര്യങ്ങൾ കാണാനുള്ള പല വഴികളുമുണ്ട്.

മറ്റുള്ളവരുടെ അഭിപ്രായങ്ങളും ആശയങ്ങളും സ്വീകരിക്കുന്നത് വഴി എന്റെ സ്വന്തം ചിന്തയുടെ പോരായ്മകൾ വെളിപ്പെടുത്തുകയും, എന്റെ സ്വന്തം തെറ്റുകൾ തിരിച്ചറിയുകയും ചെയ്യാൻ എന്നെ സഹായിച്ച എത്രയോ സന്ദർഭങ്ങൾ എനിക്ക് ഓർത്തെടുക്കാൻ കഴിയുന്നുണ്ട്.

നിങ്ങൾ മറ്റൊരാളുടെ മാനം രക്ഷിക്കാൻ അയാളെ തയ്യാറാക്കുന്നതുകൊണ്ട് നിങ്ങൾ കീഴടങ്ങണമെന്നോ അല്ലെങ്കിൽ നിങ്ങളുടെ സ്വന്തം സ്ഥാനം ചായ്ച്ചുകൊണ്ടോ ആവണമെന്ന് അർത്ഥമാക്കുന്നില്ല.

നേരെമറിച്ച്, എല്ലാവരുടെയും മുഖം രക്ഷിക്കാനുള്ള വിവേകം എന്നത് നിങ്ങളുടെ സ്വന്തം ചിന്ത വികസിപ്പിക്കാനും ആഴത്തിലാക്കാനും നിങ്ങളെ അനുവദിക്കുന്നു. അതുവഴി ബന്ധങ്ങൾ സുഗമമാക്കുകയും, ജോലിയിൽ ഫലങ്ങൾ ഉണ്ടാക്കുകയും, വ്യക്തിത്വവികസനത്തെ വളർത്തുകയും ചെയ്യുന്നു.

മുഖം രക്ഷിക്കാൻ മറ്റൊരാളെ പ്രാപ്തമാക്കുന്നതിലൂടെ, നിങ്ങൾ അവർക്ക് നിങ്ങളുടെ അഭിപ്രായം നല്ല വിശ്വാസത്തോടെ പരിഗണിക്കാനുള്ള അവസരം സൃഷ്ടിക്കുന്നു. അത് അവരുടെ യഥാർത്ഥ വികാരങ്ങൾ ചർച്ച ചെയ്യാനുള്ള സന്നദ്ധത ജനിപ്പിക്കുന്നു. ഓരോ വശത്തിന് മറ്റൊന്നിൽനിന്ന് എന്തെങ്കിലും പഠിക്കാനുണ്ട്, ഒരു നല്ല അന്തരീക്ഷം സൃഷ്ടിക്കുകയും ബന്ധം ശക്തിപ്പെടുത്തുകയും ചെയ്യുന്നു.

ഒരാളോട് തർക്കിച്ച് അവരെ നിശബ്ദരാക്കുന്നതിലൂടെ നിങ്ങൾക്ക് ലഭിക്കുന്നത് വിജയത്തിന്റെ ശൂന്യമായ ബോധം മാത്രമാണ്.

സൗഹാർദ്ദപരമായ മത്സരങ്ങൾക്കിടയിൽ മറ്റുള്ളവരുടെ മുഖം രക്ഷിക്കാൻ അവർക്ക് അവസരം നൽകുന്ന രീതിയിലുള്ള ബന്ധങ്ങൾ സംരക്ഷിക്കുന്നതിനേക്കാൾ കൂടുതലായി നിങ്ങൾ അത് തിരഞ്ഞെടുക്കുമോ?

നിങ്ങൾക്ക് ഇതിനകം ഉത്തരം അറിയാമെന്ന് ഞാൻ കരുതുന്നു.

35

ദിവസവും പത്ത് മിനിറ്റ് പ്രകൃതിയിൽ ചെലവഴിക്കുക

നിങ്ങളുടെ ആത്മാവിനെ സ്വതന്ത്രമാക്കുന്ന നിമിഷത്തെ കണ്ടെത്തുക

"ഒരുപാട് കാര്യങ്ങൾ ചെയ്യാനുണ്ട്... ഞാൻ അറിയുന്നതിന് മുമ്പ് ദിവസം കടന്നുപോകുന്നു."

ആളുകൾ അവരുടെ ജീവിതം വളരെ വേഗത്തിൽ ജീവിക്കുന്നു, കരുത്തുറ്റ വേഗതയിൽ. നമ്മുടെ മസ്തിഷ്കം ഉണർന്നിരിക്കുന്ന ഓരോ നിമിഷവും പ്രായോഗികമായി ജാഗ്രതയിലാണ്.

നമ്മുടെ അവബോധത്തിനും സംവേദനക്ഷമതക്കും ഗണ്യമായി കുറഞ്ഞ ഉൽപ്രേരകം മാത്രമേ ലഭിക്കുന്നുള്ളുവെന്ന് എനിക്ക് തോന്നുന്നു.

അറിവും വിദ്യാഭ്യാസവും എന്നതിലുപരി അവബോധവും സംവേദനക്ഷമതയുമാണ് ആളുകളെ പരസ്പരം ബന്ധിപ്പിക്കുന്ന സുപ്രധാന ബന്ധങ്ങൾ. ഒരുപക്ഷേ നമ്മുടെ ജീവിതം വളരെ വേഗത്തിൽ വികസിക്കുന്നതുകൊണ്ട് ആളുകളുടെ അവബോധവും സംവേദനക്ഷമതയും നയനസൂക്ഷ്മമായി കുറഞ്ഞവയായിരിക്കുന്നു,

അത് മോശമായ അല്ലെങ്കിൽ ദുർബ്ബലമായ ബന്ധങ്ങളിലേക്ക് നയിക്കുന്നു.

നമ്മുടെ അവബോധവും സംവേദനക്ഷമതയും പ്രവർത്തിപ്പിച്ച് നമ്മുടെ മസ്തിഷ്കത്തിന്റെ ചിന്താഭാഗത്തെ വിശ്രമിക്കാൻ അനുവദിക്കേണ്ടത് അത്യാവശ്യമാണെന്ന് ഞാൻ വിശ്വസിക്കുന്നു.

ഞാൻ ഒരു നാഡീശാസ്ത്രജ്ഞനല്ല. പക്ഷേ, പ്രത്യക്ഷത്തിൽ നമ്മൾ ചിന്തിക്കുന്നത് ഒന്ന് നിർത്തി ന്യൂറോ ട്രാൻസ്മിറ്റർ സെറോടോണിൻ തലച്ചോറിലേക്ക് കടത്തിവിടുന്നു. ഇത് നമ്മൾക്ക് ആശ്വാസം നൽകുകയും നമ്മുടെ അവബോധത്തെയും സംവേദനക്ഷമതയെയും ആഴത്തിലാക്കുകയും ചെയ്യുന്നു.

സാസേണിൽ ഇരിക്കുമ്പോൾ നിങ്ങൾ അനുഭവിക്കുന്നത് ഇതാണ്. പക്ഷേ, എല്ലാ ദിവസവും സാസേൺ പരിശീലിക്കുന്നത് ബുദ്ധിമുട്ടാണെന്ന് ഞാൻ മനസ്സിലാക്കുന്നു.

അതിനാൽ നിങ്ങൾ പ്രകൃതിയെ അനുഭവിക്കാൻ സമയം കണ്ടെത്തണമെന്ന് ഞാൻ ശുപാർശ ചെയ്യാൻ ആഗ്രഹിക്കുന്നു.

"അതെല്ലാം നല്ലതാണ്. പക്ഷേ, ഞാൻ നഗരത്തിലാണ് താമസിക്കുന്നത്, അവിടെ പ്രകൃതിയെ ആസ്വദിക്കാൻ അത്ര എളുപ്പമല്ല."

ശരിയാണ്. നഗരങ്ങൾ എന്നു പറയുന്നത് നിങ്ങൾക്ക് എത്രയും വേഗം നിങ്ങളുടെ വാതിലിന് പുറത്തിറങ്ങി പ്രകൃതിയിൽ ആയിരിക്കാൻ കഴിയുന്ന ഇടമല്ല. എന്നാൽ, നിങ്ങൾക്ക് ഒരു ചെറിയ തോതിൽ പ്രകൃതിയുമായി ഇപ്പോഴും ഇടപഴകാൻ കഴിയും.

രാവിലെ, ഒരു വിൻഡോ തുറക്കുക, അല്ലെങ്കിൽ, നിങ്ങളുടെ അപ്പാർട്ട്മെന്റിലെ ബാൽക്കണി. എന്തുകൊണ്ട് നിങ്ങൾക്ക് പുറത്തേക്ക് ഇറങ്ങി കാറ്റിന്റെ ശബ്ദമോ അല്ലെങ്കിൽ കിളികളുടെ കിളികൊഞ്ചലോ കേട്ടൂടാ? നിങ്ങൾക്ക്

തൊട്ടടുത്തുള്ള പാർക്കിൽ പോയി അവിടെ ഏതൊക്കെ മരങ്ങളും പൂക്കളും ആണ് പൂക്കുന്നതെന്ന് ശ്രദ്ധിക്കാം. അല്ലെങ്കിൽ മാറുന്ന ഋതുക്കളും ചന്ദ്രന്റെ ഘട്ടങ്ങളും രാത്രിയിൽ ജനാലയിലൂടെ നിരീക്ഷിക്കുക.

ഇത് കുറേനേരത്തേക്ക് നീണ്ടുനിൽക്കേണ്ടതില്ല. നിങ്ങൾക്ക് എത്ര കുറവ് സമയമാണുള്ളതെങ്കിലും നിങ്ങൾ പ്രകൃതിയെ അനുഭവിക്കുമ്പോൾ നിങ്ങളുടെ മനസ്സ് ശൂന്യമായിരിക്കാൻ അനുവദിക്കുക. ഈ സമയം നിങ്ങളുടെ അവബോധത്തെ ആഴത്തിലാക്കാനും നിങ്ങളുടെ സംവേദനക്ഷമത വീണ്ടെടുക്കാനും അനുവദിക്കുക, ഉപയോഗിക്കുക.

ഒരു സെൻഗോ ഇങ്ങനെ പറയുന്നുണ്ട്, "നിങ്ങൾ ഒരു പുഷ്പം കാണുമ്പോൾ, പുഷ്പം ആസ്വദിക്കു, നിങ്ങൾ ചന്ദ്രനെ കാണുമ്പോൾ ചന്ദ്രനെ ആസ്വദിക്കു."

പ്രകൃതിയുമായുള്ള ഓരോ കണ്ടുമുട്ടലും പൂർണ്ണമായും അനുഭവിക്കണമെന്നാണ് അർത്ഥം.

മറ്റൊരുവിധത്തിൽ പറഞ്ഞാൽ, അനാവശ്യ കാര്യങ്ങളെ കുറിച്ച് വിഷമിക്കേണ്ട; നിങ്ങളുടെ മനസ്സിനെ വെറുതെ ഒഴുകാൻ വിടുക, നിങ്ങളുടെ ശരീരവും ആത്മാവും പ്രകൃതിക്ക് സമർപ്പിക്കുക.

നിങ്ങളുടെ പ്രഭാതം വളരെ തിരക്കിലാണെന്നോ ഒരു പാർക്ക് സമീപത്തില്ലെന്നോ തോന്നുന്നുവെങ്കിൽ, അല്ലെങ്കിൽ ചന്ദ്രനെ നോക്കാൻ നിങ്ങൾക്ക് രാത്രി സമയമില്ലായെങ്കിൽ... ജോലിസ്ഥലത്ത് പത്തോ പതിനഞ്ചോ മിനിറ്റ് ഇടവേള എടുത്ത് ടെറസ്സിൽ പോയി സായാഹ്ന സൂര്യനെ നോക്കുക, അല്ലെങ്കിൽ താഴെ പാർക്കിന്റെ പച്ചപ്പിലേക്ക് നോക്കിയാലോ?

"സൂര്യൻ എല്ലാ ദിവസവും അല്പം നേരത്തെ അസ്തമിക്കുന്നു."

"ഓ, ഗിങ്കോ മരങ്ങളിലെ ഇലകൾ നിറം മാറാൻ തുടങ്ങിയിരിക്കുന്നു."

ഈ ചിന്തകൾ നിങ്ങൾക്ക് പെട്ടെന്ന് സംഭവിക്കാം, കാരണം

നിങ്ങൾ പ്രകൃതിയുമായി ഇണങ്ങി കഴിഞ്ഞിരിക്കുന്നു. നിങ്ങൾ ക്രമേണ നിങ്ങളുടെ അവബോധത്തെയും സംവേദനക്ഷമതയെയും ആഴത്തിലാക്കാൻ തുടങ്ങുമ്പോൾ, നിങ്ങളുടെ മനസ്സ് അസ്വസ്ഥത കളിൽ നിന്നും സ്വതന്ത്രമാക്കപ്പെടുകയും നിങ്ങളുടെ ദൈനംദിന ഇടപെടലുകളുടെ തലവേദന കുറയുകയും ചെയ്യും.

ഇപ്പോൾ, നമുക്ക് നമ്മുടെ ബുദ്ധി ഉപയോഗിക്കുന്നത് നിർത്തി നമ്മുടെ അവബോധവും സംവേദനക്ഷമതയും മെച്ചപ്പെടുത്താം.

36

നിങ്ങളെ വീണ്ടും കാണാൻ തക്കവണ്ണം ഇടപെടുക

വ്യക്തിപ്രഭാവം വളർത്തുന്നതിനുള്ള സെൻ വഴി

സാമൂഹിക ബന്ധങ്ങളുടെ ഒരു പ്രധാന തത്വമുണ്ട്. ചൈനീസ് പ്രതീകം 恕 (ജോ) ആണ് ആ താക്കോൽ.

നമ്മുടെ ബന്ധങ്ങൾ വഷളായതായി അല്ലെങ്കിൽ നാം ആളുകളുമായി ഇടപെടുന്നതിൽ മിടുക്കനല്ല എന്ന തോന്നൽ നമ്മിൽ പലർക്കും ഉണ്ട്.

എന്നാൽ സാമൂഹിക ഇടപെടൽ നമ്മുടെ ജീവിതത്തിന്റെ ഒരു പ്രധാന ഭാഗമാണ്.

ഉദാഹരണത്തിന്, ഒരു ജോലി സാഹചര്യത്തിൽ, നിങ്ങൾ സ്വയം ഇങ്ങനെ പറയുകയാണെങ്കിൽ, “ഓ, ആ ക്ലയന്റുമായി കണ്ടുമുട്ടുന്നത് അങ്ങേയറ്റം മടുപ്പുളവാക്കുന്നു.” ബന്ധം ഉൽപ്പാദനക്ഷമമാകാൻ ഒരു വഴിയുമില്ല. നിങ്ങളുടെ അയൽപക്ക അസ്സോസിയേഷന്റെ ഒത്തുചേരലിൽ മറ്റുള്ളവരുമായി ബന്ധപ്പെടാൻ നിങ്ങൾ അധൈര്യപ്പെടുന്നു, കാരണം മറ്റുള്ളവരുമായി ബന്ധപ്പെടാൻ നിങ്ങൾക്ക് ബുദ്ധിമുട്ടാണ്,

നിങ്ങളുടെ സമൂഹിക ജീവിതം ആസ്വദിക്കാൻ നിങ്ങൾക്ക് കഴിയില്ല.

സാമൂഹികവൽക്കരണത്തോടുള്ള വെറുപ്പിന്റെ ദോഷങ്ങളാണിവ. ഈ വെറുപ്പിനെക്കുറിച്ചുള്ള അവബോധം കൂടുതൽ മാനസിക സമ്മർദ്ദം സൃഷ്ടിക്കും.

"എന്നാൽ ഇതിനെക്കുറിച്ച് കൂടുതലൊന്നും ചെയ്യാൻ കഴിയില്ല, അല്ലേ?"

അങ്ങനെയാണോ നിങ്ങൾ ചിന്തിക്കുന്നത്?

എന്റെ അഭിപ്രായത്തിൽ, ഇത് അത്ര ബുദ്ധിമുട്ടുള്ള കാര്യമല്ല.

ഞാൻ മുമ്പ് സൂചിപ്പിച്ച ചൈനീസ് പ്രതീകമാണ് പ്രധാനം, 恕 (ജോ).

കൺഫ്യൂഷ്യസിന്റെ *ദി അനലെക്ട്സ്*-ൽ കൺഫ്യൂഷ്യസും അദ്ദേഹത്തിന്റെ ശിഷ്യന്മാരിൽ ഒരാളായ സിഗോംഗും തമ്മിലുള്ള സംഭാഷണത്തിൽ ഇത് പ്രത്യക്ഷപ്പെടുന്നു.

ശിഷ്യൻ ഗുരുവിനോട് ചോദിച്ചു, ഒരാളുടെ ജീവിതത്തിൽ ഏറ്റവും ഉയർത്തിപ്പിടിക്കേണ്ട പ്രധാനപ്പെട്ട സമ്പ്രദായം എന്താണെന്ന്?

കൺഫ്യൂഷ്യസ് പ്രതികരിച്ചു :

"ഇതാണെങ്കിൽ എങ്ങനെയുണ്ടാകും 恕 (ജോ)?"

恕 (ജോ) എന്നതിന്റെ നിർവ്വചനം ഏറെ ചർച്ച ചെയ്യപ്പെട്ടിട്ടുണ്ട്. ചിലർ പറയുന്നു, "പരസ്പരം" അല്ലെങ്കിൽ "അനുഭൂതി" അല്ലെങ്കിൽ ഒരുപക്ഷേ "ക്ഷമ" എന്നൊക്കെ. കൺഫ്യൂഷ്യസ് തന്റെ ശിഷ്യന്റെ ചോദ്യത്തിന് കൂടുതൽ മറുപടി നൽകി :

"നിങ്ങൾ നിങ്ങളോട് ചെയ്യാൻ ആഗ്രഹിക്കാത്തത് മറ്റുള്ളവരോട് ചെയ്യരുത്."

പരിചിതമായ ഒരു ചൊല്ല്. ഇതാണ് 恕-യുടെ (ജോ) ആത്മാവ്.

ഇത് സാമൂഹിക ബന്ധങ്ങളുടെ ഒരു തത്വമാണ്, അത് പരസ്പരബന്ധത്തിന്റെ സത്തയാണ്. നിങ്ങളോട് ചെയ്യുന്നത് നിങ്ങൾക്ക് ഇഷ്ടപ്പെടാത്തത് എന്താണെങ്കിലും അത് മറ്റുള്ളവർക്ക് ചെയ്യരുത്. നിങ്ങൾ ഈ ലളിതമായ നിയമം മാത്രം പിന്തുടരുക യാണെങ്കിൽ, നിങ്ങൾക്ക് ഉറപ്പായും നിങ്ങളുടെ സാമൂഹിക കഴിവുകൾ മെച്ചപ്പെടുന്നത് കാണാം.

"ആരെങ്കിലും വൈകി വരുമ്പോൾ എനിക്ക് ദേഷ്യം വരും."

"ആ പയ്യന്റെ അഹങ്കാരം വളരെ അരോചകമാണ്."

"അവൾ പെട്ടെന്ന് ശബ്ദം ഉയർത്തുന്നു, അതിനാൽ എനിക്ക് എന്താണ് വേണ്ടതെന്ന് അവളോട് പറയാൻ കഴിയില്ല."

നിങ്ങൾ ഇഷ്ടപ്പെടാത്ത നിരവധി കാര്യങ്ങൾ മറ്റുള്ളവർക്കു ണ്ടെന്ന് ഞാൻ പ്രതീക്ഷിക്കുന്നു. അത്തരം കാര്യങ്ങൾ സ്വയം ചെയ്യില്ലെന്ന് നിങ്ങൾ തീരുമാനിക്കുമ്പോൾ, നിങ്ങൾ ധാരാളം നല്ല മാറ്റങ്ങൾ കാണും.

നിങ്ങൾ എല്ലായ്പ്പോഴും മീറ്റിംഗുകൾക്ക് കൃത്യസമയത്തി ലാണെങ്കിൽ, മറ്റുള്ളവർ നിങ്ങളെ വിശ്വസനീയമായി കണ്ടെത്തും; നിങ്ങൾ മര്യാദയും വിനയവും കാണിക്കാൻ ശ്രമിക്കുകയാണെങ്കിൽ, മറ്റുള്ളവർക്ക് നിങ്ങൾ പ്രധാനമാണെന്നത് അനുഭവപ്പെടും. ശാന്തമായ സംസാരരീതി മറ്റുള്ളവരുമായുള്ള ബന്ധത്തിന്റെ ഒരു ബോധം വളർത്തുന്നു.

വിശ്വാസ്യത, മറ്റുള്ളവർക്ക് പ്രാധാന്യമുള്ള ബോധം, സന്തോഷം എന്നിവ സംതൃപ്തി, ബന്ധങ്ങൾ... എല്ലാം നിങ്ങൾക്ക് മറ്റുള്ളവരുമായി നല്ല രീതിയിലുള്ള ഒരു ബന്ധം ഉണ്ടാക്കും. നിങ്ങളുടെ സാമൂഹിക വെറുപ്പ് ഉടൻ മറികടക്കും.

മറ്റൊരു ചുവടുവെപ്പ് നടത്തുന്നതിലൂടെ, മറ്റുള്ളവർ നിങ്ങൾക്കായി നിങ്ങൾക്ക് സന്തോഷം നൽകുന്ന കാര്യങ്ങൾ ചെയ്യുകയും, നിങ്ങളും മറിച്ച് മറ്റുള്ളവർക്കായി അങ്ങനെ ചെയ്യുമ്പോൾ, അത് നിങ്ങളെ സന്തോഷിപ്പിക്കുകയും നന്ദിയുള്ള വരാക്കുകയും ചെയ്യുന്നു.

ഉദാഹരണത്തിന്, ഒരിക്കൽ നിങ്ങൾ ഒരു ക്ലയന്റിന്റെ ഓഫീസിൽ അപ്രതീക്ഷിതമായി പോകുകയും, അവർ നിങ്ങളോട് എത്ര ദയയോടെ നന്ദി പറഞ്ഞുവെന്ന് നിങ്ങൾ ഊഷ്മളമായി ഓർക്കുന്നു; അല്ലെങ്കിൽ നിങ്ങൾ ഇമെയിൽ അയച്ചപ്പോഴെല്ലാം നിങ്ങളോട് പെട്ടെന്ന് പ്രതികരിക്കുന്ന ഒരാളോട് നിങ്ങൾ നന്ദിയുള്ളവനാണ്; അല്ലെങ്കിൽ എല്ലാവർക്കും കാപ്പി കൊണ്ടുവരുന്ന ഒരു സഹപ്രവർത്തകനെ ശ്രദ്ധിക്കാതിരിക്കാൻ നിങ്ങൾക്ക് കഴിയില്ല... നിങ്ങളോട് കാണിച്ചിരിക്കുന്ന ഈ ദയകൾ, നിങ്ങൾക്ക് അത് മറ്റുള്ളവരിലേക്ക് വ്യാപിപ്പിക്കാൻ ശ്രമിക്കാം.

കൺഫ്യൂഷ്യസിന്റെ വാക്കുകൾ ശ്രദ്ധിക്കുന്നത് നന്നായിരിക്കും :

"നിങ്ങൾ നിങ്ങളോട് ചെയ്യാൻ ആഗ്രഹിക്കാത്തത് മറ്റുള്ളവരോട് ചെയ്യരുത്."

ഇത് പ്രാവർത്തികമാക്കുന്നതിലൂടെ, നിങ്ങളുടെ വ്യക്തിപ്രഭാവം ആരംഭിച്ചതായി നിങ്ങൾ കണ്ടെത്തും. ആളുകൾ നിങ്ങളെ അറിയാൻ ആഗ്രഹിക്കും.

ഡോഗൻ സെൻജി സമാനമായ ഒരു ആശയം പഠിപ്പിച്ചു, അതിനെ അദ്ദേഹം ഡോജി എന്ന് പരാമർശിച്ചു.

മറ്റുള്ളവർ നമ്മെത്തന്നെ ഉൾക്കൊള്ളുണമെന്ന അവസ്ഥയിലേക്ക് നാം എത്തണമെന്ന് അദ്ദേഹം പറഞ്ഞു - അവർ സന്തോഷിക്കുമ്പോൾ അല്ലെങ്കിൽ അവർ ദുഃഖിക്കുമ്പോൾ, നമുക്കും കാര്യങ്ങൾ അനുഭവിക്കണം - കൺഫ്യൂഷ്യൻ പാരസ്പര്യം എന്ന ആശയത്തിന്റെ ആത്മാവിൽ ഈ കാര്യങ്ങൾ അനുഭവിക്കണം.

ഇനിയും, സാമൂഹികവൽക്കരിക്കാനുള്ള അതേ വെറുപ്പ് നിങ്ങൾക്ക് ഇപ്പോഴും അനുഭവപ്പെടുന്നുണ്ടോ?

37

തെറ്റുകൾ ഉടൻ സമ്മതിക്കുക

വാക്കുകളിൽ മാത്രമല്ല, വൈകാരികമായും ഇത് അറിയിക്കാൻ ശ്രമിക്കുക

നിങ്ങളുടെ സുഹൃത്തുക്കളുമായി നിങ്ങൾക്ക് ഏതുതരം ചരിത്രമാണ് ഉള്ളത്?

ഒരു നീണ്ട സുഹൃദ്ബന്ധത്തിന്റെ ഗതിയിൽ, തീർച്ചയായും തെറ്റിദ്ധാരണകൾ അല്ലെങ്കിൽ തെറ്റായ രീതിയിൽ എടുക്കുന്ന കാര്യങ്ങൾ ഉണ്ടാകും. ഒപ്പം ഇത് കുറച്ച് വിള്ളലുകളിലേക്ക് നയിച്ചേക്കാം.

ഇതുവരെ ഒരു കലഹംപോലും ഉണ്ടായിട്ടില്ലാത്ത നല്ല സുഹൃത്തുക്കൾ ഉണ്ടെങ്കിൽ ഞാൻ ആശ്ചര്യപ്പെടും. നിങ്ങൾ അതിനെ എങ്ങനെ കൈകാര്യം ചെയ്യുന്നു, എങ്ങനെ അനുരഞ്ജനം ചെയ്യുന്നു എന്നതാണ് പ്രധാനം.

നിങ്ങൾക്ക് അശ്രദ്ധയാണെങ്കിൽ, അപ്പോൾ നിങ്ങൾ കഠിനാധ്വാനത്താൽ സൃഷ്ടിച്ച ബന്ധം തകർക്കാൻ ഇടയാകും.

ഒരു തെറ്റിദ്ധാരണയോ വിലക്ഷണമായ ക്ഷമാപണമോ ഒരു യഥാർത്ഥ ബന്ധത്തെ നശിപ്പിക്കുന്നതിന് അനുവദിക്കുന്നത് ലജ്ജാകരമാണ്. അതില്ലാതെ നിങ്ങളുടെ ജീവിതം ഊർജ്ജസ്വല മായിരിക്കില്ല എന്ന് പറയുന്നത് അതിശയോക്തിയല്ല.

"നിങ്ങളുടെ തെറ്റുകൾ തിരുത്താൻ കാലതാമസം വരുത്തരുത്."

കൺഫ്യൂഷ്യസിന്റെ *ദി അനലെക്ട്സി*-ൽ നിന്നുള്ള പ്രസിദ്ധമായ പഴഞ്ചൊല്ലാണിത്, അത് പ്രയോഗത്തിൽ വരുത്തുന്നത് ബുദ്ധിമുട്ടായിരിക്കും. നിങ്ങൾ ചെയ്തത് ഒരു പ്രശ്നമുണ്ടാക്കി എന്ന് നിങ്ങൾ അത് തിരിച്ചറിയുമ്പോൾ പോലും, ചില കാരണങ്ങളാൽ നിങ്ങൾ മാപ്പ് പറയാൻ മടിക്കും. ഇത്രയും നല്ല സുഹൃത്തിനോട് ഖേദം പ്രകടിപ്പിക്കാൻ ശരിക്കും ബുദ്ധിമുട്ടാണോ?

അതിനോട് *ദി അനലെക്ട്സ്* ഇങ്ങനെയും പറയുന്നു :

"ഒരാൾ തെറ്റ് ചെയ്യുന്നതും ആ തെറ്റിൽനിന്നും മാറാതിരിക്കുന്നതും ഒരു തെറ്റാണ്, ഇതാണ് ഏറ്റവും വലിയ തെറ്റ്."

ഒരു തെറ്റ് ചെയ്തിട്ട് ക്ഷമ ചോദിക്കാതിരിക്കുകയും ചെയ്യുക – അതൊരു തെറ്റുതന്നെയാണ്.

എങ്ങനെ ക്ഷമാപണം നടത്തണം എന്നതിനെക്കുറിച്ച് നിങ്ങൾ തർക്കിക്കുമ്പോൾ, സാഹചര്യം കൂടുതൽ സങ്കീർണ്ണമാകും, ആ ബന്ധത്തിൽ പ്രശ്നം പരിഹരിക്കപ്പെടാനുള്ള സാധ്യതയില്ലാതാകും.

ക്ഷമാപണം എപ്പോഴും ഉടനടിയും വ്യക്തിപരവും ആയിരിക്കണം. എന്തെങ്കിലും ചെയ്യാൻ നിങ്ങൾ കൂടുതൽ സമയം കാത്തിരിക്കുമ്പോൾ, അത് കൂടുതൽ ബുദ്ധിമുട്ടായിത്തീരും. ക്ഷമാപണം വ്യത്യസ്തമല്ല.

അനുരഞ്ജനത്തിനായുള്ള ഒരു ശ്രമവും കൂടാതെ നിങ്ങൾ ഉടൻ ക്ഷമ ചോദിച്ചാലും, സമയം കടന്നുപോകുമ്പോൾ അത് കൂടുതൽ ബുദ്ധിമുട്ടാകുന്നു. മറ്റെയാൾക്ക് ഇത് എങ്ങനെ അനുഭവപ്പെടുമെന്ന് സങ്കൽപ്പിക്കാൻ യാതൊരു പ്രയാസവുമില്ല.

"അയാൾ ഉടൻ ക്ഷമാപണം നടത്തുന്നു, പക്ഷേ അയാൾക്ക് ശരിക്കും ഇക്കാര്യത്തിൽ അത്ര ഗൗരവമുണ്ടോയെന്ന് തോന്നുന്നില്ല." "ഇയാൾക്ക് എന്താണ്? അയാൾ എന്നെ

എത്രമാത്രം വേദനിപ്പിക്കുന്നു എന്നുപോലും അയാൾ മനസ്സിലാക്കുന്നുണ്ടോ എന്ന് ഞാൻ അത്ഭുതപ്പെടുന്നു" തുടർന്ന് "ഒരുപക്ഷേ അയാൾ അത്തരത്തിലുള്ള ഒരു ആളായിരിക്കാം. ഞാൻ ഒരിക്കലും അങ്ങനെയല്ല," ഒടുവിൽ "എന്തൊരു വിഡ്ഢി! ഞാൻ ഇത്രയും കാലം അവനുമായി ചങ്ങാത്തത്തിലായിരുന്നുവെന്ന് എനിക്ക് വിശ്വസിക്കുവാൻ കഴിയുന്നില്ല!"

അതുപോലെ വ്യക്തിപരമായി ക്ഷമാപണം നടത്തേണ്ടത് പ്രധാനമാണ്.

സെനിൽ "മുഖാമുഖം" എന്നർത്ഥമുള്ള *മെൻജ്ജ* എന്ന വാക്ക് ഇതിനായി ഉപയോഗിക്കുന്നു.

ഗുരുവും ശിഷ്യനും സുപ്രധാന കാര്യത്തിനായി മുഖാമുഖം കണ്ടുമുട്ടുന്നതിനെ ഇത് സൂചിപ്പിക്കുന്നു. ബുദ്ധമതത്തിന്റെ പഠിപ്പിക്കലുകൾ തിരുവെഴുത്തുകളിലോ രചനകളിലോ അല്ല കൈമാറേണ്ടത് നേരിട്ടും പരസ്പരം സാന്നിധ്യത്തിലുമാണ്.

ക്ഷമാപണത്തിന് ഇത് തികച്ചും ബാധകമാണ്.

ഇമെയിൽ നമ്മുടെ ആശയവിനിമയത്തിന്റെ പ്രധാന രൂപമായി മാറിയെങ്കിലും, നിങ്ങൾക്ക് ശരിക്കും എങ്ങനെ തോന്നുന്നുവെന്നും അല്ലെങ്കിൽ നിങ്ങൾക്ക് എന്താണ് തോന്നുന്നത് എന്നും ഒരാളെ അറിയിക്കാൻ ഇത് പ്രാപ്തമല്ല.

ആരെങ്കിലും നിങ്ങളോട് മാപ്പ് പറയണമെന്ന് നിങ്ങൾ ആഗ്രഹിക്കുന്നുണ്ടോ എന്ന് ചിന്തിക്കുക.

"അന്നത്തെ കാര്യത്തിന് എന്നോട് ക്ഷമിക്കണം" എന്ന് നിങ്ങൾക്ക് ഒരു ഇമെയിൽ ലഭിച്ചുവെങ്കിൽ, ആത്മാർത്ഥമായ ക്ഷമാപണം ലഭിച്ചതായി നിങ്ങൾ കണക്കാക്കുമോ? അല്ലെങ്കിൽ അവർ അത് ഇമെയിൽ വഴി ചെയ്തോ എന്നോർത്ത് നിങ്ങൾ അസ്വസ്ഥനാകുമോ?

ഇത് ക്ഷമാപണത്തിൽ മാത്രം ഒതുങ്ങുന്നില്ല – യഥാർത്ഥ വികാരങ്ങൾ അവ എന്തുതന്നെയായാലും അത് വ്യക്തിപരമായി മാത്രം പ്രകടിപ്പിക്കണം. ഖേദം, മതിപ്പ്, മറ്റുള്ളവരോടുള്ള

പരിഗണനന – ഇവ നേരിട്ട് വ്യക്തിപരമായി അറിയിക്കേണ്ടത് പ്രധാനമാണ്. നിങ്ങളുടെ വികാരത്തിന്റെ യഥാർത്ഥ ആഴം ശാരീരികമായി കടന്നുവരുന്ന – നിങ്ങളുടെ മുഖഭാവത്തിൽ, നിങ്ങളുടെ ശബ്ദത്തിന്റെ സ്വരത്തിൽ, നിങ്ങളുടെ പെരുമാറ്റ രീതിയിൽ.

ഇത് മുഖാമുഖം മാത്രമേ കാണാൻ കഴിയൂ.

38

സഹായം ചോദിക്കാൻ മടിക്കരുത്

സഹായഹസ്തം നൽകാൻ ആരുമുണ്ടാകും

ഒരു സെൻഗോ ഉണ്ട്, "പ്രവേശനകവാടം തുറക്കുക, നിങ്ങൾക്ക് ദീർഘായുസ്സും സന്തോഷവും ലഭിക്കും."

അതിനർത്ഥം തുറന്ന മനസ്സോടെയും സത്യസന്ധനമായിരിക്കുന്നത് ഒരുപാട് നല്ല കാര്യങ്ങൾ കൊണ്ടുവരും എന്നാണ്.

നിങ്ങൾ ഒരു പ്രയാസകരമായ സമയത്തിലൂടെ കടന്നുപോകുമ്പോൾ, നിങ്ങൾ ബുദ്ധിമുട്ടുകൾ അഭിമുഖീകരിച്ചപ്പോൾ, നിങ്ങൾക്കിത് സ്വന്തമായി കൈകാര്യം ചെയ്യാൻ കഴിയാത്തത്ര കൂടുതലായപ്പോൾ... ഇതെല്ലാം നിങ്ങൾ മാത്രമായി ഏറ്റെടുക്കേണ്ടതില്ലെന്ന് അറിയുക.

നിങ്ങളുടെ മനസ്സ് തുറക്കൂ. നിങ്ങൾക്ക് പിന്തുണ ആവശ്യമുള്ളപ്പോൾ, നിങ്ങളുടെ സ്വന്തം ഭാരം ചുമക്കുന്നതിന് പകരം, സഹായം ചോദിക്കുന്നതാണ് നല്ലത്.

എളിമയും സ്ഥിരോത്സാഹവും അഭിമാനിക്കാവുന്ന ഗുണങ്ങളാണ്. പക്ഷേ, അവ ബുദ്ധിമുട്ടുണ്ടാക്കുന്ന ചില സമയങ്ങളുണ്ട്.

ഒരു സാധാരണ ഉദാഹരണം പരിചരണമാണ്. സമൂഹത്തിൽ കാലക്രമേണ, പരിചരണം ആവശ്യമുള്ള പ്രായമായവരുടെ എണ്ണം വർദ്ധിച്ചുകൊണ്ടേയിരിക്കുന്നു, അത് കുടുംബങ്ങൾക്ക് വലിയ ഭാരമുണ്ടാക്കുന്നു.

ആളുകൾ കരുതുന്നു, "ഇത് എന്റെ അച്ഛൻ, എന്റെ അമ്മ, എന്റെ ഭർത്താവ്, എന്റെ ഭാര്യ, അതിനാൽ ഞാൻ ആയിരിക്കണം അവരെ പരിപാലിക്കേണ്ടവൻ," ഇങ്ങനെ എത്ര കഠിനമായാലും എത്ര കഷ്ടപ്പെട്ടാലും എത്ര വിഷമകരമായാലും അവർ പരാതിയില്ലാതെ ചെയ്യുന്നു. പ്രായമായവരെ പരിപാലിക്കുന്നതിനായി മധ്യവയസ്കരായ ആളുകൾ സന്നദ്ധരാകുന്നു, ഈ അവസ്ഥ കൂടുതൽ കാലം നീണ്ടു നിൽക്കാതെയും, പലപ്പോഴും മോശമായി പര്യവസാനിക്കുകയും ചെയ്യുന്നു.

ജോലിസ്ഥലത്തുണ്ടാകുന്ന ബുദ്ധിമുട്ടുകളും പലപ്പോഴും അസഹനീയമാകും. *കരോഷി*-യുടെ പ്രതിഭാസം അല്ലെങ്കിൽ അമിത ജോലിമൂലമുണ്ടാകുന്ന മരണം എന്നൊന്നുണ്ട്. അവിടെയും സഹപ്രവർത്തകരുമായുള്ള സംഘർഷം മൂലമോ അല്ലെങ്കിൽ സൂപ്പർവൈസറുടെ ഉപദ്രവം മൂലമോ ഉണ്ടാകുന്ന വിഷാദം ഉണ്ട്. ആളുകൾക്ക് അവരുടെ സഹനത്തിന്റെ പരിധിക്കപ്പുറം കഷ്ടപ്പെടേണ്ടിവരും.

ദയവായി, നിങ്ങളുടെ മേൽ ഈ ഭാരം ചുമക്കരുത്. സഹായം ചോദിക്കാൻ മടിക്കരുത്. നിങ്ങളുടെ വികാരങ്ങൾ പ്രകടിപ്പിക്കുന്നതിലൂടെ, നിങ്ങൾ നിങ്ങളുടെ മനസ്സിനെ സ്വസ്ഥമാക്കും, ആരെങ്കിലും നിങ്ങൾക്ക് സഹായഹസ്തം നൽകാൻ ഉണ്ടാകും.

"കഷ്ടത, അത് ഒരുമിച്ച് സ്വീകരിക്കുകയും ഒരുമിച്ച് സഹിക്കുകയും ചെയ്യുന്നുവെങ്കിൽ, അത് സന്തോഷമാണ്."

സമാധാനത്തിനുള്ള നോബൽ സമ്മാന ജേതാവായ മദർ തെരേസയുടെ വാക്കുകളാണിത്.

തുടക്കം മുതൽ തുറന്ന മനസ്സോടെയും സത്യസന്ധതയോടെയും നിങ്ങളുടെ വേദന പറയാൻ തയ്യാറാകുമ്പോൾ അത് ലഘൂകരിക്കാൻ

സഹായിക്കുന്ന ഒരാളുടെ ചെവിയിൽ നിങ്ങളുടെ ബുദ്ധിമുട്ടുകൾ എത്തും. നമ്മുടെ വിഷമങ്ങൾ പങ്കുവെക്കുന്നത് അവരുടെ സന്തോഷത്തെ രൂപാന്തരപ്പെടുത്തും.

മടിക്കേണ്ട ആവശ്യമില്ല.

നിങ്ങൾ ഇപ്പോൾ ആരോടെങ്കിലും സംസാരിക്കാൻ ആഗ്രഹിക്കുന്നത് എന്താണ്?

39

ഒരു നല്ല ശ്രോതാവായിരിക്കുക

ബന്ധങ്ങൾ കൊടുക്കൽ വാങ്ങലുകളാണ്

"ആ പയ്യൻ എപ്പോഴും കരയുകയും പരാതിപ്പെടുകയും മാത്രമാണ് ചെയ്യുന്നത്. എനിക്ക് അവന്റെ ചുറ്റും നിൽക്കാൻ പ്രയാസമാണ്."

"എനിക്ക് അവളുടെ ആത്മഗതം കേട്ട്-കേട്ട് മതിയായി!"

മിക്കവാറും എല്ലാ ദിവസവും ഇത്തരം കാര്യങ്ങൾ നമ്മൾ കേൾക്കാറുണ്ട്.

അതൊരു തമാശയോ ആഴത്തിലുള്ള സംഭാഷണമോ ആകട്ടെ, മറ്റൊരാളുമായി ആശയവിനിമയം നടത്തുന്നതിന്റെ ഒരു ഭാഗം സ്വാഭാവികമായ അങ്ങോട്ടും ഇങ്ങോട്ടും ഉള്ള മികച്ച സംഭാഷണങ്ങളാണ് – ക്യാച്ച് ഗെയിം പോലെ.

ഇമെയിൽ, ടെക്സ്റ്റിംഗ് എന്നിവ ജോലിയിലെയും ജീവിതത്തിലെയും ആശയവിനിമയത്തിനുള്ള പ്രാഥമിക മാർഗ്ഗമാകുകയും, അതുവഴി പരസ്പരം മുഖാമുഖം കാണുന്നത് നഷ്ടപ്പെടുകയും ചെയ്യുന്നതിന് ഒരു നിമിഷതാളം സൃഷ്ടിക്കുന്നു, അങ്ങനെ പറയാൻ ആഗ്രഹിക്കുന്ന കാര്യങ്ങൾ തൽക്കാലം പറയാതെ ഉള്ളിൽ കെട്ടിയിടപ്പെടുന്നു.

അതിനാൽ ആളുകൾ ഇടയ്ക്ക് അവരുടെ അടക്കിപ്പിടിച്ച ചില

ആവലാതികൾ മോചിപ്പിക്കുവാൻ ആഗ്രഹിക്കുമെന്ന് മനസ്സിലാക്കാം – അങ്ങനെ ചെയ്യുന്നത് സമ്മർദ്ദം ലഘൂകരിക്കാൻ സഹായിക്കും.

പരാതിപ്പെടുന്ന വ്യക്തി ഈ കേസിൽ ഏറ്റവും വിലമതിക്കുന്നത് ഒരു വിദഗ്ധ ശ്രോതാവിനെയാണ്. അവർ അവരുടെ ഹൃദയം പകരുന്ന സമയത്ത്, "കൂടുതൽ പരാതികൾ?" എന്ന രീതിയിൽ മറ്റൊരാൾ പ്രകടമായി അസുഖകരമായ മുഖം കാണിക്കുമെങ്കിൽ, അല്ലെങ്കിൽ അവർ ശ്രദ്ധയോടെ കേൾക്കുന്നില്ലെന്ന് വ്യക്തമാണെങ്കിൽ, അത് ലഘൂകരിക്കുന്നതിന് പകരം അവരുടെ സമ്മർദ്ദം വർദ്ധിപ്പിക്കുകയും വിപരീത ഫലമുണ്ടാക്കുകയും ചെയ്യുന്നു. അത് അവരെ ആത്മനിന്ദയിലേക്ക് നയിച്ചേക്കാം.

ഒരു ശ്രോതാവെന്ന നിലയിൽ നിങ്ങൾ മനസ്സിലാക്കേണ്ട കാര്യം – സംഭാഷണം തടസ്സപ്പെടുത്താതിരിക്കാൻ അല്ലെങ്കിൽ അതിന്റെ ഒഴുക്കിനെ തടസ്സപ്പെടുത്താതിരിക്കാൻ മതിയായ പരിഗണന നൽകി എന്നത് മാറ്റിനിർത്തിയാൽ – മറ്റൊരാൾക്ക് പറയാനുള്ളത് സാധൂകരിക്കാൻ നിങ്ങൾ അവിടെയുണ്ട് എന്നതും, നിങ്ങളുടെ അഭിപ്രായം പകരമായി നൽകാനും അവരോട് സഹതപിക്കാനും സാധിക്കണമെന്നതാണ്.

"മറ്റാരെങ്കിലും ആയിരുന്നു എന്നോട് അങ്ങനെ പറഞ്ഞിരുന്നതെങ്കിൽ, എനിക്ക് അത് ബുദ്ധിമുട്ടാകുമായിരുന്നു."

"എനിക്ക് അത് മനസ്സിലായി. അതിൽ ദേഷ്യം വരുന്നത് സ്വാഭാവികം മാത്രം."

ഇതുപോലുള്ള പ്രതികരണങ്ങൾ നിങ്ങളുടെ സഹതാപത്തെ സൂചിപ്പിക്കുന്നു, നിങ്ങൾ അവരെ ശ്രദ്ധിക്കുന്നുണ്ടെന്ന് അവർക്ക് വ്യക്തമാകുമ്പോൾ, മറ്റേയാൾക്ക് അവരുടെ പരാതി അങ്ങനെ ന്യായമല്ലാതായി തോന്നില്ല. ഇത് ഒരു പ്രധാന സ്ട്രെസ് റിലീവറായി തീരുന്നു.

തീർച്ചയായും, അയാൾ അത്തരമൊരു മികച്ച ശ്രോതാവിന് ആനുകൂല്യം തിരികെ നൽകാൻ മടിക്കേണ്ടതില്ല. അടുത്ത തവണ

പിറുപിറുക്കാൻ തോന്നുമ്പോൾ, അവർ അതേ ശ്രദ്ധയോടെ കേൾക്കേണ്ടവരായിരിക്കണം.

ഈ കൊടുക്കൽ വാങ്ങലുകളാണ് ബന്ധങ്ങൾ സജീവമാക്കുന്നതിന്റെ രഹസ്യം.

നിങ്ങൾക്ക് ആവശ്യമുള്ളപ്പോൾ നിങ്ങളുടെ പരാതികൾ പറയാൻ പരസ്പരം അനുവദിക്കുക അങ്ങനെ ബന്ധം വികസിപ്പിക്കാനും ആഴത്തിൽ വളരാനും സഹായിക്കുന്നു.

ഒരു സെൻ പഴഞ്ചൊല്ലുണ്ട്, " ശോഭയുള്ള ചന്ദ്രപ്രകാശത്തെ തണുത്ത കാറ്റ് ഉൾക്കൊള്ളുന്നു, ശോഭയുള്ള ചന്ദ്രപ്രകാശം തണുത്ത കാറ്റിനെ മായ്ക്കുന്നു."

തണുത്ത കാറ്റും ചന്ദ്രപ്രകാശവും മനോഹരമാണെങ്കിലും, അവ ഓരോന്നും അവരുടെ ഊഴമെടുക്കുന്നു, ഒപ്പം ഒന്നിച്ച് അവരുടെ മുഴുവൻ സൗന്ദര്യം വർദ്ധിപ്പിക്കുന്നു.

മനുഷ്യ ബന്ധങ്ങളിൽ ഇത് പ്രയോഗിച്ചാൽ, നമുക്ക് ഇങ്ങനെ ഒന്ന് പറയാം – ഒരു സുഹൃത്ത് മറ്റൊരാളിൽ ചായുന്നു, പിന്നെ അവൻ അവരെ പിന്തുണക്കുന്നു. ഓരോ വ്യക്തിയും ഏറ്റവും ആവശ്യമുള്ളപ്പോൾ മറ്റൊന്നിനെ ആശ്രയിക്കുന്നത് ആഴത്തിലുള്ള ബന്ധത്തിലേക്ക് നയിക്കുന്നു അത് വിശ്വാസത്തെ വളർത്തുന്നു.

തീർച്ചയായും, രണ്ട് ആളുകൾ തമ്മിലുള്ള ബന്ധം ദൃഢമാകുന്നത് അവർ പരസ്പരം കേൾക്കപ്പെടുന്നതായി തോന്നുമ്പോഴാണ്.

ബുദ്ധമതത്തിന്റെ ആത്മീയ ദാനത്തിന്റെ ഏഴ് സമ്മാനങ്ങൾ ഞാൻ സൂചിപ്പിച്ചിട്ടുണ്ട്, അത് നമുക്ക് മറ്റുള്ളവർക്ക് നൽകാൻ കഴിയുന്ന സമ്മാനങ്ങളുടെ ഒരു പരിശീലനമാണ് എന്ന് വിളിക്കപ്പെടുന്നു.

*ദാന*ങ്ങളിൽ ഒന്ന് "ദയയുള്ള ഹൃദയം" ആണ്.

ദയയുള്ള ഹൃദയം എന്നാൽ മറ്റുള്ളവരോട് സഹതപിക്കുക എന്നാണ്. മറ്റാരുടെയെങ്കിലും പ്രശ്നങ്ങൾ ശ്രദ്ധയോടെ കേൾക്കാൻ സമയം നീക്കിവെക്കുമ്പോൾ – ഇത് നിസ്സംശയമായും അനുകമ്പയുടെ ആംഗ്യമാകുന്നു. മറ്റുള്ളവർക്ക് ഇത് സമ്മാനമായി കൊടുക്കാൻ

പരിശീലനം കിട്ടിയാൽ നിങ്ങൾ ആ അവസരം ഉപയോഗിക്കുമോ? ഈ സമ്മാനങ്ങളുടെ പരിശീലനം സെൻ പരിശീലനത്തിന്റെ ഒരു പ്രധാന ഭാഗമാണ്, കാരണം മറ്റുള്ളവരെ ബുദ്ധിമുട്ടിക്കുന്ന കാര്യങ്ങൾ ശ്രദ്ധിക്കുന്നത് നിങ്ങളുടെ സ്വന്തം ഹൃദയത്തെ മാനിക്കുന്നതിനുള്ള ഒരു മാർഗ്ഗമാണ് – ഒരു മനുഷ്യനെപ്പോലെ, അത് നിങ്ങളുടെ ഔദാര്യത്തെ ആഴത്തിലാക്കാൻ സഹായിക്കുന്നു.

40

ലാഭനഷ്ടങ്ങളുടെ അടിസ്ഥാനത്തിൽ തീരുമാനങ്ങൾ എടുക്കരുത്

വ്യക്തിപരമായ നേട്ടങ്ങളിൽ അധിഷ്ഠിതമല്ലാത്ത ബന്ധം അവരവരുടെ മനസ്സാക്ഷിക്കനുസരണമായി പ്രകാശിക്കും

ജീവിതത്തിൽ, വിവിധ നാഴികക്കല്ലുകളും ഉപമാർഗ്ഗങ്ങളുമുണ്ട്.

ഈ ഘട്ടങ്ങളിൽ, നമുക്ക് വഴി തെറ്റിയേക്കാം, അല്ലെങ്കിൽ സംശയങ്ങളാലും ആശങ്കകളാലും വലഞ്ഞേക്കാം.

തിരഞ്ഞെടുപ്പുകൾ നടത്താൻ അവ നമ്മളെ നിർബന്ധിക്കുന്നു. എന്തുചെയ്യണമെന്ന് ക്രമത്തിൽ തീരുമാനിക്കുന്നതിനുവേണ്ടി നമ്മൾക്ക് ഒരു കൂട്ടം മാനദണ്ഡങ്ങൾ ആവശ്യമാണ്. സ്വാഭാവികമായും, ഇവ നമ്മുടെ മൂല്യങ്ങളുമായി ബന്ധപ്പെട്ടിരിക്കുന്നു.

ഉദാഹരണത്തിന്, നിങ്ങൾ ഒരു ജോലി അന്വേഷിക്കുമ്പോൾ, നിങ്ങൾ ജോലിയുടെ സ്വഭാവം പരിഗണിക്കും, ശമ്പളം, ആനുകൂല്യങ്ങൾ, അവധിക്കാലം, ജോലി എത്രത്തോളം അധ്വാനം ആവശ്യപ്പെടുന്നു, അത് ഏത് തരത്തിലുള്ള പദവിയാണ് നൽകുന്നത്, ഓഫീസിന്റെ സ്ഥാനം. ഇവയ്ക്കൊപ്പം നിങ്ങൾ

ദോഷങ്ങൾക്കെതിരെ നേട്ടങ്ങളെ തൂക്കിനോക്കും, അല്ലെങ്കിൽ നഷ്ടങ്ങൾക്കെതിരായ ലാഭം.

ലാഭനഷ്ടങ്ങളുടെ അത്തരം മാനദണ്ഡങ്ങൾ ബന്ധങ്ങളിലും പ്രതിഫലിക്കുന്നു. നമ്മൾ ആളുകളെ അറിയുമ്പോൾ ഗുണങ്ങളും ദോഷങ്ങളും കണക്കാക്കുന്നു. അത് ഇതുപോലെ കാണപ്പെടാം :

“ഞാൻ ഈ ആളെ കണ്ടുമുട്ടി – അവൻ XX കമ്പനിയിൽ ജോലി ചെയ്യുന്നു – അവർ ഞങ്ങളുടെ വലിയ ക്ലയന്റാണ്, അല്ലേ? എനിക്ക് തീർച്ചയായും അയാളെ കൂടുതലായി അറിയേണ്ടതുണ്ട്. ആദ്യം നാളെ അവനെ വിളിക്കാം.”

“ഓ, അവൾ വെറും ഒരു സബ് കോൺട്രാക്ടർ മാത്രമാണ്, അല്ലേ? ശരി, അപ്പോൾ, പ്രയാസപ്പെട്ട് എനിക്ക് അവളെ അറിയേണ്ട ആവശ്യമില്ല.”

നിങ്ങൾ ചില ബന്ധങ്ങൾ വളർത്തിയെടുത്തേക്കാം. കാരണം, അവ നിങ്ങൾക്ക് സഹായകരമോ അല്ലെങ്കിൽ നിങ്ങൾക്ക് പ്രയോജനകരമോ ആണ്. അല്ലെങ്കിൽ, നിങ്ങൾക്ക് അതിൽ നിന്നും ഒന്നും ലഭിക്കില്ല എന്ന് നിങ്ങൾ തീരുമാനിക്കുന്നതിനാൽ നിങ്ങൾ ആരെയെങ്കിലും പുറത്താക്കും.

ജോലികൾക്കപ്പുറമായി, ഉദാരമായി നിങ്ങൾക്ക് ലാഭം തരുന്ന ആ വ്യക്തിയെ നിങ്ങൾ പ്രീതിപ്പെടുത്താൻ ശ്രമിച്ചേക്കാം, അല്ലെങ്കിൽ നിങ്ങൾക്ക് ഒരു പ്രയോജനവുമില്ലാത്ത ആളെ നിങ്ങൾ തഴയുന്നു.

തീർച്ചയായും, ലോകം ആദർശവാദികളാൽ മാത്രമുള്ളതല്ലെന്ന് ഞാൻ മനസ്സിലാക്കുന്നു, നിങ്ങൾ ആരായാലും, ചെറിയ കണക്കുകൂട്ടലുകൾ പ്രവർത്തിക്കുന്നു.

എന്നിരുന്നാലും, നമ്മുടെ ബന്ധങ്ങൾ ഔചിത്യത്തെ അടിസ്ഥാനമാക്കിയുള്ളതാവരുത്.

നിങ്ങൾക്ക് പ്രധാനപ്പെട്ടതായി തോന്നുന്നതിനാൽ നിങ്ങൾ ആരെയെങ്കിലും അന്വേഷിക്കുകയാണെങ്കിൽ അങ്ങനെ ചെയ്യുക, അത് മോശമായി അവസാനിക്കും. അവരെ വ്രണപ്പെടുത്താനോ

അല്ലെങ്കിൽ അവരുടെ മോശം വശത്തേക്ക് പോകാനോ താൽപ്പര്യപ്പെടാതെ, നിങ്ങൾ എപ്പോഴും ആക്രോശിക്കുകയോ മുഖസ്തുതി കാണിക്കുകയോ ചെയ്യും, സേവാഭാവമുള്ളവരായി തീരും.

ബന്ധം അസന്തുലിതമായിരിക്കും ഒരുവൻ അധിപനും നിങ്ങൾ കീഴാളനും.

ഇതിനെല്ലാം ഇടയിൽ നിങ്ങളുടെ ആത്മാവ് മങ്ങിപ്പോകും. നിങ്ങളുടെ ഊർജ്ജം ക്ഷയിക്കും. നിങ്ങളുടെ തീ നഷ്ടപ്പെടും. നിങ്ങൾക്ക് ആത്മവിശ്വാസം നഷ്ടപ്പെടും.

നാം സെനിൽ പറയാറുണ്ട്, "പരമോന്നത മാർഗ്ഗത്തിന് ബുദ്ധിമുട്ട് അറിയില്ല, തിരഞ്ഞെടുക്കുന്നതും വേർതിരിക്കുന്നതും മാത്രം ഒഴിവാക്കുക."

പരമോന്നത മാർഗ്ഗം പ്രബുദ്ധതയിലേക്കുള്ള പാതയെ സൂചിപ്പിക്കുന്നു. നമ്മൾ ജ്ഞാനോദയത്തിലെത്താൻ നാം വളരെ പിന്തുടരേണ്ടതുണ്ടെന്ന് സങ്കൽപ്പിക്കുക, കഠിനമായ പരിശീലനവും ശീലങ്ങളും പിന്തുടരേണ്ടതുണ്ട്. പക്ഷേ, അത് ശരിയല്ല.

പ്രബുദ്ധതയിലേക്കുള്ള പാത ഒരു തരത്തിലും ബുദ്ധിമുട്ടുള്ള കാര്യമല്ല. എന്നാൽ, എല്ലാവരുടെയും കണക്കുകൂട്ടലിന്റെയും തൂക്കത്തിന്റെയും അടിസ്ഥാനത്തിൽ തീരുമാനങ്ങൾ എടുക്കുക എന്നത് ഒരിക്കലും ചെയ്യാൻ പാടില്ല എന്നതാണ് – നമുക്ക് തിരഞ്ഞെടുക്കാൻ കഴിയില്ല. അതാണ് ഈ സെൻ വാക്കിന്റെ അർത്ഥം.

ബോധോദയത്തിലേക്കുള്ള വഴി മനോഹരമായ ജീവിതത്തിലൂടെയാണെന്ന് എല്ലാവരും കരുതുന്നു. സന്തോഷകരമായ ജീവിതം. എന്നാൽ ഇങ്ങനെയൊരു ജീവിതത്തിലൂടെ കടന്നുപോകുമ്പോൾ വിലയിരുത്തുന്നത് നിർത്താൻ ആവശ്യപ്പെടുന്നു – നമ്മൾ അത്ര സവിശേഷ ശ്രദ്ധ അർപ്പിക്കുന്നവരായിരിക്കരുത്.

ലാഭനഷ്ടങ്ങൾ തൂക്കിനോക്കുന്നത് ഇതിന്റെ പ്രധാന ഉദാഹരണമാണ്.

നിങ്ങൾ എല്ലാം വിലയിരുത്തുന്ന തിരക്കിലായിരിക്കുമ്പോൾ,

നിങ്ങൾക്ക് നല്ല ആളുകളുമായി നല്ലൊരു ബന്ധം സ്ഥാപിക്കുവാൻ കഴിയില്ല. നിങ്ങൾക്ക് നല്ലൊരു ജീവിതം ജീവിക്കാൻ കഴിയില്ല, നിങ്ങൾക്ക് ശോഭയുള്ളതും സന്തോഷകരവുമായ ഒരു പാത സൃഷ്ടിക്കാൻ കഴിയില്ല.

മറ്റൊരു സെൻ പദപ്രയോഗമുണ്ട്, *"ഹൊഗെജാകു"*, അതായത് "എല്ലാം ഉപേക്ഷിക്കുവാൻ തയ്യാറാകുക."

തീർച്ചയായും നാം ആദ്യം ഉപേക്ഷിക്കേണ്ടത് ലാഭനഷ്ട ങ്ങളുടെ മുൻകരുതലാണ്.

ഇത് ഉപേക്ഷിക്കുമ്പോൾ, ജീവിതത്തിലെ പ്രധാനപ്പെട്ട കാര്യങ്ങൾ നമുക്ക് കൂടുതൽ വ്യക്തമായി കാണാൻ കഴിയും.

ഭാഗം അഞ്ച്

കാര്യങ്ങളെക്കുറിച്ചുള്ള നിങ്ങളുടെ ചിന്താഗതി മാറ്റുക നിങ്ങളുടെ ജീവിതം മികച്ച രീതിയിൽ മാറും

ധനം, വാർദ്ധക്യം, മരണം എന്നീ കാര്യങ്ങളിൽ

41

പണം

കൂടുതൽ എന്ന ആഗ്രഹം എല്ലാം കഠിനമാക്കുന്നു

ബുദ്ധന്റെ വാക്കുകൾ ഇതാണ് :

"ഹിമാലയം സ്വർണ്ണമാക്കിയാലും മതിയാകില്ല എന്നതാണ് മനുഷ്യന്റെ ആഗ്രഹം."

മനുഷ്യന്റെ ആഗ്രഹം അതിരുകളില്ലാത്തതാണ്. അതിന് പരിധിയില്ല.

ആഗ്രഹത്തിന്റെ ക്ലാസിക് പ്രകടനം ധനമാണ്.

അതിനുള്ള നമ്മുടെ അന്വേഷണത്തിന് അവസാനമില്ല. നമ്മൾ ആഗ്രഹിക്കുന്ന എന്തെങ്കിലും ഉണ്ടെങ്കിൽ, അത് നേടുന്നതിനായി നമ്മൾ പണം സമ്പാദിക്കുന്നു. എന്നാൽ ഒരിക്കൽ നാം അത് നേടിയെടുത്താൽ, നമ്മൾ ഉടൻ മറ്റെന്തെങ്കിലും അല്ലെങ്കിൽ മെച്ചപ്പെട്ട എന്തെങ്കിലും ആഗ്രഹിക്കുന്നു. അങ്ങനെ നമ്മൾ കൂടുതൽ കൂടുതൽ പണം ആഗ്രഹിക്കുന്നു.

ആത്യന്തികമായി, നമ്മൾ പ്രത്യേകിച്ച് ഒന്നും ആഗ്രഹിക്കുന്നില്ലെങ്കിലും, നാം എപ്പോഴും പണത്തിനുവേണ്ടിയുള്ള പാച്ചിലിൽ നമ്മെ കണ്ടെത്തുന്നു. നാം അതിൽ പരിമിതപ്പെട്ടിരിക്കുന്നു, അതിലൂടെ നയിക്കപ്പെടുന്നു. ഇത് സ്വതന്ത്രമാകാനുള്ള ഒരു മാർഗ്ഗമല്ല.

ജീവിതത്തെ നമ്മൾ ആഗ്രഹിക്കുന്നത് ചെയ്യുന്നതും, നമ്മൾ നല്ല കാര്യങ്ങളിൽ കഠിനാധ്വാനം ചെയ്യുന്നതും, സമൂഹത്തിന് എന്തെങ്കിലും തരത്തിലുള്ള സംഭാവനകൾ നൽകുന്നതും ആയി കാണാവുന്നതാണ്. അതിനുവേണ്ടി നമുക്ക് കുറച്ച് പണമുണ്ടാക്കാം.

എന്നാൽ നമ്മൾ പണത്തിനു വേണ്ടിയല്ല ജീവിക്കുന്നത്. നമ്മൾ ജീവിക്കുന്നത് നമുക്കാവശ്യമുള്ളതിൽ കഠിനാധ്വാനം ചെയ്യാനാണ് സമൂഹത്തിന് സംഭാവന നൽകാനും ആഗ്രഹിക്കുന്നു. പണം സ്വരൂപിക്കാനല്ല.

ഈ കാര്യങ്ങൾ നേരെ വിപരീതമാകുമ്പോഴാണ് ജീവിതം ശൂന്യമാണെന്ന് ഒരാൾക്ക് തോന്നുന്നത്.

"ആഗ്രഹങ്ങളെ കുറച്ചുകൊണ്ട്, സന്തോഷത്തെ അറിയുക" എന്ന വാചകമുണ്ട്.

ബുദ്ധൻ തന്റെ മരണക്കിടക്കയിൽ അർപ്പിച്ച വസ്തുത പഠിപ്പിക്കൽ സൂത്രത്തിൽ, കുറച്ച് ആഗ്രഹിക്കുന്നതിനെക്കുറിച്ചും സംതൃപ്തി അറിയുന്നതിനെക്കുറിച്ചും അദ്ദേഹം പറഞ്ഞത് ഇപ്രകാരമാണ് :.

"നിലത്തു കിടന്നാലും സന്തോഷം അറിയുന്നവർ എപ്പോഴും സുഖമായി കഴിയുന്നു. ഒരിടത്ത് താമസിക്കുമ്പോഴും സന്തോഷം അറിയാത്തവർ എപ്പോഴും തൃപ്തരല്ല. സന്തോഷം അറിയാത്തവർ, സമ്പന്നരാണെങ്കിലും, ദരിദ്രരാണ്."

"എനിക്ക് ധാരാളം ഉണ്ട്, ഞാൻ നന്ദിയുള്ളവനാണ്" എന്ന് ചിന്തിച്ച് നിങ്ങളുടെ ജീവിതം നയിക്കുകയാണെങ്കിൽ നിങ്ങളുടെ വീട് എളിമയുള്ളതും നിങ്ങളുടെ ഭക്ഷണം ലളിതവുമാണ്. അപ്പോൾ നിങ്ങൾ സമ്പന്നരാകും ആത്മാവിൽ. എന്നാൽ "ഞാൻ ഒരിക്കലും എനിക്കുള്ളതിൽ തൃപ്തനാകില്ല" എന്ന് നിങ്ങൾ ചിന്തിച്ച് ജീവിതം നയിക്കുകയാണെങ്കിൽ, നിങ്ങൾ ഒരു മാളികയിൽ താമസിച്ചാലും അതിൽ മുഴുകിയാലും അമിതമായ ഭക്ഷണം കഴിച്ചാലും, നിങ്ങളുടെ ആത്മാവ് വരണ്ടുപോകും.

നിങ്ങൾക്ക് ആവശ്യമുള്ള എല്ലാ ബ്രാൻഡിലുമുള്ള ഇനങ്ങളും

വാങ്ങാം, എന്നാൽ നിങ്ങൾ ഒരിക്കലും തൃപ്തിപ്പെടില്ല. അടുത്ത പുതിയത് വരുമ്പോൾ, അത് ഉണ്ടായിരിക്കേണ്ടതിന്റെ ആവശ്യകതയാൽ നിങ്ങളുടെ ശ്രദ്ധ വ്യതിചലിക്കുന്നു – ചില ആളുകൾ അതിനായി ഒരു കുറ്റകൃത്യം വരെ ചെയ്യുന്നു. ഇതൊരു ദയനീയമായ അസ്തിത്വമായി മാറിയേക്കാം. നിങ്ങൾ ബ്രാൻഡുകളിൽ ശ്രദ്ധ ചെലുത്തുന്നില്ലെങ്കിൽ, നിങ്ങളെ പ്രസാദിപ്പിക്കുന്ന കാര്യങ്ങളിൽ മാത്രം സംതൃപ്തരാകും, നിങ്ങൾ അവ നന്നായി ഉപയോഗിക്കുമ്പോൾ, നിങ്ങൾ അവയോടു കൂടുതൽ ഇഷ്ടം വളർത്തുക, എല്ലാ കാര്യങ്ങളിലും നിങ്ങളുടെ ശ്രദ്ധ വ്യതിചലിക്കില്ല നിങ്ങളുടെ ശ്രദ്ധക്കായി മത്സരിക്കുന്ന ഉത്പന്നങ്ങളിൽപോലും.

ഒരു ജാപ്പനീസ് പഴഞ്ചൊല്ല് ഇപ്രകാരമാണ് :

“ഉണർന്നിരിക്കുമ്പോൾ പാതി പായ; ഉറങ്ങുമ്പോൾ, ഒരു പായ; നിങ്ങൾ ലോകം ഭരിച്ചാലും, നാലോ അഞ്ചോ പാത്രങ്ങൾ മാത്രം മതി.”

നിങ്ങൾ എത്ര വലിയവനാണെങ്കിലും, നിങ്ങൾ ഉണർന്നിരിക്കുമ്പോൾ, നിങ്ങൾക്ക് വേണ്ടത് പകുതി ടാറ്റാമി പായയാണ്; നിങ്ങൾ ഉറങ്ങുമ്പോൾ, ഒരു മുഴുവൻ ടാറ്റാമി പായ; നിങ്ങൾക്ക് എത്ര പദവിയും സ്വാധീനവും ഉണ്ടായാലും, നിങ്ങൾക്ക് എല്ലാവർക്കും ഭക്ഷണത്തിന് വേണ്ടത് നാലോ അഞ്ചോ ചെറിയ പാത്രങ്ങളാണ്.

അടിസ്ഥാനപരമായി, മനുഷ്യന്റെ നിലനിൽപ്പിന് അത്രയേ വേണ്ടതുള്ളൂ.

അതിനാൽ, നിങ്ങൾ സന്തോഷം അറിയുന്നവരോ അതോ അതൊരിക്കലും സാധിക്കാത്തവരോ ആകുമോ?

ഏത് പാത നിങ്ങൾക്കായി തിരഞ്ഞെടുക്കും?

42

പ്രായാധിക്യം

നിങ്ങൾക്ക് എത്രത്തോളം ക്ഷമിക്കാൻ കഴിയുമോ
അത്രയധികം സന്തോഷം നിങ്ങൾക്കുണ്ടാകും

"ഈയിടെയായി, എന്റെ ശാരീരികശക്തി കുറഞ്ഞതായി തോന്നുന്നു..."

"എനിക്ക് പഴയതിനേക്കാൾ ഊർജ്ജം ഇപ്പോൾ കുറവാണ്..."

പ്രായമാകുമ്പോൾ, മരങ്ങളിൽ കാണുംപോലെ, നമ്മിൽ കൂടുതൽ വളർച്ച വളയങ്ങൾ കാണപ്പെടുന്നു. പക്ഷേ, അതിനർത്ഥം ജീവിതത്തിലുള്ള നമ്മുടെ സംതൃപ്തിയിൽ അതിനനുസരിച്ചുള്ള വർദ്ധനവ് ഉണ്ടെന്ന് അർത്ഥമാക്കുന്നില്ല. വാസ്തവത്തിൽ, ആളുകൾ വിരമിക്കൽ പ്രായം അടുത്തുകഴിഞ്ഞാൽ, പലപ്പോഴും ശൂന്യതയുടെ ഒരു ബോധം അനുഭവിക്കും. അവർ കാര്യങ്ങൾ ചെയ്യുന്നത് ഒഴിവാക്കുന്നു, ദിവസം മുഴുവൻ ടെലിവിഷൻ കാണുവാൻ ചെലവഴിക്കുന്നു, സജീവത്വം കുറഞ്ഞുവരുന്നു.

കുറച്ചുകാലം മുമ്പ്, അതിൽ പിടിച്ച ഒരു വാചകം തീർച്ചയായും രസകരമായിരുന്നു. ജോലിയിൽനിന്ന് വിരമിച്ച ഭർത്താക്കന്മാർ, അവരെ "നനഞ്ഞു വീണ ഇലകൾ" എന്ന് സ്വയം പരാമർശിച്ചിരുന്നു.

ഒരുകാലത്ത് കോർപ്പറേറ്റ് യോദ്ധാക്കളായിരുന്ന അവർ ഇപ്പോൾ അവരുടെ ഭാര്യമാരോട് പറ്റിച്ചേർന്നു. നീക്കം ചെയ്യാൻ കഴിയില്ലാത്ത നിലത്ത് വീണ നനഞ്ഞ ഇലകൾ പോലെ.

വൃദ്ധാവസ്ഥ ബുദ്ധിമുട്ടായിരിക്കും. എന്നാൽ ജോലിയിൽനിന്ന് വിരമിച്ചതിന് നിങ്ങൾ ജീവിതത്തിൽനിന്ന് വിരമിക്കുന്നുവെന്ന് അർത്ഥമില്ല.

നിങ്ങൾക്ക് എത്ര വയസ്സായി എന്ന് വിലപിക്കുന്നതിനുപകരം, എന്തുകൊണ്ട് പ്രായമാകുമ്പോൾ ലഭിക്കുന്ന ഗുണങ്ങൾ കണ്ടുപിടിക്കാൻ പുറപ്പെട്ടുകൂടാ?

നിങ്ങൾ ദീർഘകാലം ജീവിക്കുമ്പോൾ, നിങ്ങൾ അനുഭവത്തിന്റെ ഒരു സമ്പത്ത് സ്വന്തമാക്കുന്നു. അത് നിങ്ങളുടെ ജീവിതത്തെ സമ്പന്നമാക്കുകയും പലപ്പോഴും സ്ഥിരോത്സാഹം കാണിക്കാൻ നിങ്ങളെ പ്രാപ്തരാക്കുകയും ചെയ്യുന്നു.പ്രയാസങ്ങളിലൂടെയും പോരാട്ടത്തിലൂടെയും കടന്നുപോകാൻ ഇത് നിങ്ങൾക്ക് കെൽപ് തരുന്നു.

ഈ അനുഭവങ്ങൾ ഓരോന്നും നിങ്ങളുടെ മനസ്സിനെ പരിശീലിപ്പിക്കുന്നു, നിങ്ങളെ കൂടുതൽ ഉദാരമായ ആത്മാവായി മെച്ചപ്പെടുത്തുന്നു. നിങ്ങളുടെ ജീവിതത്തിന്റെ ആദ്യഘട്ടത്തിൽ നിങ്ങൾക്ക് സഹിക്കാത്ത കാര്യങ്ങൾ ഇപ്പോൾ "ഓ, അതൊക്കെ ഇങ്ങനെ സംഭവിച്ചുകൊണ്ടിരിക്കും" എന്ന ചിന്തയിൽ സ്വീകരിക്കുക.

അംഗീകരിക്കാൻ പ്രയാസമായിരുന്ന ചിന്താരീതികൾ ഇപ്പോൾ എളുപ്പം കൈക്കൊള്ളാൻ തുടങ്ങിയിരിക്കുന്നു. "അങ്ങനെയോ, അതിനെക്കുറിച്ച് ചിന്തിക്കാനുള്ള ഒരു മാർഗ്ഗം അതാണ്." ഈ ഉദാരമായ മനസ്സ് ഉപയോഗിച്ച്, നിങ്ങൾക്ക് കൂടുതൽ അനുഭവങ്ങളിലേക്ക് സ്വയം തുറക്കാതിരിക്കാൻ കഴിയില്ല, ഇത് വാർദ്ധക്യത്തിന്റെ ഏറ്റവും വലിയ സമ്മാനങ്ങളിലൊന്നായിരിക്കാം.

ഗോട്ടോ എഗൻ-ൽ നിന്ന് വരുന്ന ഒരു സെൻ പഴമൊഴിയുണ്ട്, ചൈനയിലെ രാജവംശ കാലഘട്ടത്തിൽ സതേൺ സോങ്ങിൽ

സ്ഥാപിച്ച സെൻ വിഭാഗത്തിന്റെ ചരിത്രരേഖ. പ്രായം കൂടുന്തോറും നമ്മൾ എങ്ങനെ ദുർബ്ബലരാകുന്നു എന്നതിനെക്കുറിച്ചാണിത്; ഈ ക്ഷണികമായ ലോകവുമായി നമ്മൾ ഇനി ബന്ധനത്തിലല്ല; ആസക്തികളോ ആശങ്കകളോ ഇല്ലാതെ, നമ്മൾ വിശ്രമിക്കുമ്പോൾ പച്ചപ്പ് നിറഞ്ഞ കുന്നുകളെ അഭിനന്ദിക്കുന്നതിനേക്കാൾ സന്തോഷം മറ്റൊന്നിനുമില്ല.

ഇത് ഉദാരമനസ്കതയുടെ പ്രതീകമാണ്. പ്രായം കൂടുന്തോറും നഷ്ടപ്പെട്ട യുവത്വത്തെക്കുറിച്ച് ഗൃഹാതുരത്വത്താൽ ഉണ്ടാകുന്ന നിരാശയോ ഉത്കണ്ഠയോ നമുക്ക് തോന്നിയേക്കാം. എന്നാൽ നമ്മൾ എങ്ങനെ എതിർത്താലും അതിൽ നമുക്ക് ഒന്നും ചെയ്യാൻ കഴിയില്ല. നമ്മൾ വാർദ്ധക്യം സ്വീകരിക്കുകയും ശാന്തമായ ഒരു മനോഭാവം കൈക്കൊള്ളുകയും വേണം.

രചയിതാവ് സീക്കോ തനാബെ ഇങ്ങനെ പറയുന്നു :

"ആളുകളെക്കുറിച്ച് കൂടുതൽ പഠിക്കുന്നത് വാർദ്ധക്യത്തിന്റെ സന്തോഷങ്ങളിൽ ഒന്നല്ലേ?"

അനുഭവത്തിന്റെയും അറിവിന്റെയും സമ്പത്ത് ഉണ്ടെങ്കിൽ യുവതലമുറയെ നിരീക്ഷിക്കാൻ സന്തോഷമായിരിക്കും. ആ മഹാമനസ്കതയെ നമുക്ക് ഉണർത്താം.

43

വാർദ്ധക്യം

നിങ്ങളുടെ ബാഹ്യരൂപം, ശരീരഭാവം, ശ്വാസം ഇവ നിലനിർത്തുന്നതിനുള്ള സെൻ പഠിപ്പിക്കലുകൾ

ഞാൻ പലപ്പോഴും പറയാറുണ്ട്, "വാർദ്ധക്യത്തെക്കുറിച്ച് തത്ത്വ ചിന്തയുള്ളവരായിരിക്കേണ്ടത് പ്രധാനമാണ്."

എന്നാൽ അതിനെക്കുറിച്ച് തത്ത്വചിന്തയുള്ളത് അതിന് കീഴടങ്ങുന്നതിന് തുല്യമല്ല. നിങ്ങളുടെ ബാഹ്യരൂപവും ചമയവും എടുക്കുക. ചില ആളുകൾ അവരുടെ ഏറ്റവും കൂടുതൽ സമയവും വീട്ടിൽ ചെലവഴിക്കുകയും ഒരു ട്രാക്ക് സ്യൂട്ടിനെ ഇഷ്ടപ്പെടുന്ന വരുമാകാം. ഇത് അവരുടെ പൈജാമ ധരിക്കുന്നതിനേക്കാൾ നല്ലതാണ്, പുറത്തുപോകുമ്പോൾ അവർ വ്യത്യസ്തമായതെന്തെങ്കിലും വാങ്ങിച്ചേക്കാം.

നമ്മുടെ ബാഹ്യരൂപം നമ്മുടെ ആത്മാവിനെ സ്വാധീനിക്കുന്നു. വൃത്തിയും വെടിപ്പുമായി നമ്മെ അവതരിപ്പിക്കുമ്പോൾ നമ്മൾ അൽപ്പംകൂടി ഉയർന്നു നിൽക്കുന്നു. നമ്മൾ എപ്പോൾ നേരെ നില്ക്കുന്നുവോ, അപ്പോൾ നമ്മുടെ നെഞ്ച് വികസിക്കുന്നു, നമ്മൾ കൂടുതൽ ആഴത്തിൽ ശ്വസിക്കുന്നു, അത് നമുക്ക് കൂടുതൽ മാനസിക ഊർജ്ജം നൽകുന്നു.

കാലം കടന്നുപോകുമ്പോൾ പരിഗണിക്കേണ്ട മറ്റൊരു കാര്യം, നർമ്മബോധം വികസിപ്പിക്കുന്നതിന്റെ മൂല്യമാണ്. നർമ്മത്തിന് പിരിമുറുക്കം ഒഴിവാക്കാനും സന്തോഷം കൂട്ടാനും സാധിക്കും. ഇത് ഒരു സോഷ്യൽ ലൂബ്രിക്കന്റായും പ്രവർത്തിക്കുന്നു.

നിങ്ങളുടെ ഉള്ളിലേക്ക് നർമ്മം വിതറുന്നതിന് നിങ്ങൾക്ക് ഒരു മൃദുവായ മനസ്സ് ആവശ്യമാണ്. ലോകത്തിൽ എന്തൊക്കെയാണ് സംഭവിക്കുന്നതെന്ന് അറിയാൻ ഇത് നിങ്ങളെ പ്രോത്സാഹിപ്പിക്കുന്നു. ഒരു പുതിയ കാഴ്ചപ്പാട് നിലനിർത്താൻ നിങ്ങളെ സഹായിക്കുന്നു.

പ്രശസ്ത *രാകുഗോ* കോമിക് കഥാകൃത്ത് ഡാൻഷി തതേകാവ, ചെറുപ്പത്തിൽ അയാൾ മറ്റൊരു *രാകുഗോ* മാസ്റ്ററുമായി ബീച്ചിൽ പോയിരുന്നു, പരേതനായ എൻരാക്കു സന്യുതേയ്. തതേകാവ പുറത്ത് കടലിലേക്ക് നോക്കാൻ ഇടയായി, എൻരാക്കു തീരത്ത് നിന്ന് വളരെ അകലെയാണെന്നും അപകടാവസ്ഥയിലാണെന്നും മുങ്ങിമരിക്കാനുള്ള സാധ്യതയുണ്ടെന്നും കണ്ടു. എന്നാൽ അയാളെ രക്ഷിക്കാൻ ശ്രമിക്കുന്നതിനുപകരം, പ്രത്യക്ഷത്തിൽ, തതേകാവ അവിടെ ഇരുന്നു, ശാന്തമായി എൻരാകു മുങ്ങിമരിക്കുന്നത് നോക്കി.

മറ്റൊരാൾ എൻരാകുവിന്റെ രക്ഷയ്ക്കെത്തി, അതിശയിക്കാനില്ല, എൻരാക്കു പിന്നീട് തതേകാവിനെ ശകാരിച്ചു. "എന്തുകൊണ്ടാണ് നിങ്ങൾ രക്ഷിക്കാൻ ശ്രമിക്കാത്തത്." അയാൾ ചോദിച്ചു. തതേകാവ നിസ്സംഗതയോടെ പ്രതികരിച്ചതായി പറയപ്പെടുന്നു, "ഞങ്ങൾ രണ്ടുപേരും മരിക്കുകയാണെങ്കിൽ, *രാകുഗോ* ലോകം അത് അവസാനിക്കുമായിരുന്നു. കുറഞ്ഞത് ഞാനെങ്കിലും രക്ഷപ്പെട്ടാൽ അത് രക്ഷിക്കപ്പെടുമെന്ന് ഞാൻ കരുതി."

ഈ രംഗം സങ്കൽപ്പിക്കുമ്പോൾ, നിങ്ങളുടെ ചുണ്ടുകൾ ആശ്വസിക്കുന്നതും ഒരു പുഞ്ചിരിയിലേക്ക് ചുരുളുന്നതും നിങ്ങൾ കാണുന്നില്ലേ? മാനസികാവസ്ഥ മയപ്പെടുന്നു, അല്ലേ?

നർമ്മത്തിന് അസാധാരണമായ ശക്തിയുണ്ട്.

ഞാൻ പറഞ്ഞതുപോലെ, സെനിന്റെ സാരം പരിശീലനമാണ്. അതിനാൽ "കുഞ്ഞു തമാശകൾ" ഉണ്ടാക്കിയതിന്റെ പേരിൽ പരിഹസിക്കപ്പെടുമെന്ന് ഭയക്കരുത് – നിങ്ങളുടേതായ ശ്രമങ്ങൾ ആരംഭിക്കുക

തമാശയുള്ള ശ്രമങ്ങൾ.

44

സ്നേഹം

പ്രണയത്തിന്റെ കാര്യങ്ങളിൽ പോലും മിതത്വം പാലിക്കുന്നത് അനിവാര്യമാണ്

പ്രണയത്തെക്കുറിച്ച് ഞാൻ എന്തുതന്നെ പറഞ്ഞാലും ലജ്ജാകരമായേക്കാം. പക്ഷേ, ഞാനെന്റെ ധൈര്യം സംഭരിച്ച് ഈ വിഷയത്തിൽ എന്റെ ചിന്തകൾ പ്രകടിപ്പിക്കാൻ ശ്രമിക്കും.

പ്രണയത്തിൽ, മനസ്സിൽ സൂക്ഷിക്കേണ്ട കാര്യം കൺഫ്യൂഷ്യൻ ഉപദേശമാണ് :

"വയറിന്റെ എട്ട് ഭാഗങ്ങൾ വരെ നിറയ്ക്കുക." അതിനർത്ഥം നമ്മൾ എൺപത് ശതമാനം നിറയുന്നത് വരെ കഴിക്കുക.

ഇവിടെ ഉദ്ദേശിക്കുന്നത് ഇതാണ് :

നിങ്ങളുടെ പങ്കാളി പൂർണ്ണനായിരിക്കുമെന്ന് പ്രതീക്ഷിക്കരുത്.

നമ്മൾ സ്നേഹത്തിന്റെ തീവ്രതയിൽ ആയിരിക്കുമ്പോൾ, ശ്രമിക്കാൻ കഴിയുന്നതെല്ലാം നമ്മൾ ചെയ്യുന്ന നമ്മുടെ പങ്കാളിയുമായി തിരിച്ചറിയാൻ.

അവർ നൂറ് ശതമാനം കാര്യങ്ങൾ അറിയണമെന്ന് നമ്മൾ ആഗ്രഹിക്കുന്നു. അതുപോലെ നമ്മളും അവരെക്കുറിച്ച് നൂറ് ശതമാനം കാര്യങ്ങൾ അറിയാൻ ആഗ്രഹിക്കുന്നു. എന്നിരുന്നാലും,

ഉള്ളതെല്ലാം അറിയാനുള്ള സാധ്യത ഒരു സഹജീവിയെക്കുറിച്ച് – അവർ എവിടെയാണ് ജനിച്ചത്, അവർ വളർന്ന അന്തരീക്ഷം, അവർ നേടിയ വിദ്യാഭ്യാസം, അവർ ഇടപെട്ടിട്ടുള്ള ആളുകൾ – അതെല്ലാം മനസ്സിലാക്കുക അസാധ്യം.

വ്യക്തമായും, നാമെല്ലാവരും വ്യത്യസ്തരാണ്. ഇത് നാം മറക്കരുത്. നിങ്ങൾക്കും നിങ്ങളുടെ പങ്കാളിക്കും പരസ്പരം എൺപത് ശതമാനം മനസ്സിലാക്കാൻ കഴിയുമെങ്കിൽ – പറയട്ടെ, ആ എൺപത് ശതമാനം മതിയെന്ന് നിങ്ങൾക്ക് അംഗീകരിക്കാൻ കഴിയുമെങ്കിൽ – അത് നിങ്ങളുടെ ബന്ധം നല്ലതായിരിക്കുന്നതിന് സാധ്യതയുണ്ട്. സന്തുലനം ലഭിക്കുന്നതിനും.

നിങ്ങളുടെ പങ്കാളിയുടെ ഇരുപത് ശതമാനം "അജ്ഞാത പ്രദേശമായി" തുടരും. അതിലെ നിഗൂഢതയും സങ്കീർണ്ണതയും നിങ്ങൾക്ക് അവരോടുള്ള താൽപ്പര്യത്തെ നിലനിർത്തും (കൂടാതെ അവരോടുള്ള വാത്സല്യവും).

നൂറുശതമാനം പരസ്പരധാരണ എന്നൊന്നില്ല. ഉണ്ടെങ്കിൽ പോലും, പുതുമയും ആദ്യമായി കണ്ടുമുട്ടിയപ്പോൾ തോന്നിയ ആകർഷണവും മങ്ങില്ലേ?

നിങ്ങളുടെ പങ്കാളിയെക്കുറിച്ച് അമ്പത് ശതമാനം മാത്രമേ നിങ്ങൾക്ക് മനസ്സിലായുള്ളൂവെങ്കിൽ, എനിക്ക് തോന്നുന്നു ആ ബന്ധം ബുദ്ധിമുട്ടായിരിക്കുമെന്ന്. "എന്നിൽനിന്നും വളരെ വ്യത്യസ്തനാണ് അവൻ" എന്ന് നിങ്ങൾ പലപ്പോഴും പറഞ്ഞേക്കാം.

ഒരു ബന്ധത്തിന്റെ തുടക്കത്തിൽ രൂപഭാവം ഒരു പ്രധാന ഘടകമാണ്. ഒരാളിലേക്ക് നിങ്ങളെ ആദ്യം ആകർഷിക്കുന്നത് അവരുടെ സൗന്ദര്യമാണ്. ഒന്നുകിൽ ആകർഷകമായി, അല്ലെങ്കിൽ സുന്ദരമായി നിങ്ങൾക്ക് തോന്നുന്നത് കൊണ്ടാണ്.

എന്തായാലും, അത് നിങ്ങളെ ഒരുമിപ്പിക്കുന്നു, നിങ്ങളുടെ മൂല്യങ്ങൾ എങ്ങനെ വ്യത്യാസപ്പെട്ടിരിക്കുന്നുവെന്ന് നിങ്ങൾ തിരിച്ചറിഞ്ഞുകഴിഞ്ഞാൽ, ഒരു ഇടവേള എടുക്കുന്നത് നല്ലതാണ്. അല്ലെങ്കിൽ, നിങ്ങളുടെ ആദ്യ മതിപ്പുകളെ മാത്രം അടിസ്ഥാനമാക്കി

നിങ്ങൾ വിവാഹം കഴിക്കാൻ തീരുമാനിക്കുകയാണെങ്കിൽ, മൂല്യങ്ങളിലുള്ള നിങ്ങളുടെ വ്യത്യാസങ്ങൾ നിങ്ങളുടെ ബന്ധങ്ങളിൽ വിള്ളലുകൾ ഉണ്ടാക്കിയേക്കാം.

പണത്തെക്കുറിച്ചുള്ള മനോഭാവം എടുക്കുക, ഉദാഹരണത്തിന് – നിങ്ങളിൽ ഒരാൾ പണം ലാഭിക്കുകയും ജാഗ്രതയോടെ ചെലവഴിക്കുകയും ചെയ്യുന്ന തരം ആളായിരിക്കാം, മറ്റൊരാൾ ഒരു പഴഞ്ചൊല്ല് പോലെ, ഒരു ദിവസത്തെ വരുമാനം ദിവസം കഴിയുന്നതിന് മുമ്പ് ചെലവഴിക്കും.

നിങ്ങൾ തുറന്നമനസ്സുള്ള വ്യക്തിയാണെങ്കിൽ, ആദ്യം നിങ്ങൾ ഒരുപക്ഷേ വ്യത്യാസം സഹിക്കുകതന്നെ ചെയ്യും, പക്ഷേ നിങ്ങളുടെ ക്ഷമ എന്നെന്നേക്കുമായി നിലനിൽക്കില്ല. വൈകാതെ, നിങ്ങളുടെ മനോഭാവങ്ങൾ കൂട്ടിയിടിക്കും, നിങ്ങൾ പിരിഞ്ഞു പോകലിലേക്ക് നീങ്ങിയേക്കാം.

സമയം കൈകാര്യം ചെയ്യുന്നതിലും ഇത് സമാനമാണ്. ഒഴിവു സമയം വിശ്രമിക്കാനും സംഗീതം കേൾക്കാനും അല്ലെങ്കിൽ പുസ്തകങ്ങൾ വായിക്കാനും ചെലവഴിക്കുന്നതിന് ഇഷ്ടപ്പെടുന്ന ഒരു വ്യക്തി, ഒഴിവു സമയം പുറത്തുപോകുക, ഷോപ്പിംഗിന് പോകുക, റെസ്റ്റോറന്റുകളിൽ ഭക്ഷണം കഴിക്കുക എന്നിവയ്ക്ക് ഉപയോഗിക്കാൻ ഇഷ്ടപ്പെടുന്ന ഒരാളുമായി ജീവിക്കുന്നതിന് തീരുമാനിക്കുകയാണെങ്കിൽ, ഇത് ഘർഷണം ഉണ്ടാക്കുമെന്നാണ് മുന്നേ കണ്ടിട്ടുള്ള നിഗമനം.

അല്ലെങ്കിൽ ഭക്ഷണം കഴിക്കുന്നതെടുക്കുക : ഒരാൾ കലോറി അടങ്ങിയ കൊഴുപ്പ് കൂടുതലായ ഭക്ഷണങ്ങൾ ഇഷ്ടപ്പെടുന്നെങ്കിൽ, മറ്റൊരാൾ ലളിതവും പുതിയതുമായ ഭക്ഷണം ഇഷ്ടപ്പെടുന്നു, അവർക്ക് ഒരുമിച്ച് ഭക്ഷണം ആസ്വദിക്കാൻ കഴിയുന്നതിന് സാധ്യതയില്ല.

"സ്നേഹം മനോഹരമായ തെറ്റിദ്ധാരണയാണ്, വിവാഹം ക്രൂരമായ മനസ്സിലാക്കലും." സ്നേഹത്തിന്റെ ചുഴിയിലാണ് നിങ്ങളെങ്കിൽ എൺപത് ശതമാനത്തിന്റെ നിയമം ഓർക്കാം "വയറിന്റെ എട്ട് ഭാഗങ്ങൾ വരെ നിറയ്ക്കുക." നിങ്ങൾക്ക് പഴഞ്ചൊല്ല് തെറ്റാണെന്ന് തെളിയിക്കാം.

45

വിവാഹം

അഭിനന്ദന വാക്കുകൾ ഒരു നല്ല ബന്ധം ഉണ്ടാക്കുന്നു

വളരെക്കാലമായി വിവാഹിതരായ ദമ്പതികൾക്കിടയിൽ സംസാരം കുറയുന്ന ഒരു പ്രവണതയുണ്ട്. ഓരോ പങ്കാളിയും മറ്റുള്ളവരുടെ അസ്തിത്വത്തെ ഏതാണ്ട് ചുറ്റുമുള്ള വായുവിന്റെ ഭാഗമായി കണക്കാക്കുന്നതുപോലെ കണ്ടേക്കാം. പ്രത്യേകിച്ച് ആശയവിനിമയം നടത്താൻ വിശേഷിച്ചൊന്നും ഇല്ലാത്തപ്പോൾ. പണ്ടത്തെ ഏകാന്തമായ നാളുകളിലെന്നപോലെ വീടിനുള്ളിൽ ഭർത്താവ് പറയുന്ന മൂന്ന് വാക്കുകൾ "കുളി, അത്താഴം, കിടക്ക" എന്നിവ മാത്രമാകുമ്പോൾ നിങ്ങൾക്ക് വിവാഹത്തിലെ വിള്ളലു കളിലൂടെ കാറ്റ് വീശുന്നത് പ്രായോഗികമായി കേൾക്കാം.

ഒരു ഭാര്യക്ക് പറയാനുള്ളത് ഇതാ :

"എന്റെ വീട്ടിൽ ധാരാളം സംസാരിക്കാറുണ്ട്, മിക്കതും പരാതികളാണെങ്കിലും. അവന്റെ ബോസ് ഇത് പറഞ്ഞു, അവന്റെ ക്ലയന്റ് അത് ചെയ്തു... എനിക്കറിയാം ജോലിയെക്കുറിച്ച് സംസാരിക്കുന്നത് സമ്മർദ്ദം ഒഴിവാക്കാനുള്ള അവന്റെ ഒരു മാർഗ്ഗമാണ്. പക്ഷേ എന്നെ സംബന്ധിച്ചിടത്തോളം അത് സമ്മർദ്ദം കൂട്ടുന്നവയാണ്!"

അവൾ ഒരു സാധുവായ ചൂണ്ടികാണിക്കൽ നൽകുന്നുവെന്ന് ഞാൻ കരുതുന്നു. ഒരുപക്ഷേ, അത് ഇപ്പോഴും അവളെ സംബന്ധിച്ചിടത്തോളം ശരിയാണ് "ഭർത്താവ് ആരോഗ്യവാനാണെങ്കിലും വീടിന് പുറത്താണെങ്കിൽ അതാണ് നല്ലത്."

എന്നാൽ, അതിനെക്കുറിച്ച് കുറച്ചുകൂടി ചിന്തിക്കുക. നിങ്ങളുടെ പങ്കാളി ഒരുപാട് പരാതി പറയുന്നുണ്ടെങ്കിൽ എന്താണ് അർത്ഥമാക്കുന്നത്? ഭർത്താവിന് ആരോടും പരാതിപ്പെടാൻ കഴിയുമെന്ന അവസ്ഥയല്ല – ഉദാഹരണത്തിന്, അയാൾക്ക് ഓഫീസിൽ ഈ കാര്യങ്ങൾ പറയാൻ കഴിയില്ല, അല്ലേ?

പരാതിപ്പെടാൻ ഓഫീസിൽ ആരെങ്കിലുമുണ്ടെങ്കിൽപോലും അതിനാൽ അപകടസാധ്യതയുണ്ടാകാം. അല്ലെങ്കിൽ, അവൻ പരാതിപ്പെടുന്ന വ്യക്തി ഇങ്ങനെ പറഞ്ഞേക്കാം, "ഞാൻ കൂടുതലൊന്നും കേൾക്കാൻ ആഗ്രഹിക്കുന്നില്ല – നിങ്ങൾ വളരെ അസന്തുഷ്ടനാണെങ്കിൽ, എന്തുകൊണ്ട് നിങ്ങൾക്ക് ഉപേക്ഷിക്കാൻ പാടില്ല?" വീടിന് പുറത്ത് ഒരു ഭർത്താവിന്റെ പ്രബലമായ ചിത്രം അവൻ ചിരിച്ച് സഹിക്കുന്നു, ഉള്ളിൽ എത്രതന്നെ കുപ്പിയിലടച്ച് സൂക്ഷിച്ചാലും.

നിങ്ങളുടെ പങ്കാളിക്ക് പരാതിപ്പെടാൻ കഴിയുന്നത് നിങ്ങൾ വിശ്വസ്തരാണെന്ന് കാണിക്കുന്നു. അവരുടെ ഹൃദയം നിങ്ങളോട് കാണിക്കുന്നത് അവർക്ക് ആശ്വാസമാണെണ് എന്ന പ്രഖ്യാപനത്തിന് തുല്യമാണ് അത്, അങ്ങനെ ചെയ്യുന്നതിൽ അവർക്ക് സുരക്ഷിതത്വം തോന്നുന്നുവെന്നും. ഇത് മനസ്സിലുള്ളപ്പോൾ, ഒരുപക്ഷേ ഇനി നിങ്ങളെ വളരെയധികം ശല്യപ്പെടുത്തില്ലല്ലോ?

സെനിൽ നമുക്ക് ഒരു വാക്ക് ഉണ്ട് – *റോ* – അത് തുറന്നുകാട്ടപ്പെട്ടതോ സുരക്ഷിതമല്ലാത്തതോ, ഒന്നും മറച്ചു വെക്കാതെ പൂർണ്ണമായും ആയിരിക്കുന്നതിനെ സൂചിപ്പിക്കുന്നു. ചായസൽക്കാരത്തിന്റെ കാര്യം, സെനുമായി ആഴത്തിൽ ബന്ധപ്പെട്ടിരിക്കുന്നു. ചായ ഇടത്തിന് ചുറ്റുമുള്ള തുറന്ന പൂന്തോട്ടത്തെ *റോജി* എന്ന് വിളിക്കുന്നു.

നമ്മുടെ യഥാർത്ഥ വ്യക്തികളാകാൻ നമ്മെ അനുവദിക്കുന്ന ഒരു ഇടമാണ് *റോജി.* ചായ ഇടത്തിലേക്ക് നമ്മൾ നടക്കവേ, നമ്മൾ നമ്മുടെ സ്വഭാവം തുറന്നുകാട്ടുന്നു. പണ്ട് അത് അങ്ങനെയായിരുന്നു ജനിച്ച ആളുകൾ അല്ലെങ്കിൽ വിവിധ പദവികളിലോ നിലകളിലോ ഉള്ളവരായിരുന്ന സമുറായി, കവി, വ്യാപാരി തുടങ്ങിയ സമൂഹം... ഇവയിൽ ഓരോന്നിനും, അതിന് അനുയോജ്യമായ കവചം അവർ ധരിക്കേണ്ടതായിരുന്നു.

റോജി-യുടെ ഉദ്ദേശ്യം, "ദയവായി, ഇവിടെ പ്രവേശിച്ച് നിന്നോട് പറ്റിച്ചേർന്നത് ഉപേക്ഷിക്കുക" എന്നു പറയുന്ന ഒരു സ്ഥലത്തെ പ്രതിനിധീകരിക്കുക എന്നതാണ്. നിങ്ങളോട് പറ്റിനിൽക്കുന്ന കാര്യങ്ങൾ ഉപേക്ഷിച്ച്, നിങ്ങളുടെ യഥാർത്ഥ സ്വഭാവം വെളിപ്പെടുത്തി, നിങ്ങൾ ടീഹൗസിലേക്ക് പ്രവേശിക്കുമ്പോൾ, അത് ബുദ്ധ മണ്ഡലത്തെ പ്രതിനിധാനം ചെയ്യുന്നു, നിങ്ങൾ പദവിയുടെ അതിരുകൾ കടക്കുന്നു അല്ലെങ്കിൽ ഒരു തുറന്ന ഹൃദയത്തോടെ നിൽക്കുന്നു... ഇതാണ് ചായയുടെ വഴി മഹാനായ ടീ മാസ്റ്റർ സെൻ നോ റിക്യൂ വിഭാവനം ചെയ്ത *ചനോയു*-വിന്റെ ലോകം.

പരാതിപ്പെടുന്നത് ചായയുടെ വഴിയിൽ നിന്ന് വളരെ വ്യത്യസ്തമാണെന്ന് തോന്നുന്നു, പക്ഷേ ചായയുടെ വഴി പോലെ, അത് മറയില്ലാതെ നിങ്ങളുടെ യഥാർത്ഥ സ്വത്വത്തിന് ശബ്ദം നൽകുന്നതുമാണ്. ആത്മാർത്ഥമായ വികാരങ്ങളുടെ പൊട്ടിത്തെറിയോടെ നിങ്ങളുടെ പങ്കാളിയിൽ വിശ്വാസം പ്രകടിപ്പിക്കാൻ നിങ്ങളെ അനുവദിക്കുന്നു. "ഇതാ അവൻ വീണ്ടും!" എന്ന് പ്രതികരിക്കുന്നത് നിർഭാഗ്യകരമായിരിക്കും.

ഉറപ്പായും, പരാതി പറയുക എന്നത് വിശ്വാസത്തിന്റെ മൗനപ്രകടനമാണെന്ന് ശ്രോതാവ് അനുമാനിക്കേണ്ടതാണ്. വിശ്വാസം വ്യക്തമായും പരസ്യമായും അറിയിക്കുന്നതാണ് കൂടുതൽ നല്ലത്.

നിങ്ങളുടെ മുഖത്ത് ഒരു മങ്ങിയ മുഖഭാവത്തോടെ നിങ്ങൾ

വീട്ടിലേക്ക് വന്നേക്കാം. നിങ്ങളോ നിങ്ങളുടെ പങ്കാളിയോ പരസ്പരം ഒരു വാക്കുപോലും പറയാതെ ഉറങ്ങാൻ പോകുന്നതിന് മുമ്പ് ടെലിവിഷൻ കാണുന്നു. എന്നാൽ "ഞാൻ വീട്ടിലെത്തി!" എന്ന് വാതിൽ കടന്നുവരവെ നിങ്ങൾ വിളിച്ചുപറയുകയാണെങ്കിൽ, നിങ്ങളുടെ പങ്കാളിക്ക് സ്വാഗതം ചെയ്യാൻ വരാം, നിങ്ങളുടെ ദിവസം എങ്ങനെയായിരുന്നുവെന്ന് ചോദിക്കാം.

പ്രവർത്തനത്തെയും പെരുമാറ്റത്തെയും കുറിച്ചാണ് സെൻ. ആരെയെങ്കിലും വിശ്വസിക്കുന്നത് സമാധാനമാണെന്നത് സ്വയം അനുഭവിച്ചാൽ മാത്രം പോരാ ആ വിധത്തിൽ പ്രവർത്തിക്കാൻ ശ്രമിക്കുന്നത് പ്രധാനമാണ്. അത് നിങ്ങളുടെ വിശ്വാസത്തെ അറിയിക്കുന്നു.

ഇതിനുള്ള ഒരു മാർഗ്ഗം ആരെങ്കിലും നിങ്ങൾക്ക് ഒരു ഭക്ഷണമോ പാനീയമോ നൽകുമ്പോൾ നിങ്ങളുടെ നന്ദി പ്രകടിപ്പിക്കുക എന്നതാണ്. അഥവാ സാധാരണയേക്കാൾ വലിയ ഷോപ്പിംഗ് യാത്ര ആവശ്യമുള്ളപ്പോൾ, അൽപ്പം ഔട്ടിംഗിന് മുമ്പുള്ള കൂടിയാലോചനയും കൂടാതെ സഹായിക്കാനുള്ള സന്നദ്ധത അറിയിക്കുന്നതും ചിന്താശേഷി പ്രകടിപ്പിക്കുന്നു. നിങ്ങളുടെ പരാതികൾ പരസ്യമായി പ്രകടിപ്പിക്കാൻ കഴിയുന്ന അന്തരീക്ഷം സൃഷ്ടിക്കാനുള്ള സമയമാണിത്, നിങ്ങളുടെ പങ്കാളിയിൽ ആത്മവിശ്വാസവും ധൈര്യവും ഉള്ളതുകൊണ്ടാണ് നിങ്ങൾ അങ്ങനെ ചെയ്യുന്നതെന്ന് അവരെ ബോധ്യപ്പെടുത്തിക്കൊണ്ട്. അതിനാൽ അവർ നിങ്ങളോട് നന്ദിയുള്ളവരാണ്.

46

കുട്ടികൾ

ഹെലികോപ്റ്റർ പാരന്റിങ് ആശങ്കയുടെ വിത്തുകൾ പാകുന്നു

വർഷങ്ങൾകൊണ്ട് മാതാപിതാക്കളും കുട്ടികളും തമ്മിലുള്ള ബന്ധത്തിൽ വളരെയധികം മാറ്റങ്ങൾ സംഭവിച്ചു.

ഒരുപക്ഷേ, ഏറ്റവും വലിയ മാറ്റം "പരപ്രേരണ കൂടാതെ മുൻകൈ എടുക്കാനുള്ള സന്നദ്ധത" ആണോ എന്നതിലാണ്.

മുമ്പ്, കുടുംബങ്ങളിൽ ധാരാളം കുട്ടികളുണ്ടായിരുന്നു, കുടുംബങ്ങൾ ദരിദ്രരായിരുന്നു, അതുകൊണ്ട് രക്ഷിതാക്കൾക്ക് അവരുടെ കുട്ടികളുമായി ഇടപഴകാൻ കഴിഞ്ഞില്ല.

മൂത്ത സഹോദരനോ സഹോദരിയോ ഇളയ സഹോദരങ്ങളെ ശ്രദ്ധിക്കുന്നതും അവരെ നോക്കുന്നതും അവരെ പലവിധത്തിൽ പരിപാലിക്കുന്നതും അസാധാരണമായിരുന്നില്ല.

കുട്ടികൾക്ക് അവരുടെ മാതാപിതാക്കളിൽ നിന്ന് കുറച്ച് അകലം ഉണ്ടായിരുന്നു, അതിനാൽ അവരുടെ സ്വാതന്ത്ര്യം നേടാൻ അത് പ്രാപ്തമാക്കി. എന്തിനധികം, സഹോദര ബന്ധങ്ങൾക്കിടയിലുള്ള കോലാഹലം മുതിർന്നവരും ഇളയവരുമായ അംഗങ്ങൾക്കിടയിലുള്ള കൺഫ്യൂഷനിന്റെ

ശ്രേണിപരമായ സാമൂഹിക ക്രമത്തിന്റെ വിമർശനാത്മക അറിവ് പകർന്നു, കൂടാതെ നിങ്ങളെക്കാൾ ദുർബ്ബലരോടുള്ള പരിഗണനയെ പ്രോത്സാഹിപ്പിച്ചു.

ജനനനിരക്ക് കുറയുന്നതിനനുസരിച്ച്, മാതാപിതാക്കൾ പരപ്രേരണ കൂടാതെ തന്നെ അവരുടെ കുട്ടികളുമായി കൈകോർത്തു.

കടുത്ത മത്സരത്തോടെ, ഏതാണ്ട് ജനനം മുതൽ, വിദ്യാഭ്യാസ വിജയത്തിനായിയുള്ള കുട്ടികളുടെ സ്ഥാനം വരെ, നിങ്ങൾ ഒരു നല്ല മകൾ അല്ലെങ്കിൽ മകനാണെങ്കിൽ, പ്രത്യേകിച്ച് കഠിനമായി പഠിക്കുന്ന ഒരാളാണെങ്കിൽ, നിങ്ങളുടെ മാതാപിതാക്കൾ നിങ്ങൾക്കായി എല്ലാം ചെയ്യുന്നത് അസാധാരണമല്ല.

എപ്പോഴും സ്വന്തം തീരുമാനങ്ങൾ എടുക്കാനും പ്രവർത്തിക്കാനും കഴിയാതെ, എപ്പോഴും ഒരു നീക്കം നടത്തുന്നതിന് മുമ്പ് നിർദ്ദേശങ്ങൾക്കായി കാത്തിരിക്കുന്നു... അതിൽ യാതൊരു സംശയവുമില്ല. ഇന്നത്തെ യുവാക്കളുടെ ഈ പ്രവണത ഉടലെടുക്കുന്നത് ഈ രക്ഷാകർതൃ-ശിശു ബന്ധത്തിന്റെ ശിശുവൽക്കരണത്തിൽ നിന്നാണ്.

ഇവിടെ ഒരു അത്ഭുതകരമായ കഥയുണ്ട്, ടോക്കിയോയുടെ തെക്ക് പോലീസ് ഡിപ്പാർട്ട്മെന്റിൽ നടന്ന ഒരു വിചിത്ര സംഭവം.

ഒരു പുതിയ പോലീസ് മേധാവി അദ്ദേഹത്തിന്റെ സ്ഥാനം ഏറ്റെടുക്കാൻ എത്തി, ഡിപ്പാർട്ട്മെന്റ് ജീവനക്കാർ അദ്ദേഹത്തെ സ്വീകരിക്കാൻ തടിച്ചുകൂടി. പുതിയ മേധാവി തന്റെ ആദ്യത്തെ പരാമർശം നടത്താൻ തുടങ്ങിയപ്പോൾ മുൻനിരയിൽ തന്നെ നിൽക്കുകയായിരുന്ന അദ്ദേഹത്തിന്റെ അമ്മ യാതൊന്നും കൂസലാക്കാതെ അദ്ദേഹത്തിന്റെ കൈയ്യിൽനിന്നും മൈക്രോഫോൺ പിടിച്ചുവാങ്ങി, തന്റെ മകനെക്കുറിച്ച് ഒരു പ്രസംഗം നടത്തി. പോലീസ് ഡിപ്പാർട്ട്മെന്റ് ഉദ്യോഗസ്ഥർ എത്രമാത്രം സ്തംഭിച്ചുപോയി എന്ന് സങ്കൽപ്പിക്കുക.

അമ്മ എപ്പോഴും ഒരു അമ്മയും മകൻ ഒരു മകനുമാണ്. ഒരു അമ്മക്ക് തന്റെ കുട്ടിയെ ഇഷ്ടത്തിന് പോകാൻ അനുവദിക്കാതെ, എപ്പോഴും അവനോടൊപ്പം പോകണമെന്ന് നിർബന്ധബുദ്ധി പിടിക്കുമ്പോൾ, ഇത് എത്രത്തോളം അനുചിതമായിരുന്നു എന്ന് അവൾക്ക് ഇപ്പോഴും അറിയാനുള്ള സാമാന്യബുദ്ധി ഇല്ലേ?

"നിങ്ങൾ എന്താണ് ചിന്തിക്കുന്നത്?" എന്ന് മകൻ പറയുന്നത് ന്യായമാകുമായിരുന്നില്ലേ? അവന്റെ അധികാരം കാണിക്കാമായിരുന്നില്ലേ? അത്തരമൊരു നിപുണനായ വ്യക്തി അങ്ങനെ ചെയ്യില്ല, അല്ലെങ്കിൽ നൂറുകണക്കിന് പോലീസ് ഉദ്യോഗസ്ഥരായ ആളുകളുടെ മുന്നിൽ അവൻ ഒരു കൊച്ചുകുട്ടിയായി പെരുമാറേണ്ടതായി വന്നില്ലേ, മിക്കവാറും വിശ്വാസത്തെ ഇല്ലാതാക്കിക്കൊണ്ട്.

തീർച്ചയായും, ഇത് സാധാരണമാണെന്ന് ഞാൻ അർത്ഥമാക്കുന്നില്ല. പക്ഷേ, ഇത്തരമൊരു സംഭവം മറ്റെവിടെയെങ്കിലും ഉണ്ടായിട്ടുണ്ടോ എന്ന് ഞാൻ അത്ഭുതപ്പെടുന്നു.

ഹെലികോപ്റ്റർ പാരന്റിംഗ് പ്രശ്നം കൂടുതൽ തീവ്രമാക്കുന്നു. അത് കുട്ടിയെ നശിപ്പിക്കുന്നു.

ബുദ്ധമതത്തിൽ "മൂന്ന് വിഷങ്ങൾ" എന്നതിനെക്കുറിച്ച് പറഞ്ഞിട്ടുണ്ട് – അത്യാഗ്രഹം, കോപം, അജ്ഞത എന്നിവയാണത്. ഇത് ലൗകിക പ്രലോഭനങ്ങളെ പ്രതിനിധീകരിക്കുന്നതാകയാൽ അതിനെ നാം ജയിക്കണം. യഥാക്രമം അവയെക്കുറിച്ച് ചിന്തിക്കുക എന്നതാണ് മറ്റൊരു മാർഗ്ഗം. "അത്യാഗ്രഹമുള്ള ഹൃദയം," "ക്രോധമുള്ള ഹൃദയം," "വിഡ്ഢിത്തം നിറഞ്ഞ ഹൃദയം." എന്നിങ്ങനെയും അതിനെ വിളിക്കാം.

ഹെലികോപ്റ്റർ പാരന്റിംഗ് വിഷമയമാണ് – അറിവില്ലായ്മയുടെ പ്രകടനമാണ്.

ബുദ്ധ മതം ഈ വാക്കുകൾ വാഗ്ദാനം ചെയ്യുന്നു : "നിങ്ങൾക്ക് ഒരു കുട്ടി ഉള്ളതിനാൽ സമ്പത്തുണ്ട് എന്ന് ചിന്തിക്കുന്നതാണ് വിഡ്ഢിക്ക് കഷ്ടപ്പാടുകൾ കൊണ്ടുവരുന്നത്. നമ്മൾപോലും നമുക്ക

സ്വന്തമല്ല, പിന്നെ എങ്ങനെ ഒരു കുട്ടിയോ സമ്പത്തോ സ്വന്തമാകും?"

കുട്ടികൾ നിങ്ങളുടെ സ്വന്തം എന്ന വിഡ്ഢിത്തം മനസ്സിൽ നിന്ന് വിമുക്തമാക്കാൻ കഴിയുമെങ്കിൽ, അപ്പോൾ നിങ്ങൾക്ക് ഉന്മേഷദായകവും ഉചിതവും സന്തോഷപ്രദവുമായ ബന്ധം നിങ്ങളുടെ കുട്ടികളുമായി ആസ്വദിക്കാൻ കഴിയും.

47

മരണം

നമ്മുടെ മരണം ബുദ്ധനെ ഏൽപ്പിക്കണം

പ്രായം കൂടുന്തോറും മരണം എന്നത് യാഥാർത്ഥ്യത്തോട് അടുത്ത് വരുമെന്ന് സമ്മതിക്കാൻ നമ്മൾ ഇഷ്ടപ്പെടണമെന്നില്ല. നമ്മുടെ മാതാപിതാക്കൾ അന്തരിച്ചപ്പോൾ ഉണ്ടായിരുന്ന പ്രായത്തെ നമ്മൾ സമീപിക്കുമ്പോൾ നമ്മൾ ഇത് ഏറ്റവും നിശിതമായി അനുഭവിച്ചേക്കാം.

അതുവരെ, നാം സുഹൃത്തുക്കളുടെ മാതാപിതാക്കൾ, സുഹൃത്തുക്കൾ, പരിചയക്കാർ, സഹപ്രവർത്തകർ എന്നിവരുടെ ശവസംസ്കാര ചടങ്ങുകളിൽ പങ്കെടുത്തിരിക്കാം, നാം പ്രകടിപ്പിച്ച വിലാപവും വാക്കുകളും അക്കാലത്ത് അർത്ഥപൂർണ്ണമായിരുന്നു. പക്ഷേ, മരണത്തിന്റെ ഭ്രതത്തെ നമുക്ക് അത്ര പെട്ടെന്ന് അനുഭവപ്പെട്ടിരുന്നോ എന്ന് ഞാൻ സംശയിക്കുന്നു.

“ഞാൻ നിരവധി ശവസംസ്കാര ചടങ്ങുകൾക്ക് പോയിട്ടുണ്ട്, അവിടെ ഞാൻ അനുശോചനം അറിയിച്ചു, എന്നാൽ ദുഃഖിതരായ കുടുംബത്തിന്റെ അവസ്ഥ എന്താണെന്ന് എനിക്ക് ശരിക്കും മനസ്സിലായില്ല. എന്റെ മാതാപിതാക്കളിൽ ഒരാളുടെ മരണം വരെ നിങ്ങൾക്ക് പ്രധാനപ്പെട്ട ഒരാളെ നഷ്ടപ്പെടുന്നത് ഞാൻ എന്താണെന്ന് അറിഞ്ഞിരുന്നില്ല.”

ഞാൻ പലപ്പോഴും ഇത്തരം കാര്യങ്ങൾ കേൾക്കാറുണ്ട്. നിങ്ങളിലൊരാളുടെ മാതാപിതാക്കൾ മരിക്കുമ്പോൾ മരണം യഥാർത്ഥമാണെന്ന് തോന്നുകയും, അവരുടെ മരണപ്രായം നിങ്ങളുടെ ജീവിതത്തിനും ഒരു അടയാളമായി മാറുകയും ചെയ്യുന്നു.

"ഓ, അവശേഷിക്കുന്ന ജീവിതം ഒരു മാറ്റത്തിന് തുല്യമാണ്."

എന്റെ അച്ഛന്റെ കാര്യം സത്യത്തിൽ ഇങ്ങനെ തന്നെയായിരുന്നു. അദ്ദേഹത്തിന്റെ മാതാപിതാക്കളുടെ മരണം ഒരു അടയാളമായി മാറി, അദ്ദേഹം തന്റെ ജീവിതം ആ ഘട്ടം വരെയും പൂർണ്ണമായി ജീവിച്ചു, പക്ഷേ അതിനപ്പുറം, ശേഷിക്കുന്ന സമയം "സ്പെയർ ചേഞ്ച്" ആയി അദ്ദേഹം നന്ദിയോടെ സ്വീകരിച്ചുവെന്ന് ഞാൻ കരുതുന്നു.

നമ്മൾ നമ്മുടെ മാതാപിതാക്കൾ അന്തരിച്ച പ്രായത്തിൽ എത്തുമ്പോൾ, ചിന്തിച്ചേക്കാം, "ഓ, അടുത്തുതന്നെ എന്റെ സ്വന്തം ജീവിതത്തിന്റെ പുതുവത്സര രാവ് ആയിരിക്കും."

ശുഷോഗി – പരിശീലനത്തിന്റെയും സ്ഥിരീകരണത്തിന്റെയും അർത്ഥം – എന്നത് ഡോഗൻ സെൻജിയുടെ ഷോബോജെൻസോയിൽ നിന്നുള്ള പ്രധാന അംശങ്ങളുടെ വാചകമാണ്, സോട്ടോ സെൻ ബുദ്ധമതത്തിന്റെ തത്വങ്ങൾ സാധാരണക്കാർക്ക് എളുപ്പത്തിൽ മനസ്സിലാക്കുന്നതിനു വേണ്ടിയാണ് ഇത്. അതിൽ അഞ്ച് ഭാഗങ്ങളുണ്ട്, ഓരോന്നിനും 31 ഖണ്ഡികകളുണ്ട്. ആദ്യ ഭാഗം ഇനിപറയുന്നവയിൽ ആരംഭിക്കുന്നു :

"ബുദ്ധമതക്കാർക്ക് ഏറ്റവും പ്രധാനപ്പെട്ട വിഷയം സമഗ്രമായ ജനനത്തിന്റെയും മരണത്തിന്റെയും അർത്ഥം വ്യക്തമാക്കലാണ്."

ഡോഗൻ സെൻജിയും പറഞ്ഞിട്ടുണ്ട്, "നമ്മൾ ജീവിച്ചിരിക്കുമ്പോൾ നമ്മൾ പൂർണ്ണമായും ജീവിക്കണം. നാം മരിക്കുമ്പോൾ, നാം പൂർണ്ണമായും മരിക്കണം."

എന്തുകൊണ്ടാണ് സെൻ എപ്പോഴും കാര്യങ്ങൾ സങ്കീർണ്ണമാക്കുന്നത്, നിങ്ങൾ ചോദിച്ചേക്കാം? പക്ഷേ ഇതെല്ലാം അത്ര ബുദ്ധിമുട്ടുള്ള കാര്യമല്ല, ശരിക്കും. നമ്മൾ ജീവിച്ചിരിക്കുമ്പോൾ,

മരണത്തെക്കുറിച്ച് ചിന്തിക്കുന്നു അത് ഉത്കണ്ഠയും ഭയവും സൃഷ്ടിക്കുന്നു. അതിനുകാരണം മരണത്തെ നാം ജീവിതാവസാനത്തിന്റെ സൂചകമായി സങ്കൽപ്പിക്കുന്നതുകൊണ്ടാണിത്, അതിന്റെ അവസാനമാണെന്ന്.

"ഭൂതകാലത്തെയോ ഭാവിയെയോ വിലയിരുത്തരുത്" എന്നൊരു സെൻ പ്രയോഗമുണ്ട്.

ഓരോ നിമിഷവും സ്വയം നിലനിൽക്കുന്നു, അതിനുമുമ്പേ വന്നതിനോ അല്ലെങ്കിൽ അതിനുശേഷം വരുന്നതിനോ അതിനോട് യാതൊരു ബന്ധവുമില്ല. ജീവിതവും മരണവും പരിപൂർണ്ണ സ്വതന്ത്രമാണ്. ജീവിതം മരണത്തിലേക്കുള്ള സഞ്ചാരമല്ല, മരണം ജീവിതത്തിന്റെ അവസാനത്തെക്കുറിച്ചുമല്ല.

സമ്പൂർണ്ണമായി ജീവിക്കുകയെന്നാൽ ഈ ജീവിതത്തിന്റെ സമ്പൂർണ്ണത നിറവേറ്റുക എന്നതാണ് നിങ്ങളുടെ കഴിവിന്റെ ഏറ്റവും മികച്ചത്. നമ്മുടെ മരണത്തിൽ നമുക്ക് നിയന്ത്രണമില്ലാത്തതിനാൽ, നാം അത് ബുദ്ധനെ ഏൽപ്പിക്കണം. നമ്മൾ പൂർണ്ണമായി ജീവിക്കുകയാണെങ്കിൽ, പൂർണ്ണമായ മരണം സ്വാഭാവികമായും പിന്തുടരും. അങ്ങനെയാണ് മരിക്കേണ്ടത് പൂർണ്ണമായും... ഡോഗെൻ സെൻജി ഉദ്ദേശിച്ചത് ഇതാണ് എന്ന് ഞാൻ കരുതുന്നു.

നിങ്ങൾ ജീവിച്ചിരിക്കുമ്പോൾ നിങ്ങളെ ജീവിക്കാൻവേണ്ടി മാത്രം സമർപ്പിക്കുക.

അത് ചെയ്യുന്നതിൽ അന്തർലീനമായ മരണത്തെക്കുറിച്ചുള്ള ഉത്കണ്ഠയോ ഭയമോ ഇല്ല.

106 വയസ്സ് വരെ ജീവിച്ചിരുന്ന എകിഹോ മിയാസാക്കിയെ ഞാൻ നേരത്തെ പരാമർശിച്ചിരുന്നു. 100 വയസ്സിനുശേഷവും യുവ സന്യാസിമാരുടെ അതേ സന്യാസ സമ്പ്രദായങ്ങൾ പാലിച്ചു. അദ്ദേഹം ഇപ്രകാരം പറഞ്ഞു :

"എപ്പോഴാണ് മരിക്കാൻ നല്ല സമയം എന്ന് ആളുകൾ ചോദിക്കുന്നു. 'ഞാൻ പ്രബുദ്ധനായതിനു ശേഷം' എന്ന് അവർ

ചിന്തിക്കുന്നു. എന്നാൽ അത് തെറ്റാണ്. സമാധാനത്തോടെ സംയമനത്തോടെ ജീവിക്കുക അതാണ് ജ്ഞാനോദയം. സമാധാനപരമായും ശാന്തമായും ജീവിക്കാൻ പ്രയാസമില്ല. മരിക്കാനുള്ള സമയം വരുമ്പോൾ, അത് മരിക്കാൻ മികച്ചതാണ്. ജീവിക്കാനുള്ള സമയമാണെങ്കിൽ സമാധാനത്തോടെയും ശാന്തതയോടെ ജീവിക്കുന്നതാണ് നല്ലത്."

"എന്നെ സംബന്ധിച്ചിടത്തോളം, 'സമാധാനത്തോടെയും സംയമനത്തോടെയും ജീവിക്കുക' എന്ന മിയാസാക്കി സെൻജിയുടെ ആശയം പൂർണ്ണമായും ഡോഗൻ സെൻജിയുടെ ആശയം തന്നെയാണ്."

ഇത് തീർച്ചയായും ബുദ്ധിമുട്ടാണ് എന്നതിൽ സംശയമില്ല. പക്ഷേ, ആ ഒരു അവസ്ഥ ആഗ്രഹിക്കണം... അതിനപ്പുറം മരണത്തിന്റെ പരമമായ ശാന്തതയുണ്ട്.

48

ഒരു വ്യക്തിയുടെ അന്ത്യം

ഏത് വാക്കുകളാൽ നിങ്ങൾ ഓർമ്മിക്കപ്പെടും?

നിങ്ങളുടെ അന്ത്യം നേരിടാൻ തയ്യാറെടുക്കുമ്പോൾ, നിങ്ങളെ ഓർമ്മിക്കാൻ ആഗ്രഹിക്കുന്ന വാക്കുകൾ ഏതൊക്കെയാണ്.

എന്റെ ഒരു ഇടവകക്കാരൻ അദ്ദേഹത്തിന്റെ മരണാസന്ന നായ സമയത്ത്, അദ്ദേഹത്തെ "ബൻസായി!" എന്ന ഒരു വാക്കിനാൽ ഓർക്കണമെന്ന് ആഗ്രഹിച്ചു. അതായത് നിത്യജീവൻ എന്നും അഭിവൃദ്ധി എന്നും അർത്ഥം വരുന്ന, അയാൾ ജീവിതത്തിൽ ഒന്നും നഷ്ടപ്പെടുത്താതെ നേടിയതെല്ലാം ആ വാക്കിൽ സംഗ്രഹി ച്ചിരിക്കുന്നു.

എന്നാൽ ഇത് ലളിതമായി നടക്കുന്ന ഒന്നല്ല. ജപ്പാനിലെ എഡോ കാലഘട്ടത്ത് (1603-1868) ജീവിച്ചിരുന്ന പ്രശസ്ത സന്യാസിയും പ്രധാന പുരോഹിതനുമായ സെൻഗായുടെ അവസാന വാക്കുകളാണെന്ന് പറയപ്പെടുന്നത്, "ഞാൻ മരണത്തോടൊപ്പം പോകില്ല" എന്നാണ്. സെങ്കായി നിരോധനത്തിന്റെ അഭാവത്തിന് പേരുകേട്ടതാണ്. ഒരിക്കൽ അദ്ദേഹം ഡൈമിയോയുടെ തലവന്റെ സർക്കാരിന്റെ മുഖ്യ ആശ്രിതനെക്കുറിച്ച് പരിഹാസം നിറഞ്ഞ ഒരു ആക്ഷേപഹാസ്യ കവിത രചിച്ചു :

"എല്ലാം ശരിയാണെന്ന് കരുതുന്ന ഒരു ആശ്രിതന് ഇത് നന്നായി അവസാനിക്കില്ല. മുൻപുണ്ടായിരുന്ന ആശ്രിതനും എല്ലാം ശരിയാണെന്നാണ് കരുതിയിരുന്നത്."

അതുകൊണ്ട് സെംഗായിയുടെ അവസാന വാക്കുകൾ മുഖവിലക്ക് എടുക്കണോ എന്ന് അദ്ദേഹത്തിന്റെ ശിഷ്യന്മാർക്ക് അറിയില്ലായിരുന്നു. ഇത് അവരോടുള്ള ആഴത്തിലുള്ള അർത്ഥം ഇല്ലേ എന്ന് ഞാൻ തന്നെ അത്ഭുതപ്പെടുന്നു.

ഓരോ വർഷത്തിന്റെയും തുടക്കത്തിൽ സെൻ സന്യാസിമാർക്ക് അവരുടെ മാനസികാവസ്ഥ പ്രതിഫലിപ്പിക്കുന്ന, ചൈനീസ് വാക്യത്തിൽ *യുയിഗെ* എന്നു പറയപ്പെടുന്ന മരണ കവിതകൾ രചിക്കുന്നത് പരിശീലിക്കുക എന്നത് പതിവായിരുന്നു. ഈ പാരമ്പര്യം മങ്ങിയിരിക്കുന്നു. പക്ഷേ, *യുയിഗെ* ചില സന്യാസിമാരുടെ അവസാന വാക്കുകളായി സംഭവിച്ചിരിക്കാം എന്ന് ഞാൻ വിചാരിക്കുന്നു.

എന്റെ സ്വന്തം അച്ഛൻ ഒരു *യുയിഗെ* വിട്ടുപോയി :

കളകൾ ഇല്ലാതാക്കി പുല്ലുകൾ നീക്കിയ സ്ഥലം വൃത്തിയാക്കു, നിർമ്മലമായ നിലത്തിന് വഴിയൊരുങ്ങട്ടെ

ഈ എൺപത്തേഴ വർഷം, ഈ എൺപത്തേഴ വർഷം

എന്റെ ആരോഗ്യം തളർന്നു, കേവലം കെങ്കോയിൽ സേവിക്കാൻ മാത്രം ബാക്കി

ഷിഹോ ഉദ്ദേശിച്ചത്, സെനിൽ, വിശ്വാസത്തോടെയുള്ള പാതയിലൂടെ നടക്കാനാണ്, ശാന്തിയിലേക്കും സമാധാനത്തിലേക്കും.

അദ്ദേഹം സ്വന്തം പേരായ ഷിഹോ എന്ന പേരിനൊപ്പം അദ്ദേഹം പ്രധാന പുരോഹിതനായി സേവനമനുഷ്ഠിച്ച ക്ഷേത്രം, കെങ്കോജിയെയും, ഈ കവിതയിൽ ചേർത്തു. എന്റെ അച്ഛന്റെ

ജീവിതത്തെകുറിച്ചുള്ള വികാരങ്ങൾ *യുയിഗെ*യിൽ പ്രതിഫലിപ്പിക്കുമെന്ന് എനിക്ക് ചിന്തിക്കാതിരിക്കാൻ കഴിഞ്ഞില്ല.

നിങ്ങളുടെ സ്വന്തം വികാരങ്ങൾ പുതുവർഷത്തിന്റെ തുടക്കത്തിൽ എഴുതുന്നത് പരിഗണിക്കാൻ ഞാൻ നിങ്ങളെ പ്രോത്സാഹിപ്പിക്കുന്നു. തീർച്ചയായും, മരണത്തെക്കുറിച്ചുള്ള അവബോധം ഇതിൽ ഉൾപ്പെടേണ്ടത് അത്യാവശ്യമല്ല. അവ നിങ്ങളുടെ തീരുമാനങ്ങളെക്കുറിച്ച് ആകാം – വരാനിരിക്കുന്ന വർഷത്തിൽ നിങ്ങളുടെ പ്രതീക്ഷകൾ എന്തൊക്കെയാണ്, പുതുവർഷം എങ്ങനെ ജീവിക്കാൻ നിങ്ങൾ ആഗ്രഹിക്കുന്നു. എന്തെല്ലാം ചിന്തകൾ നിങ്ങൾ കലണ്ടർ മറിക്കുമ്പോൾ നിങ്ങൾക്കായി വരുന്നു.

ഇതാ മറ്റൊരു വഴി. എല്ലാ വർഷവും ഡിസംബർ പന്ത്രണ്ടിന് ക്യോട്ടോയിലെ കിയോമിസു ക്ഷേത്രത്തിൽ നടന്ന ചടങ്ങിൽ അവർ പ്രഖ്യാപിക്കുന്നു – "കഞ്ചി ഓഫ് ദ ഇയർ" – മുൻ വർഷത്തെ പ്രതിനിധിയായി തിരഞ്ഞെടുക്കപ്പെട്ട കഥാപാത്രം. വർഷത്തിന്റെ തുടക്കത്തിൽ, നിങ്ങളുടെ മാനസികാവസ്ഥയെ പ്രതിനിധീകരിക്കുന്ന ഒരു വാക്ക് തിരഞ്ഞെടുക്കാം.

മരണം എപ്പോൾ സംഭവിക്കുമെന്ന് നമുക്കറിയില്ല, നമ്മൾ മനുഷ്യരായിരിക്കുന്നിടത്തോളം കാലം, അത് നമുക്കെല്ലാവർക്കും വരും. ആ സമയം വരുമ്പോൾ, ഉപേക്ഷിക്കപ്പെട്ട പ്രിയപ്പെട്ടവർ എന്തായിരുന്നുവെന്ന് അറിയാനും അവരുടെ പ്രിയപ്പെട്ടവരുടെ വികാരങ്ങൾ അറിയാനും ആഗ്രഹിക്കും.

"ഓ, ഇതാണോ അവർ ചിന്തിച്ചത്, ഇതാണോ അവർക്ക് തോന്നിയത്?"

നമുക്ക് നഷ്ടപ്പെട്ടവർ എന്തായിരുന്നു ചിന്തിച്ചിരുന്നതെന്ന് നമുക്ക് കാണാൻ കഴിയുമെങ്കിൽ, അവർ വർഷത്തിന് തുടക്കത്തിൽ എഴുതിയതിലേക്ക് ഒന്ന് കണ്ണോടിക്കുക വഴി, അവരെ നമ്മുടെ ഹൃദയത്തിൽനിന്ന് അയക്കുന്നത് വളരെ എളുപ്പമായിരിക്കും. എനിക്ക് അതിനെക്കുറിച്ച് തോന്നുന്നത് അങ്ങനെയാണ്.

നിങ്ങളുടെ സ്വന്തം *യുയിഗെ* ഒരു വാർഷിക പാരമ്പര്യമാക്കുന്നത് പരിഗണിക്കുക.